தளிர்

இது ஒரு

மெட்ராஸ் பேப்பர்

தயாரிப்பு

தளிர்

நஸீமா ரஸாக்

மெட்ராஸ் பேப்பர்

Title: Thalir
Author's Name: Naseema Razak

Published by MadrasPaper

மெட்ராஸ் பேப்பர்

MadrasPaper
(An imprint of Zero Degree Publishing)
No. 55(7), R Block, 6th Avenue,
Anna Nagar,
Chennai - 600 040

Website: www.madraspaper.com
www.zerodegreepublishing.com
E Mail id: zerodegreepublishing@gmail.com
Phone: 89250 61999

Ezutthu Prachuram First Edition: December 2022
ISBN: 978-93-95511-34-6
TITLE NO MP: 10

Cover Design: Rajan PR
Layout: Vijayan, Creative Studio

எல்லாப் புகழும் இறைவனுக்கே.

அனைத்து மாணவர்களுக்கும், பெற்றோர்களுக்கும், என் மகள்கள் சாரா, ஜோயா, கணவர் ரஸாக் மற்றும் இந்த நாவலை முடிப்பதற்கு உறுதுணையாக இருந்த பா. ராகவன் அவர்களுக்கும் சமர்ப்பிக்கின்றேன்.

என்னுரை

குழந்தைகளால் சூழப்பட்டது என் உலகம். ஓர் ஆசிரியராக, குழந்தைகள் கவுன்சிலராக, தாயாக நான் கடந்துவந்த பாதையில் சந்தித்த குழந்தைகள் அனைவரும், இறைவன் தந்த பெரும் செல்வம் என்பது என் நம்பிக்கை.

அடுத்த தலைமுறைக்குப் படிப்பும், சத்தான ஆரோக்கியமான உணவும் கொடுப்பது எப்படி முக்கியமோ, அப்படித்தான் அவர்கள் உணர்வுகளும், எண்ணங்களும் செழுமையாக உருவாக்கப்பட வேண்டும்.

இன்றைய சவாலான சூழ்நிலையில், நாளைய தலைமுறையை நன்றாக உருவாக்க, அவர்கள் சந்திக்கும் பிரச்னைகளை, மனஅழுத்தத்தை நான் புரிந்துகொள்ள வேண்டும் என்று எண்ணினேன். அவர்கள் உலகத்தில் ஒரு தோழியாக எனக்கான ஓர் இடத்தை நான் உருவாக்கிக்கொண்டேன்.

அவர்கள் உலகுக்கு உங்களையும் அழைத்துச்செல்ல தளிர் உதவும் என்று நம்புகின்றேன்.

- நஸீமா ரஸாக்

tamil.nase@gmail.com

பொருளடக்கம்

1. சேண்ட் ஸ்டார்ம்

துபாயில் 'அல் கிஸைஸ்' என்ற இடத்தில பல நேர்த்தியான, எளிமையான குடியிருப்புகள் இருக்கின்றன. அப்படி ஒரு குடியிருப்பில், இரண்டாவது மாடி வீட்டின் லைட் சரியாக நான்கு ஐம்பத்தி ஐந்து மணிக்கு ஆன் செய்யப்பட்டது.

பர்வீன் தன் நாளைத் துவக்க, மிக மெல்லிய அலாரம் சத்தம் போதுமானதாக இருந்தது. தோள் வரை விரிந்து இருந்த கூந்தலை ஒரு சுற்று மேலே தூக்கினாள். கட்டிலுக்குப் பக்கத்திலிருந்த ஹேர் கிளிப்பை எடுத்து முடியில் சொருகிக்கொண்டாள்.

சராசரிப் பெண்களைவிட, கொஞ்சம் வித்தியாசத்தில் அவள் உயரமாக இருந்தாள். அழகி என்று சொல்வது சரியாக இருக்காது. ஆனாலும், அனைவருக்கும் பிடித்துப்போகும் முகம் அவளுடையது. இரண்டு குழந்தைகளுக்குத் தாய் என்று சட்டென்று சொல்லமுடியாத இளமையுடன் இருந்தாள்.

குழந்தைகளுக்காக, முழுநேர அட்மின் வேலையைப் பரணில் போட்டுவிட்டாள். இரண்டு வருடங்களாக, அவ்வப்போது அவளுக்குப் பிடித்த குழந்தைகளுக்கு ஆலோசனை தரும் வேலையையும், தியான வகுப்புகளையும் எடுக்கிறாள்.

பள்ளியிலிருந்து 'அல்லாஹு அக்பர்' என்ற பாங்கு ஓசை வந்தது. தன் கணவன் சலீமை எழுப்பினாள். சலீம் ஆறடி உயரம். தொப்பை தொந்தி இல்லாமல் கச்சிதமான உடல். அமிதாப் பச்சன் சாயலில் ஒரு சாமானியன்போல் இருந்தான்.

இருவரும் 'ஒளு' என்று சொல்லக்கூடிய முறையில் கை, கால், கண், மூக்கு, காது அனைத்தையும் மூன்று முறை சுத்தம் செய்துகொண்டார்கள். சலீம் பக்கத்தில் இருக்கும் மசூதிக்கு, தொழுவதற்காகக் கிளம்பிவிட்டான். பச்சை நிறத்திலிருந்த வெல்வெட் விரிப்பை விரித்தாள் பர்வீன். 10 நிமிடத்தில் தொழுகையை முடித்தாள். இறைவன் நாமத்தைச் சொல்லி, இரு கைகளிலும் ஊதிக்கொண்டாள்.

சமையலறைக்குச் சென்று, நான்கு அடுப்பு உள்ள குக்கிங் ரேஞ்ஜின் உதவியுடன் வேலையை ஆரம்பித்தாள். ஓர் அடுப்பில் பால், இன்னொன்றில் இட்லி, மற்றொன்றில் பருப்பு என்று மிகவேகமாக வேலை நடந்துகொண்டு இருந்தது.

நடுநடுவே, படுக்கையறைக்குச் சென்று மகள்களை எழுப்ப முயற்சித்தாள். போர்வையை நன்றாக இழுத்துப் போர்த்திக்கொண்டு, ''இன்னும் ஃபைவ் மினிட்ஸ் அம்மியா, ப்ளீஸ்'' என்று இருவரும் மூன்றாவது முறையாகச் சொன்னார்கள்.

ஆறாம் வகுப்பு படிக்கும் நடாஷாவுக்கு 11 வயது. அச்சு அசல் அம்மாவைப்போலவே இருப்பவள்.

சுருள் முடி மட்டும் அப்பாவுடையது. இரண்டாம் வகுப்பு படிக்கும் மையிஷாவுக்கு அம்மாவின் பட்டுப் போன்ற முடி, துறுதுறு கண்கள், அப்பாவின் பெண் சாயல் கொண்டவள். பார்ப்பதற்கு, அஞ்சலி படத்தில் வரும் அஞ்சலி பாப்பாவைப்போல் இருப்பாள். இருவரும், மழலை மொழியில் அம்மியா, அபியா என்று அம்மா, அப்பாவைக் கூப்பிடுவது வழக்கம்.

சலீம் தொழுகையை முடித்து வந்ததும், மகள்களை எழுப்பும் வேலையை அவனிடத்தில் கொடுத்து விட்டு, மீண்டும் சமையலறைக்கு வந்தாள் பர்வீன்.

சில நிமிடங்களில், குளியலறையில் மையிஷாவின் பல்லை சலீம் தேய்த்துக்கொண்டு இருந்தான். நடாஷா, காலைக் கடமைகளை முடித்துவிட்டு, புத்தகங்களைப் பையில் எடுத்து வைத்துக் கொண்டிருந்தாள். பரபரப்பின் முகம் இப்பொழுது நான்காக மாறியிருந்தது. ஒரு கிளாஸ் பாலையும், ஒரு வாழைப்பழத்தையும் நடாஷாவுக்கும், மையிஷாவுக்கும் கொடுத்தாள் பர்வீன். கடிகாரம் 6:30 மணி என்று காட்டிக்கொண்டிருந்தது.

“சீக்கிரம் குடிங்க.. டைம் ஆகுது. பழத்தை திருப்பி ஃப்ரூட் பேஸ்கெட்ல போடக் கூடாது” என்று சமையலறையில் இருந்து சொல்லிக்கொண்டு இருந்தாள்.

இதைவிடப் பெரிய கொடுமை இருக்காது என்பதுபோல, மையிஷா முகத்தை சுழித்துக்கொண்டு சாப்பிட்டாள். நடாஷாவுக்கும் மையிஷாவுக்கும் பள்ளிக்கூடத்தில் இரண்டு பிரேக். 8:00 மணிக்கு காலை சாப்பாட்டு பிரேக், 12:30க்கு மீண்டும் ஒரு பிரேக். இரண்டு டப்பாவைக் கட்டி முடித்தாள் பர்வீன். ஒரு தட்டில், இரண்டு இட்லியை வைத்து

அதன் மேல் சாம்பாரையும் ஊற்றி சலீமுக்குக் கொடுத்தாள். மகள்களுக்குத் தலைசீவி விட்டு, பள்ளி உடுப்பை எடுத்துக் கொடுத்தாள்.

எவ்வளவு சீக்கிரம் எழுந்தாலும், கடிகாரத்தோடு மல்லுக்கட்டாமல் மகள்களை பள்ளிக்கு அனுப்புவது அபூர்வம் என்று தினமும் வரும் எண்ணம் இன்றும் வரத் தவறவில்லை. இன்னும் ஐந்து நிமிடம் கழித்து சலீம் கிளம்பினால், டிராஃபிக்கில் சிக்கிவிடுவான் என்று அவனுக்குத் தெரியும். சரியான நேரத்தில் கிளம்பி, கதவுக்குப் பக்கத்தில் இருக்கும் பெரிய கண்ணாடியில் ஒரு முறை மேலிருந்து கீழ் வரை பார்த்துக்கொண்டான்.

"பை அபியா, ஆபீஸ் முடிச்சு சீக்கிரம் வாங்க" என்று நடாஷா சொன்னாள். "யு ப்ராமிஸ்டு அப்பா, சோ யு ஹாவ் டு" என்று மைமிஷா சேர்த்துக்கொண்டாள். "ஓகே.. ஓகே.. இன்ஷா அல்லாஹ்" என்றபடி, அவனும் தன் லேப்டாப் பேக்கையும், லன்ச் பேக்கையும் எடுத்துக்கொண்டு மறைந்தான்.

பர்வீன், ஸ்காஃர்பை எடுத்து மிக நேர்த்தியாக நொடியில் தலையில் போட்டுக்கொண்டாள். மைமிஷா, மூன்று முறை எட்டி, நான்காவது முறை சுவற்றில் மாட்டியிருந்த வண்டிச் சாவியை எடுத்தாள். மகள்களின் பள்ளிப் பையை எடுத்துக்கொண்டு ஒருவழியாக வீட்டைப் பூட்டினாள்.

பார்க்கிங்குக்குப் போன பிறகுதான், சாண்ட் ஸ்டார்ம் என்று தெரிந்தது. பர்வீனின் கறுப்பு நிற செடான் வண்டி நிற்கும் இடமும் மங்கலாகத் தெரிந்தது.

கண்ணைத் திறக்கமுடியாதபடி, மெல்லிய மணல் தூசி முகத்தில் அறைந்தது. பர்வீன் ஓடிச்சென்று

காரின் கதவுகளைத் திறந்தாள். நடாஷா, காற்றில் பரந்துகொண்டிருந்த பாவாடையை ஒரு கையில் பிடித்துக்கொண்டு வண்டியில் ஏறினாள். மையிஷாவின் தலைமுடி கலைந்து முகத்தில் அலங்கோலமாகக் கிடந்தது.

இரண்டுகட்டடங்கள்தள்ளி இருக்கும்அனைத்தையும் மறைத்துவிடும் சக்தி சாண்ட் ஸ்டார்ம்க்கு உண்டு. எப்படியோ, மிகக் கவனமாக அடி மேல் அடி வைத்து நடப்பதுபோல் வண்டி நகர்ந்தது.

“இரண்டு பேரும் பிரேக்ல வெளில வரக் கூடாது. க்ளாஸ்ல உட்கார்ந்து சாப்பிடணும்” என்று எச்சரித்தாள் பர்வீன்.

“அம்மியா.. மிஸ் இன்னைக்கு பிளாக் சார்ட் வாங்கிட்டு வரச் சொன்னாங்க” என்று நடாஷா இழுத்தாள்.

“இதை இப்பச் சொல்ற.. ஐ காண்ட் டூ எனிதிங்.. கொஞ்சமாவது பொறுப்பா இருக்கணும் நட்டு மா” என்று வந்த கோபத்தை அடக்கிக்கொண்டு, கொஞ்சநஞ்சம் தெரிந்த சாலையைப் பார்த்து காரை ஓட்டினாள்.

வீட்டில் இருந்து வெறும் பத்து நிமிடம்தான் பள்ளிக்கூடம். ஆனால், காலை டிராஃபிக்கில் எப்படியும் அரை மணி நேரம் ஆகிவிடுகிறது. அதுவும், இந்த சாண்ட் ஸ்டார்ம் வந்து இன்னும் நேரம் ஆக்கிவிட்டதால் கொஞ்சம் எரிச்சலாக இருந்தது பர்வீனுக்கு.

ஒருவழியாக, மகள்களை பள்ளிக்கூட வாயிலில் ஏழு மணிக்கு இறக்கிவிட்டு, அடுத்த பதினைந்து

நிமிடத்தில் வீடு திரும்பினாள். முதலில் குளித்து விட்டு, சூடான நெஸ்கஃபே காபியோடு சோபாவில் அமர, காலை நேரப் பரபரப்பு பறந்துபோனது. அவளுக்குப் பிடித்த ஆங்கிலேய எழுத்தாளர் வெயன் டையாரின் "தி ஷிப்ட்" படத்தை யூடியூபில் ஓடவிட்டாள்.

'உஸ்.. உஸ்..' என்ற சத்தம், பால்கனியின் சரியாக மூடப்படாத கதவு வழியாக வந்துகொண்டிருந்தது. கதவை நன்றாக இழுத்து மூடுவதற்கு எழுந்து சென்று பார்த்தபோதுதான் தெரிந்தது, காயப்போட்டிருந்த துணிகளில் எல்லாம் மணல் அப்பியிருந்தது. ஒவ்வொரு துணியையும் உதறி எடுத்து மீண்டும் வாஷிங் மெஷினில் போட்டாள்.

பால்கனியில், கற்றாழை, கற்பூரவள்ளி, துளசி, முல்லைச் செடிகள் இருந்தன. முகத்துக்குப் பவுடர் அடித்துக்கொண்டதுபோல், இலைகளில் மணல் படர்ந்திருந்தது. வீட்டுக்குள், நிறைய தொட்டிகளில் மணி பிளான்ட் இருந்தது. நீளமான கிளைகளை வெட்டி விதவிதமான கண்ணாடி பாட்டில்களில் போட்டாள். சில கிளைகள் வேர் விட்டிருந்தன. அவற்றை சிறிய தொட்டிகளில் நட்டுவைத்தாள். இப்படி, பத்து நாட்களுக்கு ஒருமுறை மணி பிளான்ட் விவசாயியாக மாறிவிடுவாள் பர்வீன்.

'ட்ரிங்.. ட்ரிங்.. ட்ரிங்..' என்று வீட்டின் தொலைபேசி அலறியது.

"ஹலோ.. சொல்லு மினி, எப்படி இருக்க..? ஐ ஆம் ஓகே. என்ன.. சாண்ட் ஸ்டார்ம்ல..? நல்லவேள, பால்கனி கதவ மூடி வச்சேன். இல்லன்னா, வீடு ஃபுல்லா சாண்ட் வந்திருக்கும்". எப்பொழுதும்

நடக்கும் நீளமான உரையாடல்களுடன், இரு தோழிகளும் வீட்டு வேலைகளை முடித்தார்கள்.

“இன்னைக்கு நீ கவுன்சலிங் போகலயா..?” என்று கேட்டாள் மினி.

“இல்ல மினி. போன வாரமே முடிஞ்சிடுச்சு. இனி யாராவது புக் பண்ணாத்தான். வீக்கெண்ட்ல, குழந்தைகளுக்கு தியான வகுப்பு இருக்கு” என்றாள்.

“எனக்குத் தெரிஞ்ச பொண்ணு உன் நம்பர் கேட்டா.. கவுன்சலிங்குக்குதான். குடுக்கட்டுமா..?”

“சென்டர் நெம்பர் குடுத்துடு மினி. அவங்க புக் பண்ணிப்பாங்க..”

14 வருடங்களுக்கு முன் பர்வீன் துபாய் வந்தபொழுது கிடைத்த முதல் தோழி மினி. தமிழ்நாடு என்பதால் நட்பு சட்டென்று ஒட்டிக்கொண்டது. அது மட்டுமா? பர்வீனின் மூத்த மகள் நடாஷாவும், மினியின் ஒரே மகள் ஹானியாவும் நர்சரியில் ஒரே வகுப்பில் படித்தார்கள்.

2. இட்லி வேண்டாம்

மதியம், மீண்டும் பள்ளிக்குச் சென்று, கிடைத்த பார்க்கிங்கில் வண்டியை நிறுத்தினாள். பக்கத்து வண்டியிலிருந்து மஹிமா இறங்கி வந்து, பர்வீனின் வண்டியில் ஏறினாள். இந்தப் பள்ளியில் பர்வீனுக்குக் கிடைத்த புது நட்பு மஹிமா. ஒருவாரமாகத் துளிர் விட்டிருந்த நட்புக்கு ஒரே சாட்சி, வண்டிக்குள் உட்கார்ந்து பேசும் 10 நிமிடங்கள்தான்.

மஹிமா, ஹரியானாவில் இருக்கும் அம்பாலாவைச் சேர்ந்த பஞ்சாபி. அவள் வசிப்பது ஷார்ஜாவில். அவள் ஏழு மணிக்கு பிள்ளைகளைப் பள்ளியில் விட வேண்டும் என்றால், சுமார் ஐந்தே முக்கால் மணிக்கு வீட்டை விட்டுக் கிளம்ப வேண்டும். பெரும்பாலும், அவளது பிள்ளைகள் காரில் தூங்கிக்கொண்டுதான் பள்ளிக்கு வருவார்கள். ஆனால், மதியம் பிள்ளைகளை வீட்டுக்கு அழைத்துச் செல்ல அவளுக்குப் பத்து நிமிடத்துக்கு மேல் ஆகாது.

இரண்டு மணிக்கு, மஞ்சள் நிற ஸ்கூல் பஸ்கள் வரிசையாக தேனீக்களைப் போல் வெளியே

கிளம்பின. அந்தக் குழந்தைகள் வீடு சென்றடைய எப்படியும் 4 மணி ஆகிவிடும் என்று இருவரும் பேசிக்கொண்டார்கள்.

பள்ளியின் கதவு சரியாக இரண்டே கால் மணிக்குத் திறந்தது. மகள்களை அழைத்துக்கொண்டு வண்டியில் ஏறினாள் பர்வீன்.

"அம்மி, சாண்ட் ஸ்டார்ம் ஈஸ் ரியலி பேட்" என்று நடாஷா கொஞ்சம் சிணுங்கிக்கொண்டாள்.

"திங்க் அபௌட் மீ. என்னுடைய பேவரைட் பிஸிக்கல் எஜுகேஷன் கிளாஸை மிஸ் பண்ணிட்டேன்" என்று மையிஷா சோர்ந்துபோனாள்.

கார் பயணத்திலேயே, அன்று பள்ளியில் நடந்த எல்லாவற்றையும் இருவரும் ஒன்றுவிடாமல் போட்டி போட்டுக்கொண்டு சொன்னார்கள்.

"அம்மி, ப்ளீஸ்.. இங்க பாருங்களேன்" என்று, சுவாரசியமான ஏதோ ஒன்றைச் சொல்லத் துடித்தாள் மையிஷா.

"இப்ப வண்டி ஓட்டட்டுமா..? இல்ல, உன்ன பார்க்கட்டுமா. டட்டு.. மிட்டு..?"

"அமிய்யா.. ஓகே, நீங்க வண்டிய ஓட்டுங்க" என்று அனுமதித்து, மீண்டும் இருவரும் தொடர்ந்தார்கள்.

பர்வீன், குழந்தைகளைக் கொஞ்சுவது மிகவும் தனித்துவமானது. 'கண்ணம்மா', 'தங்கம்' என்றெல்லாம் அவள் கொஞ்சுவதில்லை. மிக வித்தியாசமான ஓசைகளை வைத்து பேரன்பை மொழிபெயர்ப்பாள். டன்னு, மின்னு.. ஷோன்னு, மம்மு.. இப்படி, அவ்வப்போது புதிது புதிதாகப்

பலப்பல வார்த்தைகள் அவள் கொஞ்சும்போது பிறக்கும்.

வீட்டுக்கு வந்தவுடன், குழந்தைகள் குளித்து முடித்துச் சாப்பிட உட்கார்ந்தார்கள். மையிஷாவுக்கு பர்வீன் ஊட்டிவிடுவது வழக்கம். இரண்டு வாய் சாப்பாட்டை வாங்கிக்கொண்டு, 'அச்.. அச்.. அச்..' என்று தும்மினாள் மையிஷா.

மணல் புயலுக்குப் பின், எப்பொழுதும் வரும் தொல்லைகளுக்கான பிள்ளையார் சுழி. நடாஷா சாப்பிட்டு முடித்துவிட்டு, டிவியை ஆன் செய்து, பீன் பேகில் சாவகாசமாக உட்கார்ந்து கால்களை நீட்டிக்கொண்டாள்.

அப்படியே பொழுது சாய்ந்தது. அலுவலகத்தில் இருந்து கிளம்புவதாக, ஐந்தரை மணிக்கு சலீமிடம் இருந்து வழக்கமான தகவல் வந்தது. ஒரு கம்பெனியில் சேல்ஸ் இன்ஜினீயராகப் பணிபுரிகிறான். வீடு வந்து சேர எப்படியும் ஏழு மணி ஆகிவிடும்.

மையிஷாவின் கண்கள் கொஞ்சம் கொஞ்சமாக சிவந்துகொண்டிருந்தன. தொடர்ந்து தும்மலால், கண்களில் இருந்து கண்ணீர் வந்துகொண்டிருந்தது. இடையிடையே, கண்களை வேறு கசக்கிக்கொண்டாள்.

மணல் புயலால், அடுத்த ஒரு வாரத்துக்குப் பல குழந்தைகளுக்கு சளி, கண் எரிச்சல் போன்ற தொல்லைகள் வந்துபோகும். ஒவ்வொரு மணல் புயலுக்குப் பிறகும், மருத்துவமனைகள் குழந்தைகளால் நிரம்பிவிடும். மையிஷாவுக்கு வீட்டில் இருந்த ஆன்டி-அலர்ஜி மருந்தைக் கொடுத்தாள் பர்வீன் .

வீட்டுக்குப் பக்கத்தில் இருக்கிற பள்ளிக்கூடத்தில் மகள்களைச் சேர்த்து மாதம் ஆகிவிட்டது. இருவருக்கும் இன்னும் நண்பர்கள் யாரும் கிடைக்கவில்லை. அது இன்டர்நேஷனல் பள்ளி என்பதால், பல நாட்டவரும் சேர்ந்து படிக்கும் இடமாக இருந்தது.

“அம்மி, எனக்கு இட்லி மட்டும் இனிமே கொடுக்காதீங்க, ப்ளீஸ்..” என்று முகத்தை சுருக்கிக் கொண்டு நடாஷா சொன்னாள்.

“ஏன் மம்மு குட்டி.. என்னாச்சு..?”

“ஒண்ணும் இல்ல. இனிமே எனக்கு பிரட் அண்ட் சீஸ் கொடுத்துடுங்க..”

என்னவா இருக்கும்? பழைய பள்ளியில் படித்தபோது அவள் இப்படி சொன்னது இல்ல. அதுவும் அவளுக்குப் பிடித்த இட்லிப் பொடியில் பிரட்டி, சிறு சிறு துண்டுகளாக்கிக் கொடுத்தனுப்புவேன். இப்ப, முகமே வாடி இருக்கு. யாராவது ஏதாவது சொல்லி இருப்பாங்களா? இட்லிக்கு என்ன சொல்லி இருப்பாங்க?

கொஞ்ச நேரத்துக்கு முன்னாடி, மையிஷாவும் நடாஷாவும் ரூம்ல ஏதோ பேசிட்டிருந்தாங்களே.. என்னன்னு கேட்டுப்பாக்கலாம் என்று, நடாஷா பக்கத்தில் சென்று அவள் உட்கார்ந்தாள்.

“அம்மியாகிட்ட சொல்லுடா.. ஐ’ம் ஷியூர் சம்திங் ஹேப்பெண்ட்..”

நடாஷாவின் வாயில் இருந்து வார்த்தைகள் வருவதற்கு முன், கண்களில் இருந்து கண்ணீர். ஆப்கன் நாட்டைச் சேர்ந்த மாணவி ஒருத்தி அவள்

வகுப்பில் இருக்கிறாள். இட்லியைப் பார்த்து, "வாட் இஸ் திஸ்.. இட் லுக் எக்கி.." என்று மற்ற மாணவர்கள் முன் சொல்லியிருக்கிறாள். இதைச் சொல்லி, தேம்பித் தேம்பி அழ ஆரம்பித்தாள் நடாஷா.

'என்ன சொல்றது..? இது என்ன புதுசா இருக்கு..?' என்று பர்வீன் யோசிக்க ஆரம்பித்தாள்.

"நான் ஒண்ணு பண்றேன்.. நாளைக்கு மிஸ்கிட்ட வந்து பேசறேன்.."

"அம்மி ப்ளீஸ்.. வேண்டாம்.."

"எது நடந்தாலும் முதல்ல க்ளாஸ் டீச்சர்கிட்ட சொல்லணும். இல்ல, ஜஸ்ட் இக்னோர் பண்ணு சோனு. இட்லி எவ்வளவு ஹெல்த்தி தெரியுமா..? மத்தவங்களுக்காக நாம ஏன் மாறணும்..? உனக்குப் பிடிச்சத நீ சாப்பிடு. இன்னொரு தடவ அவ அப்படிச் சொன்னா, 'மைண்ட் யுவர் பிஸ்னஸ்'ன்னு சொல்லிடு.."

"சரிம்மா.. பட், கொஞ்ச நாளைக்கு எனக்கு இட்லி வேண்டாமே. கிவ் மீ சம் டைம்.." என்று சொல்லிவிட்டு பர்வீன் மடியில் தலைவைத்து படுத்துக்கொண்டாள்.

நடாஷாவின் தலை முடியைக் கோதியவாறு, மகளுக்கு எப்படிப் புரியவைப்பது என்று யோசித்தாள் பர்வீன். காலிங் பெல் சத்தம் கொடுக்க, சலீம்தான் என்று தெரிந்து, இருவரும் எழுந்துகொண்டனர். பர்வீன் போய் கதவைத் திறந்தாள்.

உள்ளே வந்து, ஷு ராக் பக்கத்தில் இருக்கும் ஒரு குட்டி ஸ்டூலில் உட்கார்ந்தான் சலீம். ஷுவை கழட்டுவதற்குள், இரண்டு பேரும் நடாஷாவின் கதையை அங்கேயே ஆரம்பித்துவிட்டார்கள்.

“அப்பறம் என்ன ஆச்சு..? மிஸ்கிட்ட சொன்னியா..?” என்று கேட்டான் சலீம்.

“இல்ல அபியா. நான் ரொம்ப ஹர்ட் ஆயிட்டேன். யார் முன்னாடியும் அழக் கூடாதுனு என்னைக் கன்ட்ரோல் பண்ணேன்.”

“ம்ம்.. சரி, நான் குளிச்சிட்டு வந்து பேசறேன்” என்றான்.

இரவு உணவு முடித்துவிட்டு, மகள்களோடு சலீம் பேசிக்கொண்டு இருந்தான். பர்வீன், சமையலறையில் இருந்து கைகளைத் துடைத்துக்கொண்டு வந்து உட்கார்ந்தாள்.

“அபியா.. ஷி லுக் ரியலி ஃபிக்” என்று தன்னைக் கிண்டலடித்த சிறுமியின் தோற்றத்தைப் பற்றி நடாஷா சொன்னாள். “இப்படி யாருடைய தோற்றத்தைப் பற்றியும் நாம கிண்டல் பண்ணக் கூடாது. யாராவது ஸ்கூல்ல உங்ககிட்ட தப்பா பேசினா, முதல்ல மிஸ் கிட்டதான் சொல்லணும்” என்றான் சலீம்.

“ஓகே அபியா. இனி அப்படி என்னை யாராவது ரோஸ்ட் பண்ணா, நானும் திருப்பிக் கொடுக்கப்போறேன்” என்றாள் நடாஷா.

“நீ ஸ்ட்ராங்கா இருக்கணும் நட்டு.. யூ ஆர் மை ஸ்ட்ராங் பிரின்சஸ்..”

மையிஷாவின் அலர்ஜி, சிரப் கொடுத்த பிறகு நன்றாகக் குறைந்திருந்தது. அப்பாவின் ப்ராமிஸ் பற்றி மையிஷா ஞாபகப்படுத்தினாள். சாண்ட் ஸ்டார்ம் எல்லாம் முடிந்த பிறகு அழைத்துச்செல்வதாக மீண்டும் ஒரு ப்ராமிஸ் செய்தான் சலீம்.

௩. கெட்டப் பையன்

இப்படியே, வழக்கமான வாழ்க்கையோடு பத்து நாள் பறந்துபோனது. பள்ளியில் நடாஷாவுக்குச் சில தோழிகள் கிடைத்துவிட்டார்கள். அனுஷா, பூனேக்காரப் பொண்ணு. டிசரி, இலங்கை சிங்களப் பெண். கிரேஸ், பிரான்ஸ் நாட்டைச் சேர்ந்தவள். டாணா, செர்பியா நாட்டைச் சேர்ந்தவள் என்று ஒரு பட்டியலை பர்வீனிடம் ஒப்பித்துக்கொண்டிருந்தாள் நடாஷா.

மையிஷாவுக்கும் நண்பர்கள் கிடைத்த மாதிரி இருந்தது. ஆனால், இன்னும் சொல்லிக்கொள்ள யாரும் இல்லை என்று பர்வீனுக்குத் தெரியும். அதற்கு ஒரு பெரும் காரணமும் உண்டு. மையிஷாவின் வகுப்பில், திருப்பதி லட்டுபோல் ரொம்ப சுட்டியாக ஒரு பையன் இருக்கிறான். எகிப்து நாட்டவன். ஓரிரு முறை, அவன் கன்னங்களை பர்வீன் ஆசையாகத் தொட்டுவிட்டு வந்திருக்கிறாள்.

வகுப்பின் வாசல் வரை சென்று குழந்தைகளை விட்டுவரும் சௌகரியம் பெற்றோர்களுக்கு

இருந்தது. அப்பொழுதுதான் அந்தச் சுட்டிப் பையனை பர்வீன் பார்த்தாள்.

அவன் எப்பொழுதும் ஸ்கூல் பஸ்ஸில்தான் பள்ளிக்கு வருவான். புத்தகப் பையை சுமக்க முடியாமல் சுமந்து வந்து, வகுப்புக்கு வெளியே இருக்கும் இடத்தில் சாப்பாட்டுப் பையை வைத்துவிட்டு வகுப்பறைக்குள் நுழைவான். அப்படி அவன் பொறுப்பாகச் செய்த செயல் பர்வீனுக்குப் பிடித்துப்போனது. அவனைப் பார்க்கும்போதெல்லாம், அவனுக்கு ஒரு ஹாய் சொல்லாமல் இருந்ததில்லை.

ஒருநாள், வீட்டில் தன் மகள்களோடு பேசிக்கொண்டு இருக்கும்போது, “ஐ ரியலி லைக் தட் கியூட் பாய்” என்றாள் பர்வீன். அப்பொழுதுதான், பாத்ரூமில் இருந்து தலையைத் துவட்டிக்கொண்டுவந்த சலீம், “அது யாரு, எனக்குத் தெரியாம..?” என்று பர்வீனைப் பார்த்துச் சிரித்தான்.

“நீங்க வேற.. சும்மா இருங்க..” என்று லேசாக பொய்க்கோபம் காட்டி அதட்டினாள்.

இரண்டு மகள்களும், “அம்மியா.. யாரு அது?” என்று கொஞ்சினர்.

“மையிஷா க்ளாஸ்ல இருக்கும் அந்த கொழுக்கு மொழுக்கு பையன்.. அவன் பேர்கூட ஃபூஜி..” என்றாள் பர்வீன்.

அப்போதுதான், அந்த ரகசியம் வெளியே வந்தது. “அவனா..?” என்று இரண்டு கைகளையும் கட்டிக்கொண்டு முகத்தைத் திருப்பிக்கொண்டாள் மையிஷா.

“ஆமாம் அமிய்யா.. அவன் செம கியூட்” என்று நடாஷாவும் ஆமோதித்தாள்.

“ப்ளீஸ் ஸ்டாப்” என்று, ரொம்ப சீரியஸாகச் சொன்னாள் மையிஷா.

சலீம் அவள் பக்கம் உட்கார்ந்து, “நீ சொல்லு அம்மாடி, அவன் பேட் பாயா..?” என்றான்.

“உங்களுக்குத் தெரியுமா? எனக்கு ஒரு நல்ல ஃபிரெண்ட் கிடைச்சா. அவ பேர் அத்விதா. எங்க க்ளாஸ்ல, முதல்ல அவதான் என்கிட்ட பேசினா. சாப்பிடும்போதுகூட நாங்க ரெண்டு பேரும் ஒண்ணா உட்கார்ந்து சாப்பிடுவோம். மிஸ் ஒருநாள், குரூப் டாஸ்க்ல மூஜிய என் குரூப்ல போட்டாங்க, அத்வியை வேற குரூப்ல போட்டாங்க. யு நோ? அவன் என்கிட்ட என்ன சொன்னான் தெரியுமா..?”

“என்ன சொன்னான், உங்க அம்மாவோட கியூட் ஃபெலோ..?” என்று சலீம் சொல்ல, நடாஷாவுக்கு சிரிப்பு தாங்கவில்லை. ஆர்வமாக மையிஷா சொல்லப்போகும் அடுத்த வார்த்தைகளுக்காகக் காத்துக்கொண்டிருந்தனர்.

“ஐ லைக் யூ.. யு ஆர் வெரி ஸ்வீட்..” அப்படீன்னு சொன்னான். அதுக்கு அப்பறம்தான், அத்வி என்கூட கா விட்டுட்டா. ப்ளீஸ் அம்மி, அவன் நல்ல பையன் கிடையாது” என்று மழலையில் சொல்லி முடிக்கும்போது, மற்றவர்கள் வந்த சிரிப்பை அடக்கிக்கொண்டார்கள்.

“இனி அவன் கன்னத்தை நான் கிள்ளமாட்டேன். நான் ஸ்கூல் வரும்போது அத்விய காமி. நான் ஒரு மேஜிக் செய்து அவளை திரும்பவும் உனக்கு ஃபிரெண்டா ஆக்கிடறேன்” என்றாள் பர்வீன். அது மட்டும் அல்லாமல், அத்விக்கு என்ன பிடிக்கும் என்று சிறுகுறிப்பையும் மையிஷாவிடம் கேட்டு வாங்கிக்கொண்டாள்.

“அம்மி சீரியஸ்லி..? எனக்கு அவ ஃபிரெண்ட் ஆயிட்டா. நான் ரொம்ப ஹேப்பி ஆயிடுவேன்” என்றாள் மையிஷா.

“மேஜிக் சீக்கிரம் வேலை செய்யணும்னா, நீ ஒழுங்கா சாப்பிடணும்” என்று அவள் சொல்ல, மையிஷா முன் வரிசையில் ஒரு பல் இல்லாத ஓட்டைச் சிரிப்பை சிரித்துவிட்டு ஓடிப்போனாள்.

இரு மகள்களும் அவர்களுடைய அறைக்குச் சென்று, சாம்சங் டாப்-ல் ‘மை லிட்டில் போனி’ பார்க்க ஆரம்பித்தனர். குடியிருப்புக்குக் கீழே விளையாட இடமில்லை. நிறையக் கடைகள். வாரத்துக்கு ஒருமுறை வெளியில் அழைத்துப்போவதோடு சரி. கூண்டுக்கிளிகள்போல், இந்த அப்பார்ட்மெண்ட் குழந்தைகள்.

“சலீம், நாளைக்கு வெள்ளிக்கிழமை, லீவு. சாண்ட் ஸ்டார்ம் ஒரு பக்கம்.. உங்க வேலை மறுபக்கம்னு வெளியே போய் இரண்டு வாரம் ஆகிவிட்டது” என்றாள்.

“உன் ஃபிரெண்டுகிட்ட கேளு, நாளைக்கு மம்ஜார் பீச் வர்றாங்களான்னு?” என்றான் சலீம்.

“போன வாரமே அவ கூப்பிட்டா. நான்தான் உங்களுக்கு வீக் எண்டுல கிளையன்ட் மீட்டிங் இருக்குன்னு சொல்லிட்டேன். இருங்க, இப்பவே போன் பண்ணிக் கேக்கறேன்..” என்று அலைபேசி எடுத்து மினியிடம் பேசினாள்.

பிள்ளைகளைச் சாக்கிட்டு, பெற்றோர்களும் அவ்வப்போது இப்படி வெளியே சென்று, தினசரி செக்கு வாழ்க்கையில் இருந்து விடுவித்துக்கொள்வது

வாடிக்கை. மினிக்கும் பர்வீனுக்கும் ரொம்ப மகிழ்ச்சியாக இருந்தது. பார்பிக்யூ செய்ய வேண்டும்.. பீச்சில் குளிக்க வேண்டும் என்று பட்டியல் ஆரம்பமானது..

மினி, பிரியாணி செய்து எடுத்துவருவதாகவும், பர்வீன், பார்பிக்யூவுக்கு வேண்டிய சாமான்கள் கொண்டுவருவதாகவும் முடிவு செய்துகொண்டனர். தொழுகை முடிந்து கிளம்பலாம் என்றும் திட்டம் இறுதி செய்யப்பட்டது.

நடாஷாவுக்கும், மையிஷாவுக்கும் தூக்கம் வரவில்லை. நடாஷா, தனக்குக் கிடைத்த புது தோழிகளைப் பற்றி ஹானியாகிட்ட சொல்லணும், அவளும் தனக்காக ஹேப்பி ஆவாள் என்று நினைத்துக்கொண்டாள்.

'கண்டிப்பா பீச்ல இறங்கணும்' என்று, மனது முழுக்க நாளையைப் பற்றிய சந்தோஷம் சுற்றிக்கொண்டிருந்தது. மையிஷாவுக்கு அங்குள்ள பார்க்கில் விளையாட வேண்டும் என்பது கூடுதல் ஆசையாக இருந்தது.

இவர்கள் இன்னும் தூங்காமல் இருப்பதைப் பார்த்து அறைக்குள் வந்தாள் பர்வீன். சீக்கிரம் தூங்கவில்லை என்றால் காலையில் எழுந்துகொள்வது

கடினம் என்று சொல்லி, விளக்கை அணைத்து விட்டுச் சென்றாள்.

4. மம்ஜர் பீச்

வாரநாட்களில், வெள்ளிக்கிழமைக்கு என்றுமே ஒரு தனியிடம் உண்டு. குடும்பங்கள் மட்டும் இல்லை, கூலி வேலைக்கு வந்திருக்கும் பலரும் பல இடங்களில் கூடுவார்கள். காசு செலவு செய்து அவர்களால் வேறு எங்கும் செல்ல இயலாது. பஸ் ஸ்டாண்ட் பக்கத்தில் இருக்கும் புல்வெளிகளில், சாலைகளுக்கு நடுவில் இருக்கும் புல்வெளிகளில் நிறைந்துவிடுவார்கள். வாரத்துக்கு ஒருமுறை, ஊர் மக்களைப் பார்ப்பதே அவர்களுக்குப் பெரும் கொண்டாட்டம். இந்தியர்கள் மட்டுமில்லாமல், பாகிஸ்தானிகள், வங்காளிகள் அதிகம் இருப்பார்கள்.

அப்படி ஒரு சிறப்பான வெள்ளிக்கிழமை, பர்வீன் வீட்டில் காலை எட்டு மணிக்குத்தான் விடிந்தது. முதலில் அனைவரும் குளித்துவிட்டுச் சாப்பிட உட்கார்ந்தனர்.

சூடான பூரி, புஸ்ஸென்று உப்பிக்கொண்டு இருந்தது. உருளைக்கிழங்கு மசியல் ரெடியாகிவிட்டது. எந்த

அவசரமும் இல்லாமல், பொறுமையாகச் சாப்பிட்டு முடித்தார்கள். நடாஷா, மையிஷா இருவரின் ஈரத் தலைமுடிக்கு சலீம் டிரையர் போட்டுக்கொண்டு இருந்தான்.

சிக்கன் மசாலா போட்டுவைத்த கபாப், மட்டன் கீமாவில் செய்த சீக்கபாப், பசங்களுக்குத் தேவையான நொறுக்குத்தீனி அனைத்தையும் பர்வீன் எடுத்து வைத்துக்கொண்டிருந்தாள். மகள்களின் ஸ்விம்மிங் டிரஸ் மறக்காமல் எடுத்து வைத்துவிட வேண்டும் என்று, வேலைகளுக்கு நடுவே அவளுக்கு யோசனை வந்தது.

'தொழுகைக்கு முன் எல்லாம் செய்து முடித்துவிட வேண்டும். அப்போதுதான், தொழுகையை முடித்துவிட்டு சீக்கிரம் கிளம்பமுடியும். தாமதமாகி விடக் கூடாது' என்று பல எண்ணங்கள் அவளைப் பரபரப்பாகியது.

நடாஷாவும், மையிஷாவும் நடுநடுவில் வந்து, "அம்மியா, எப்ப போவோம்?"ன்னு தொடர்ந்து கேட்டுக்கொண்டே இருந்தார்கள். எங்கு போகிறோம் என்று ஏற்கெனவே சொல்லியிருந்தாலும், போவதற்குள் நூறு முறையேனும் சலிக்காமல் கேட்கும் பழக்கம் அவர்களுக்கு உண்டு.

பாங்கு ஓசை கேட்டவுடன், குடியிருப்புக்குப் பக்கத்தில் இருக்கும் பள்ளி வாசலுக்கு சாரை சாரையாக ஆண்கள் சென்றுகொண்டிருந்தார்கள். அவர்களைத் தொடர்ந்து சலீமும் சென்றான். பர்வீனும், நடாஷாவும் செய்வதை மையிஷா அழகாகக் காப்பியடித்தாள். மூவரும் வீட்டிலேயே தொழுகையை முடித்தனர்.

சலீம், பள்ளிவாசலில் இருந்து வருவதற்கு முன், மகள்களுக்கு நீச்சல் ஆடை உடுத்திவிட்டாள். அதற்கு மேல் பேன்ட், டி-ஷர்ட் போட்டுவிட்டாள். பர்வீனும் ஒரு டிராக்ஸ், டி-ஷர்ட், அதற்கு மேல் காப்ரி என்ற முட்டிவரை தொங்கும் நீளமான ஜாக்கெட், தலையில் துப்பட்டா அணிந்து, சலீம் வருவதற்குக் காத்துக்கொண்டு இருந்தாள்.

"அஸ்ஸலாம் அலைக்கும்" என்று சொல்லிக்கொண்டு சலீம் வந்தான்.

"வஅலைக்கும் அஸ்ஸலாம்" என்று பர்வீன் பதில் தந்தாள்.

"குட் கேர்ள்ஸ், ரெடியா இருக்கீங்க. நானும் டிரஸ் மாத்திட்டு வந்துடறேன்" என்றான்.

பால்கனியில் இருக்கும் இரண்டு குட்டி சைக்கிள்களையும் பர்வீன் ஞாபகப்படுத்தினாள். அதையும் தூசு தட்டி எடுத்துக்கொண்டு பார்க்கிங் சென்றார்கள். சலீம் வண்டி பெரியது. பிராடோ 4x4. அதனால், சைக்கிள், தண்ணீர் பாட்டில்கள், டிஷ்யூ பாக்ஸ், சாப்பாட்டு அயிட்டங்கள், பாய் என்று எல்லாவற்றுக்கும் இடம் இருந்தது.

கிளம்பும் முன், மினிக்குப் போன் செய்து "நாங்க கிளம்பறோம். நீங்க?" என்று கேட்டாள். "நாங்களும் இப்பத்தான் கிளம்பினோம். உங்களுக்கு ரொம்பப் பக்கம். நீங்க சீக்கிரம் போயிடுவீங்க. போய் இடம் புடிங்க" என்றாள் மினி .

இரண்டு சிக்னல் தாண்டியதும் ஒரு ப்ரீ ரைட் எடுத்தான் சலீம். ஒரு ரவுண்ட்-அபவுட் வந்தது. மம்ஜர் கடலின் மிச்சமான தண்ணீர்,

ஆற்றைப்போல ஓடிக்கொண்டிருந்தது. அதன் பெயர் கார்னிஷ் என்று சொல்லுவார்கள். இங்கும் கொஞ்சம் பேர், குழந்தைகளோடு தண்ணீரில் விளையாடிக்கொண்டிருந்தார்கள்.

அதைக் கடந்து மம்ஜர் பார்க்கின் நுழைவாயில் தெரிந்தது. இவர்களுக்கு முன் மூன்று வண்டிகள் இருந்தன. ஒரு வண்டிக்கு நுழைவுக் கட்டணம் 30 திர்ஹாம். அதைக் கொடுக்க, வண்டி உள்ளே சென்றது.

பச்சைப் பசேல் என்று ஒரு பக்கமும், நீல நிறத்தில் பரந்து விரிந்த கடல் மறு பக்கமும் தெரிந்தது. பார்க்கிங்கில் வண்டியை நிறுத்தி, வண்டியில் உள்ள சாமான்களை சலீம் வெளியே எடுத்து வைத்தான்.

பர்வீனும், குழந்தைகளும் பெரிய பெரிய மரங்கள் இருக்கும் இடத்தை நோக்கிப் புல்வெளியில் நடந்தார்கள். பார்பிக்யூ செய்ய வசதியான இடமாகப் பார்த்து விரிப்பை விரித்தார்கள். சலீம் கொண்டுவந்த அனைத்தையும் அங்கு வைத்தான்.

“நல்லவேள.. இடம் கிடைச்சிடுச்சு. ஆனா, கிளைமேட் இன்னும் சூடா இருக்கு” என்றான் சலீம்.

“நவம்பர்தான ஆரம்பிச்சிருக்கு? அடுத்த மாசம்னா காலைலேயே வந்துடலாம்” என்றபடி, பர்வீனும் சலீமும் பேசிக்கொண்டு அக்கடா என்று பாயில் உட்கார்ந்தனர்.

குழந்தைகள் இருவரும், கண்ணுக்குத் தெரியும் இடத்தில் இருக்கும் பார்க்கில் விளையாடிக் கொண்டிருந்தார்கள்.

மினியும், அவளது கணவரும், ஹானியாவும் வந்து சேர்ந்தார்கள். நல்ல இடம் கிடைத்துவிட்டது என்று

அவர்களும் சந்தோஷப்பட்டனர். குழந்தைகள் அனைவரும், அப்பாக்களோடு எதிர்ப்புறம் தெரிந்த சுத்தமான நீலநிற பீச்சுக்குப் போனார்கள்.

கடற்கரை முழுதும், மக்கள் கூட்டம் கூட்டமாக இருந்தார்கள். சிலர், குடைகளுக்குக் கீழே படுத்துக்கொண்டிருந்தார்கள். சிலர், மணல் மேல் விரிப்பைப் போட்டுக்கொண்டு, குழந்தைகளுடன் மணலில் வீடு கட்டிக்கொண்டிருந்தார்கள்.

சலீமும், மினியின் கணவரும் கடலில் குதித்து நன்றாக கும்மாளம் போட்டுக்கொண்டிருந்தார்கள். மகள்களோடு, அப்பாக்களும் சின்னக் குழந்தைகளாக மாறி இருந்தார்கள். ஹானியா, நடாஷாவின் மேல் தண்ணீரை ஃப்ளாஷ் செய்துகொண்டிருந்தாள். மைமிஷாவுடன் சலீமும் ஹானியாவின் கணவனும் விளையாடிக்கொண்டிருந்தார்கள்.

கொஞ்ச நேரம் கழித்து, மினியும் பர்வீனும் துண்டை எடுத்துக்கொண்டு கடல் பக்கம் வந்தார்கள். பக்கத்தில் இருக்கும் பெண்கள் ஆடைகள் மாற்றும் அறைக்கு மகள்களை அழைத்துச் சென்றார்கள். அந்த இடத்தில், ஆண்கள் உடை மாற்றவும் வசதி இருந்தது. சலீமும், மினியின் கணவரும் வேறொரு உடையை மாற்றிக்கொண்டு வந்தார்கள்.

குழந்தைகளுக்கு நல்ல பசி. அவர்கள் கைகளில் ஜூஸ் பாட்டில்களைக் கொடுத்துவிட்டு, தோழிகள் இருவரும் பார்பிக்யூ வேலைகளை ஆரம்பித்தார்கள். கொண்டுவந்த கரித் துண்டுகளை, மண்ணெண்ணெய் தெளித்துப் பற்றவைத்தார்கள். பக்கத்தில் கிடந்த அட்டையை எடுத்து சலீம் வீசிக்கொண்டு இருந்தான்.

“போதும் பாய், கரித் துண்டுல நெருப்பு பிடிச்சிடுச்சி” என்று மினியின் கணவன் சொன்னான்.

பர்வீன், கிரில் செய்யும் சதுரமான ஸ்டீல் கம்பி இடுக்கியில் கபாப்களை வைத்துக்கொடுத்தாள். மினியும் அவள் கணவனும் அதை வாங்கி நெருப்புக்கு மேல் வைத்துக்கொண்டு இருந்தார்கள். அவ்வப்போது மறுபக்கத்திற்கு மாற்றி வைத்தார்கள். கொஞ்ச நேரத்தில் பார்பிகியூ புகை கண்களுக்கு எரிச்சலைத் தந்தது. கபாப் சுடும் வாசனை காற்றில் கலந்து, பசியின் வேகத்தையும், வாயில் சுரந்த எச்சிலையும் கட்டுப்படுத்திக்கொண்டு, பிள்ளைகள் பாயில் உருண்டு விளையாடிக்கொண்டிருந்தார்கள்.

“இன்னும் பைவ் மினிட்ஸ்தான் குட்டீஸ்.. பாட்டில்ல இருக்கிற தண்ணியை எடுத்துட்டுபோய், அந்த மரத்துகிட்ட கையைக் கழுவிட்டு வாங்க” என்றாள் பர்வீன்.

மினி, பிளாஸ்டிக் தட்டுகளை எடுத்து பிரியாணி, தயிர்ப் பச்சடி, சூடான கபாப் ஒன்றை வைத்து பிள்ளைகளுக்குக் கொடுத்தாள். மையிஷாவுக்குப் பர்வீன் ஊட்டிய பிறகு மற்றவர்களும் சாப்பிட்டு முடித்தார்கள்.

வெளியே பிக்னிக் வரும் போது, மினியின் கணவர் பாட்டுப் பாடுவது வழக்கம்.

"பாய், ஒரு இளையராஜா பாட்டு பாடுங்க" என்றான் சலீம்.

"குரல் கொஞ்சம் சரி இல்லையே"

ஒரே ஒரு ராஜா பாட்டு போதும் என்று அனைவரும் கேட்க,"தென்றல் வந்து தீண்டும் போது .." என்று பாட ஆரம்பித்தார்.

அட்டகாசம் பாய் என்று சலீம் கைதட்ட, மினியும் பர்வீனும் சேர்ந்து கொண்டார்கள்.

குழந்தைகள் மீண்டும் விளையாடப் போனார்கள். இப்படியாக, குதூகலத்தோடு மாலை நெருங்கிக் கொண்டிருந்தது. பர்வீனும், மினியும் ஈரமான துணிகளை ஒரு பைக்குள் எடுத்துவைத்தார்கள். சாப்பிட்ட பாத்திரங்கள், கொண்டு வந்த சாமான்கள் இரு வேறு பைகளுக்குள் சென்றன.

''இன்னும் கொஞ்ச நேரம்தான் குட்டீஸ்.. நாம கிளம்பலாம்..'' என்றாள் மினி.

''டென் மோர் மினிட்ஸ் ஆன்ட்டி, ப்ளீஸ்..'' என்று மையிஷா சொல்ல..

''ஓகே. பட், ஒன்லி டென் மினிட்ஸ் டியர்..''

ஒன்லி டென் மோர் மினிட்ஸ் என்பது, இரண்டு மூன்று முறை நீடித்தது. ஒரு நல்ல வார இறுதி, நிறைவாக முடிவுக்கு வந்தது. சாமான்களை ஏற்றிக்கொண்டு, பிள்ளைகளுடன் இரண்டு வண்டிகளும் எதிரெதிர் திசைகளில் சென்றன.

.. .. ..

பதினைந்து நிமிடங்களில் சலீமின் கார், குடியிருப்பின் பார்க்கிங்கில் நுழைந்தது.

ஈரமான துணிகளைத் தண்ணீரில் அலசி பால்கனியில் காயவைத்தாள் பர்வீன். பிள்ளைகளைக் குளிப்பாட்டி விட்டு, 'அப்பாடா' என்று சோபாவில் சாய்ந்தாள்.

உணவைவிட, உறக்கம் உச்சத்தில் இருந்தது. பால் குடித்துவிட்டு குழந்தைகள் தூங்கிவிட்டார்கள். சலீம் இரண்டு பிலிப்பீன் வாழைப்பழத்தை சாப்பிட்டுவிட்டு, கிரிக்கெட் டாக்குமென்டரி பார்க்க உட்கார்ந்தான். பர்வீன், புத்தகம் ஒன்றைப் படிக்க ஆரம்பித்த இரண்டு நிமிடத்துக்குள் அசந்து உறங்கிப்போனாள்.

5. தியான வகுப்பு

நேற்று வந்த அழைப்பைப் பற்றி யோசித்துக் கொண்டு இருந்தாள் பர்வீன்.

"என்ன பலமான யோசனை..?" என்று சலீம் கேட்டான்.

"ஒன்னுமில்ல.. இன்னைக்கு குட்டீஸ்கான மெடிடேஷன் ஒர்க் ஷாப் இருக்கு. அதற்கு அப்பறம் ஒரு பேரன்ட் கவுன்சலிங் புக் பண்ணி இருக்காங்க. ஆனா இன்னும் கன்ஃபர்ம் பண்ணல.."

"இதுக்கு ஏன் இவ்ளோ யோசிக்கிற" என்று சலீம் கேட்க ஆரம்பிப்பதற்கு முன், அவளே தொடர்ந்தாள். "ஒருவேள, கவுன்சலிங் இருந்தா.. நீங்க வந்து இரண்டு குட்டீஸையும் கூப்பிட்டுக்கோங்க".

"நோ ப்ராப்ளம். எனக்கு இன்னிக்கு லீவுதான. நான் பாத்துக்கறேன். எனக்குப் பசிக்குது" என்றான் சலீம்.

சமையலறைக்குச் சென்று சமைத்து வைத்த உணவை எடுத்துவந்தாள் பர்வீன். தரையில் விரிப்பு போட்டு,

தண்ணீர், தட்டுகளை ஒவ்வொன்றாக எடுத்து வைத்து, சலீமும் குழந்தைகளும் உதவினார்கள்.

காரசாரமான கோழிக்கறியும், நெய்ச் சோற்றின் வாசனையும் அவர்கள் கைகள் மூலமாக வயிற்றில் நிரம்பி வழிய ஆரம்பித்தது.

அதற்குப் பிறகு, நீண்ட நாட்களாக மகள்கள் கேட்டுக்கொண்டிருந்த “சோல்” என்ற டிஸ்னி படத்தை பார்க்க ஆரம்பித்தார்கள். வாழ்க்கையில் உள்ள சின்னச் சின்ன விஷயங்களையும் ரசித்து வாழ வேண்டும் என்ற கருத்தை மிக சுவாரசியமாக படத்தில் சொல்லியிருந்தார்கள். குழந்தைகளுக்கான படங்களைப் பெரியவர்களும் பார்க்க வேண்டும் என்று பர்வீனுக்கு எப்பொழுதும் தோன்றும். மகள்களோடு சேர்ந்து மாதத்தில் இரண்டு முறையாவது கார்ட்டூன் படங்கள் பார்ப்பாள்.

டீ குடித்தபின், நண்பனைப் பார்க்க சலீம் சென்றான். பர்வீன், மகள்களை அழைத்துக்கொண்டு கராமா சென்றாள். கராமா மிகவும் பரபரப்பான இடம். இங்கு நிறைய இந்தியர்கள், பாகிஸ்தானியர்கள், பிலிப்பீன் நாட்டைச் சேர்ந்தவர்கள் வசிக்கிறார்கள். இந்தியாவில் இருக்கும் உணவகங்கள் இங்கும் இருக்கின்றன. சங்கீதாவில் ஆரம்பித்து அஞ்சப்பர் வரை எல்லாம் உண்டு. தமிழ் மளிகைச் சாமான் விற்கும் கடைகளும் இங்கு இருப்பது இன்னும் சிறப்பு. இப்படிப் பல சௌகரியங்கள் இருக்கும் இடத்தில்தான், அவளுடைய தியான மையமும் இருந்தது. ஒருவழியாக பார்க்கிங் கிடைத்துவிட, சரியான நேரத்துக்கு தியான மையத்தை அடைந்தாள் பர்வீன்.

தியான வகுப்புகள் நடக்கும் அந்த இடம், வாரத்தில் இரண்டு மணி நேரம் மட்டும் காலியாக இருக்கும். எப்பொழுதும், அங்கு பெரியவர்களுக்கான யோகா, ஹீலிங் என்று நடந்துகொண்டிருக்கும்.

மெழுகுவர்த்திகளும், பூக்களும் அலங்கரித்த வரவேற்பறையைக் கடந்த பின்பு, பர்வீனின் வகுப்பறை இருந்தது. ஏழு குழந்தைகள் சின்னச் சின்ன யோகா பாயில் உட்கார்ந்திருந்தனர். பத்து வயதுக்கு மேலும் பதினான்கு வயதுக்குள்ளும் இருந்தார்கள்.

பர்வீனைப் பார்த்தவுடன் மாணவர்களுக்கு சந்தோஷமாக இருந்தது. நடாஷாவும் மையிஷாவும், அம்மாவின் மாணவர்களாகச் சென்று உட்கார்ந்தார்கள்.

“எல்லாம் எப்படி இருக்கீங்க குட்டீஸ்..?”

“கிரேட் மிஸ்” என்று கோரஸாக பதில் வந்தது.

“தட்ஸ் தி ஸ்பிரிட், மை கிட்ஸ்” என்று சொல்லிவிட்டு, “ஒரு கத சொல்லட்டுமா..?” என்று எப்போதும்போல், கதையுடன் ஆரம்பித்தாள்.

குழந்தைகள் அனைவரும் கதைக்குள் சென்று சுதந்திரமாக உலாவிக்கொண்டு இருந்தார்கள். சின்னச்சின்ன உதடுகளும், கண்களும் குவிந்து விரிந்துகொண்டிருந்தன. இதுவே, ஒரு குட்டி ஹிப்னாஸிஸ் போன்ற நிலையைக் குழந்தைகளுக்குத் தந்தது. அந்தக் கதை, எலிகளுக்கும் யானைக்கும் இருந்த நட்பைப் பற்றிச் சொல்லி முடிந்தது.

அடுத்து கண்களை மூடி, சுவாசத்தை நன்றாக மூக்கால் உள்ளே இழுத்து, வாயால் வெளியே விடச்

சொன்னாள் பர்வீன். இப்படியே மூன்று முறை செய்தார்கள்.

மிக மெல்லிய வீணையின் இசை ஒலிக்க விடப்பட்டிருந்தது. கெய்டெட் மெடிடேஷன் என்ற வழிமுறையில் தியானம் நடந்துகொண்டிருந்தது. ''பூக்களைவிட லேசாக உங்கள் உடல் மாறிக்கொண்டிருக்கிறது'' என்று இவள் சொல்ல, அவர்களும் மிதந்துகொண்டிருந்தார்கள். இருபது நிமிடங்களில் தியானம் முடித்த குழந்தைகள், சவாஸனாவில் கண்களை மூடி, கை, கால்களை விரித்துக் கிடந்தார்கள். கண்களை மெதுவாகத் திறக்கச் சொல்லி, வகுப்பு முடிந்தது.

சில குழந்தைகள், பர்வீனுக்கு ஹைஃபை கொடுத்தார்கள். சில குழந்தைகள் அவளை அணைத்துவிட்டுச் சென்றார்கள். சொன்னதுபோல் சலீம் வந்து, நடாஷாவையும் மையிஷாவையும் அழைத்துச் சென்றான்.

பர்வீன், வரவேற்பு அறையில் உள்ள பெண்ணிடம் பேசிக்கொண்டு இருந்தாள். எட்டு மாதத்துக்கு முன்பு நடந்த பெர்சனாலிடி டெவலப்மென்ட் வகுப்புக்கு வந்திருந்தாள் ஜியா. அவளின் பெற்றோர்தான் கவுன்சலிங் புக் செய்து இருக்கிறார்கள் என்று தெரிந்தது.

கொஞ்ச நேரம், அங்கு இருந்த புத்தக அலமாரியில் இருந்து புத்தகங்களை பர்வீன் புரட்டிக்கொண்டு இருந்தாள். அரை மணி நேரம் கழித்தும் யாரும் வரவில்லை. மீண்டும் ஒருமுறை அங்கு இருந்த பெண்ணிடம், 'கவுன்சலிங் வருகிறார்களா?' என்று உறுதிப்படுத்திக்கொள்ளுமாறு சொன்னாள் பர்வீன்.

யாரும் அழைப்பை ஏற்கவில்லை என்று தெரிந்து, கிளம்புவதற்குத் தயாரானாள்.

"ஹலோ, சலீம் எங்க இருக்கீங்க?"

"கராமா சரவண பவன்லதான் இருக்கோம். உனக்கு செஷன் இல்லையா?"

"இல்ல, கேன்சல் ஆயிடுச்சி. சரி, நானும் அங்க வர்றேன்" என்று, இடுக்கான வீதியில் வண்டியை ஓட்டினாள்.

சரவண பவனுக்குள் நுழைந்தவளின் களைப்பு, அந்தச் சாப்பாட்டின் வாசனையில் கரைந்துபோனது. மைஷா, பூரியோடு கொஞ்சிக்கொண்டிருந்தாள். நடாஷா, அவளுக்கு மிகவும் பிடித்த சில்லி பரோட்டாவை ஒரு கை பார்த்துக்கொண்டிருந்தாள். ரவா தோசையையும், வெங்காய ஊத்தப்பத்தையும் பர்வீனும், சலீமும் பகிர்ந்து சாப்பிட்டார்கள். ஃபில்டர் காபியோடு இரவு உணவை முடித்தார்கள்.

உணவகத்துக்குப் பக்கத்தில் இருந்த தமிழ் பூக்கடையில், ஐந்து திர்ஹாமுக்கு மல்லிப்பூ வாங்கிக் கொண்டாள். பர்வீன் எப்பொழுதும் தனது வீட்டின் வரவேற்பறையில், பீங்கான் தண்ணீர்த் தொட்டியில் மலர்களை அலங்கரித்து வைப்பாள். அதற்கு, மூன்று திர்ஹாமுக்கு பூக்களை வாங்கிக்கொண்டாள். ஊரில் இருந்து அகத்திக் கீரை மற்றும் மணத்தக்காளிக் கீரை வந்துள்ளது என்று கடைக்காரர் சொன்னார். இரண்டிலும் ஒரு கட்டு வாங்கிக்கொள்ள, அனைவரும் வீடு வந்து சேர்ந்தார்கள்.

நாளை, பள்ளிக்கும் அலுவலகத்துக்கும் கொடுத்தனுப்ப வேண்டிய சமையல் வேலையின்

முன்னேற்பாடுகளில் பர்வீன் இருந்தாள். கிரிக்கெட்டில் எந்த மேட்ச்சும் இல்லையென்றாலும், பழைய ஆட்டத்தை டிவியில் சலீம் பார்த்துக்கொண்டு இருந்தான். 'மை லிட்டில் போனி'யோடு நடாஷாவும் மையிஷாவும் மல்லுக்கட்டிக்கொண்டிருந்தார்கள்.

வேலையை முடித்தவளுக்கு, ஜியாவின் ஞாபகம் வந்தது. எதுக்காக, என்ன பேசணும்னு கவுன்சலிங் புக் செஞ்சிருப்பாங்க? இப்பல்லாம், ப்ரீ-டீன் கிட்ஸ்களின் மனசு தொட்டாச்சிணுங்கி இலைகள் போல் ஆகிவிட்டது' என்று நினைத்துக்கொண்டாள்.

௬. கல்லூரித் தோழிகள்

மொபைலை எடுத்துப் பார்த்தவளுக்கு, கல்லூரித் தோழிகளின் வாட்ஸாப் மெசேஜ் தெரிந்தது. குழுவில், பர்வீனுடைய மிக நெருங்கிய ஐந்து தோழிகள் இருந்தார்கள்.

கீர்த்தனா, அமெரிக்காவில் இருக்கிறாள். சாதுக்களின் சாது என்று சொல்லும் அளவுக்கு அமைதியானவள். ரம்யா, ஆஸ்திரேலியாவில் இருக்கிறாள். இவள்தான் குழுவின் தலைவி. இப்பொழுது மட்டும் இல்லை, கல்லூரி நாட்களிலும்கூட பெட் வைத்து, டீச்சர்களிடமே வம்பு செய்யும் துணிச்சல்காரி. ஜென்சி, இந்தியாவில் இருக்கிறாள். கல்லூரிக் காலத்தில் சின்ன ரவுடி. ஷமீம், லண்டனில் வசிக்கிறாள். பல் மருத்துவராக இருக்கிறாள். வரைவதில் தொடங்கி சமையல் வரை ஷமீமுக்கு எல்லாம் அத்துப்படி.

இவர்கள் அனைவரும், விழுப்புரத்தில் இருக்கும் ஒரு மகளிர் கல்லூரியில் கணினி இளங்கலைப் பட்டம் படித்தவர்கள். விடுதியில் ஒரே அறையும்கூட.

பர்வீனும் ஜென்சியும், விழுப்புரத்துக்குப் பக்கத்தில் இருக்கும் திருக்கோவிலூரைச் சேர்ந்தவர்கள். கீர்த்தனா திண்டிவனம். ரம்யாவும் ஷமீமும் நெய்வேலியைச் சேர்ந்தவர்கள்.

கணினித் துறையில், படிப்பிலும், மற்ற கலைகளிலும் இவர்களை மிஞ்ச யாரும் கிடையாது. கல்லூரிப் போராட்டங்களில் முன்வரிசையில் நிற்பவர்கள். ஆனால், பர்வீனும் கீர்த்தனாவும் மட்டும் விதிவிலக்கு. அவர்களுக்கு சண்டை, போராட்டம், ஆசிரியர்கள் என்றால் ஒருவிதமான ஒவ்வாமை. நல்ல பெயர் மட்டும் வாங்க வேண்டும் என்று நினைப்பவர்கள். இது ஒருவிதமான வியாதி என்று, ரம்யா இவர்களைப் பார்த்து திட்டித் தீர்த்த நாட்களும் உண்டு. அப்பொழுது மாறாத இவர்களை, காலம் மாற்றி இருக்கு என்று ரம்யா பலமுறை பர்வீனிடம் சொல்லி பெருமைப்பட்டதுண்டு.

''இன்று காலை 11 மணிக்கு ஸ்கைப்பில் சந்திக்கலாம்'' என்ற குறுஞ்செய்தி இருந்தது. அதற்கு முன், வீட்டு வேலைகளை முடித்துவிட வேண்டும் என்று யோசித்து, வேகமாகச் செய்து முடித்தாள் பர்வீன். ஐந்து நிமிடத்துக்கு முன்பே ஸ்கைப்கில் லாகின் செய்து உட்கார்ந்தாள்.

சில நிமிடங்களில் லேப்டாப் திரையில் எல்லாம் தெரிந்தார்கள். ஒரு பெரிய 'ஹலோ'வில் தோழிகள் பேச ஆரம்பித்தார்கள்.

"என்னடி பர்வீன்.. துபாய்ல இருக்கியா, இல்ல காட்டுல இருக்கியா? வாட்ஸாப் கால் ஒர்க் ஆகலன்னு சொல்ற? நாங்க எல்லாரும் டெய்லி பேசிக்கறோம். நீதான், கவர்மென்ட் பிளாக் பண்ணிட்டாங்கன்னு கத விடுற" என்றாள் ரம்யா.

"அப்படிக் கேளு ரம்ஸ். இந்தியால இருந்து நானே மொபைல் டேட்டா போட்டுப் பேசறேன்" என்று ஜென்சியும் சேர்ந்துகொண்டாள்.

"நீங்க கேட்கறது எல்லாம் சரிதான். ஆனா, உண்மையான நெலமை இதுதான். சரி, நீங்க எல்லாம் எப்படி இருக்கீங்க. ஜென்சியை தவிர, மத்தவங்க எல்லாம் எனக்காக தூங்காம இருக்கீங்க" என்றாள்.

"ஜஸ்ட் 30 மினிட்ஸ்தான் பர்வீன். இல்லாட்டி ரொம்ப லேட் ஆயிடும்" என்று கீர்த்தனா சொல்ல, ஷமீம் ஆமோதித்தாள்.

இப்படியாக, அரட்டையுடன் தொடங்கிய உரையாடல், குழந்தைகளைப் பற்றி திரும்பியது.

குழந்தைகளைப் பற்றிக் கேட்கும்போது, கீர்த்தனாவின் குரல் மிகவும் சோர்ந்துபோனது. அவளது சோர்வை பார்த்து, அவளைஉற்சாகப்படுத்தும் வகையில் தோழிகள் பேசிக்கொண்டிருந்தார்கள்.

கீர்த்தனாவின் மகளுக்குப் பதினான்கு வயது. குழந்தையில் இருந்தே அமெரிக்காவில் வளர்கிறாள். கீர்த்தனாவின் உலகமே அவள்தான்.

இப்போதெல்லாம், அவளுடைய மகளுக்கு நண்பர்கள் மட்டும் முக்கியமாகிக் கொண்டிருக்கிறார்கள் என்றாள் கீர்த்தனா. வார இறுதி நாட்களில், அவளுக்குத் தோழிகளின் வீடுகளுக்குப் போவது வாடிக்கையாகிவிட்டதாம். கீர்த்தனா ஏதாவது சொல்ல ஆரம்பித்தால், "ப்ளீஸ் மாம், ஸ்டாப் இட்" என்று சொல்லி, முகத்தைச் சுளிப்பதாக வேதனைப்பட்டாள்.

அவள் கணவரும், "நீ ஏன் எல்லாத்துக்கும் ரொம்ப ரியாக்ட் பண்ற கீ..? வேலையை விட்டதுல

இருந்து அதிகமா உணர்ச்சிவசப்படுற'' என்று சொல்லியிருக்கிறார். ஒரு தாயாக அவள் தவிப்பு, ஏதோ நாடகம்போல் தெரிவது வேதனையாக இருந்திருக்கிறது.

எல்லாரும் பொறுமையாக கேட்டுக்கொண்டிருந்தார்கள். "கீர்த்தி, அவள் டீன்-ஏஜ்ல இருக்கா. குழந்தையும் இல்ல, பெரிய மனுஷியும் இல்ல. நீ அம்மாவா இல்லாம, அவளுக்கு நல்ல தோழியா இரு. சம் டைம், நாம குழந்தைகள தப்பா ஜட்ஜ் பண்ணிடறோம். மே பி, உன் கேஸ்ல நான் தப்பாகூட இருக்கலாம்'' என்றாள் பர்வீன்.

"இதெல்லாம், இந்த ஸ்டேஜ்ல ஃபேஸ் பண்ற ப்ராப்ளம்தான். ஜஸ்ட் சில்..'' என்றாள் ரம்யா.

"இப்பதான் வேலைய விட்டு நீ வீட்ல இருக்க. ஜஸ்ட் டேக் சம் டைம்டா. ஒண்ணு பண்ணு. நீ அவ தோழிகளை சண்டே வீட்டுக்குக் கூப்பிடு'' என்று ஷமீம் ஒரு யோசனையை சொன்னாள்.

"நல்ல யோசனை. அப்படியே பண்ணு கீர்த்தி..'' என்று ஜென்சி முடித்தாள்.

அதற்குப் பின், ஜென்சி சொன்ன ஒரு விஷயமும் சரியாகக் கேட்கவில்லை. விட்டு விட்டு அவள் முகம் கணினித் திரையில் வந்து வந்து போனது. கொஞ்ச நேரத்தில், ஜென்சியும் ஷமீமும் இணைப்பில் இருந்து துண்டிக்கப்பட்டு இருந்தார்கள்.

தோழிகள் சொன்ன எல்லாவற்றையும் கேட்டுவிட்டு, "அதெல்லாம் ஏற்கெனவே சொல்லிட்டேன். அவ தோழிகள் எல்லாம் இந்த ஊர்க்காரங்க. அவங்களை வீட்டுக்கு கூட்டிட்டு வர அவளுக்கு என்ன

பிரச்னைன்னு தெரில. எங்க வீடும் பெருசுதான். எல்லாமே இருக்கு. அவளுக்கு என்னவோ காம்ப்ளக்ஸ்னு தோணுது'' என்றாள் கீர்த்தி.

"ரொம்ப யோசிக்காத. ஒரே பொண்ணு. வீட்ல உன்னையும், உன் கணவரையும் விட்டா கம்பெனி இல்ல. மே பி, அவ வயசு குழந்தைகளோட அவ நேரம் செலவழிக்கிறா. இப்ப நீ வீட்ல ஃபுல் டைம் இருக்கப்போற. எல்லாம் மாறும்டி'' என்றாள் பர்வீன்.

"அதுவும் சரிதான். வேலை வேலைன்னு, அவளை நான் தனியாவே விட்டுட்டேன். ரெண்டு நாளா என்கிட்ட ஒரு வார்த்தை பேசல. அவளுக்கு ஐபோன் வேணுமாம். எல்லா ஃபிரெண்ட்ஸும் வெச்சிருக்காங்களாம். என் கணவர் வேற, வாங்கிக் கொடுக்கறேன்னு சொல்லிருக்கார். கடுப்பா இருக்குடீ'' என்று வேதனைப்பட்டாள் கீர்த்தனா.

"அத மட்டும் கொடுத்துடாத. என் வீட்லயும் இந்த அட்டூழியம்தான் நடக்குது. மார்க் வீட்ல, ஸ்டீவ் ஜாப்ஸ் வீட்ல சோஷியல் மீடியா யூஸ் பண்றது இல்லன்னு என் பொண்ணுகிட்ட சொன்னா, என்ன லூஸு மாதிரி பார்த்துட்டுப் போறா'' என்று ரம்யா சொன்னாள்.

"இதெல்லாம் இந்தக் காலத்து அம்மாக்களுக்கு இருக்கிற சவால்தான் கீர்த்தி. இருக்க வேண்டிய நேரத்துல கண்டிப்பா இருந்துதான் ஆகணும். நீ மொதல்ல தெளிவா இரு'' என்றாள் பர்வீன்.

குழந்தைகள் வளரும்போது அம்மாவும் வளர்கிறார்கள் என்று அவர்களுக்குத் தோன்றியது.

"கீர்த்தி, நாமெல்லாம் ஒரே மாதிரி ப்ராப்ளம்ஸதான் ஃபேஸ் பண்றோம். நீ மட்டும் இல்ல. ரிலாக்ஸா

இரு, பார்த்துக்கலாம். நான் என் பொண்ண கூட்டிட்டு வெளில போணும். பை ஆல்'' என்றாள் ரம்யா கட் ஆனாள்.

கீர்த்தனாவுக்கு இறுக்கமாக இருந்த மனசு கொஞ்சம் லேசானதுபோல் இருந்தது . ''சரிடி, அடுத்த மீட்டிங் எப்போன்னு முன்னாடியே சொல்லிடு'' என்று பர்வீனும் சொல்ல, அனைவரும் ஸ்கைப்பில் இருந்து வெளியேறினார்கள்.

7. பட்டாம்பூச்சி ராணி

பள்ளியில் இருந்து வந்த மகள்களுடன் உட்கார்ந்து பர்வீன் கதை பேசிக்கொண்டு இருந்தாள். கதை கேட்பதில் இருவருக்கும் ஆர்வம் அதிகம். வனதேவதை என்ற ஒரு கதையை பர்வீன் சொல்லிக்கொண்டு இருந்தாள்.

“ஒரு பெரிய மலைக்குப் பின்னால ஒரு காடு இருந்தது. அந்தக் காட்டுக்கு நடுவுல ஒரு அழகான பூங்கா இருந்துச்சு. அங்க பூக்கள் மலரும்போது குட்டி தேவதைகள் வெளியே வருவார்கள். ஒவ்வொரு பூவுக்குள்ளும் ஒரு தேவதை கண்டிப்பா இருப்பாங்க.

அவர்கள்தான், ஒவ்வொரு பூவுக்கும் நிறம் கொடுக்குறாங்க. அப்படி ஒருநாள், ஒரு வித்தியாசமான பூ பூத்தது. அதில் இருந்து வந்த தேவதை மிகவும் வித்தியாசமாக இருந்தாள்” என்று சொல்லிக்கொண்டு இருக்கும்போது. “அம்மியா.. ஏன் அதற்கு விங்க்ஸ் இல்லையா? என்ன மாதிரியான வித்தியாசம்? என்று மையிஷா கேட்டாள்.

“ம்ம்.. சொல்றேன். மத்த தேவதைகள் தங்க நிறத்துல இருந்தாங்க. ஆனா, இந்த புது தேவதை உடம்புல தங்க நிறத்துக்கு நடுவுல, வெள்ளி நிறக் கோடுகள் இருந்தது. அதுவும் அழகாத்தான் இருந்துச்சு. ஆனா பாவம் அந்தக் குட்டி தேவதை. தான், அசிங்கமா இருக்கோம்னு நினைச்சிடுச்சி”.

கண்கொட்டாமல் நடாஷா கேட்டுக்கொண்டு இருந்தாள். “பாவம் அம்மியா அந்த நியூ தேவதை” என்று மையிஷா உச்சுக் கொட்டினாள்.

“மத்த தேவதைகள் போல அதற்கு சீக்கிரமா மேஜிக் செய்து கலர் கொடுக்க முடில. சோர்ந்துபோன குட்டி தேவதை, ரெண்டு நாள் வெளியில வரல. மத்த தேவதைகளுக்கும், இதப் பார்க்க பாவமா இருந்துச்சு.

எல்லா தேவதைகளும் பூக்களுக்கு நிறம் அடிக்க கிளம்பும்போது, குட்டி தேவதை வெளில வந்து, “நானும் வரேன்”னு சொல்லி, அதுங்களோட கெளம்பிச்சு.

நடுக்காட்டுல, ஒரு இடத்துல நிறைய பட்டாம்பூச்சிங்க கூட்டுல இருந்து வெளியே வர காத்துக்கிட்டு இருந்துதுங்க.

மத்த தேவதைங்கள்லாம், இந்தக் குட்டி தேவதையை இங்கயே விட்டுட்டு, ”நீ உன்னால முடிஞ்ச அளவு பட்டாம்பூச்சிகளுக்கு வண்ணத்தைக் குடு. நாங்க இப்ப போகலன்னா, பூக்களுக்கு நிறம் கொடுக்க லேட் ஆயிடும்”னு சொல்லி, எல்லாம் பறந்துபோயிட்டாங்க.

“எனக்கு ரொம்ப சேடா இருக்கு அம்மியா” என்று நட்டுவும் ஆரம்பித்துவிட்டாள்.

‘‘முழுசா கேட்டாதான் என்னன்னு உங்களுக்குப் புரியும்’’ என்று சொல்லி, பர்வீன் கதையை தொடர்ந்தாள்.

‘‘குட்டி தேவதை, தன்னால முடிஞ்சத செய்யலாம்னு நினைச்சுது. ரொம்ப என்ஜாய் பண்ணி, தன்னோட வேலைய செஞ்சிக்கிட்டு இருந்தது. கொஞ்ச நேரத்துல அந்தக் காடு முழுக்க அழகான பட்டாம்பூச்சிகள் பறக்கத் தொடங்கின. மத்த தேவதைகள் வருவதற்குள், எல்லா பட்டாம்பூச்சியும் பறந்து போயிடுச்சி’’.

‘‘இந்தக் கதை மூலமா உங்களுக்கு என்ன புரிஞ்சுது?’’ என்றாள் பர்வீன்.

‘‘அந்தக் குட்டி தேவதையும் ஸ்பெஷல்னு தெரியுது’’ என்றாள் நடாஷா.

‘‘எனக்கும் அந்தக் குட்டி தேவதை மாதிரி பவர் வேண்டும்’’ என்றாள் மையிஷா.

‘‘நம்ம எல்லார்கிட்டேயும் பவர் இருக்கு. ஒன்லி, வீ ஹாவ் டு பிலீவ் இட். இப்போ அந்தக் குட்டி தேவதையை பட்டாம்பூச்சி ராணின்னு மத்த தேவதைகள் கூப்பிட ஆரம்பித்துவிட்டன’’ என்று கதையை முடித்தாள் பர்வீன்.

‘‘அம்மியா, எங்க ஸ்கூல் பிரின்ஸிபாலா நீங்க ஏன் வரக் கூடாது? யூ ஆர் தி பெஸ்ட் அம்மியா’’ என்று மையிஷா சொல்ல, பர்வீன் புன்னகைத்துக்கொண்டாள்.

‘‘ஏன், அம்மா டீச்சரா வந்தா ஓகே இல்லையா’’ என்று பர்வீன் கேட்க, ‘‘பிரின்சிபால்தான் ஹெட் மா’’ என்று விளக்கம் ஒன்று கொடுத்துவிட்டு, நடாஷா பின்னால் மையிஷா ஓடிச் சென்றாள். சிறிது நேரத்தில், அவர்கள் அறையில் இருந்து மை லிட்டில் போனிகள் பேசிக்கொண்டிருந்தது பர்வீனுக்குக் கேட்டது.

பர்வீன், புத்தக அலமாரியில் இருந்து, பாதியில் படித்துவைத்தசிறுகதைத்தொகுப்பைஎடுத்துவாசிக்க ஆரம்பித்தாள். புத்தகங்கள் வாங்கும்பொழுது, மகள்களுக்கும் சேர்த்து வாங்குவாள். ஆனால், அதையும் பர்வீன்தான் படித்துச் சொல்ல வேண்டும். வாரத்தில் மூன்று முறையாவது, மகள்கள் தூங்கும்போது அவர்களுக்காகப் புத்தகம் படிப்பாள்.

எப்படியாவது, புத்தகம் படிக்கும் பழக்கத்தை குழந்தைகளுக்குக் கொண்டுவர வேண்டும் என்று பலமுறை முயற்சித்து தோற்றுப்போனாள். ஹாரி பாட்டர் படிக்க ஆரம்பித்த நடாஷா, இறுதியில் படம் பார்த்து முடித்தாள்.

திடீர் என்று நடாஷா, பர்வீனிடம் ஓடி வந்தாள். ‘‘அம்மியா, மையிஷா பெட்ல அழுதுட்டு இருக்கா’’ என்றாள். கையில் எடுத்த புத்தகத்தை அப்படியே போட்டுவிட்டு, மகள்களின் அறைக்குச் சென்றாள்.

‘‘தன்னு மின்னுக்கு என்ன ஆச்சி? ஏன் அழறீங்க?’’

கண்களில் இருந்து வந்த கண்ணீர், அந்த மென்மையான கன்னங்களில் மின்னிக்கொண்டு இருந்தது.

‘‘அம்மியா.. ஜோசப் என்கிட்ட ஐ லவ் யூ சொன்னான்’’ என்று இன்னும் தேம்பினாள்.

பர்வீனுக்கு ஒன்றும் புரியவில்லை. ‘‘யாரு’’ என்று மீண்டும் கேட்டாள்.

‘‘என்கூட ஃபர்ஸ்ட் ஸ்டாண்டர்ட்ல படிச்சானே’’ என்றாள் மையிஷா.

நடாஷாவிடம், சிரிக்காதே என்று சைகை காட்டினாள் பர்வீன். ‘‘பாப்பா, நீ இப்ப செகண்ட் கிரேட் படிக்கிற. இப்ப, ஜோசப் வேற ஸ்கூல் போயிட்டான்.

அப்படியே ஜோசப் சொல்லி இருந்தா என்ன? லூஸ் குட்டி, அதுக்கு இப்படியா அழறது..?"

"சாரி அம்மியா.. நான் உங்ககிட்ட சொல்லாம மறைச்சிட்டேன்" என்றபடி, பர்வீனின் கழுத்தை, மையிஷாவின் பூப்போன்ற கைகள் சுற்றிக்கொண்டன.

"யூ ஆர் எ குட் கேர்ள். உங்க மிஸ்கூட லாஸ்ட் டைம் பார்க்கும்போது லவ் யுவர் டாட்டர்னு சொன்னாங்க ஞாபகம் இருக்கா..?"

தலையை, ஆமாம் என்பது போல் அசைத்தாள் மையிஷா. நட்டுவோட போய் விளையாடு என்று சொல்லிவிட்டு, ஹாலுக்கு வந்தாள். கதையைத் தொடர்ந்து வாசிக்க உட்கார்ந்தாள். 'ஐ லவ் யூ' என்றால் கெட்ட வார்த்தையா என்ன? அதுவும், இந்த வயசுல என்ன யோசிக்கறாங்கன்னு தெரியமாட்டேங்குது. வருஷம் முன்னாடி சொன்னதை இப்ப சொல்லி அழறா? சிரிப்பும் வியப்பும் கலந்த நிலையில் இருந்தாள் பர்வீன்.

௮. உதவுதல்

பர்வீன், பிள்ளைகளைப் பள்ளியில் விட்டு வந்தாள். பின்பு அவளுடைய வழக்கமான வீட்டு வேலைகளை முடித்தாள். எப்பொழுதும்போல், ஒரு நெஸ்கபேயை போட்டுக்கொண்டு சோபாவில் அமர்ந்தாள்.

ஏதோ ஞாபகம் வந்தவள்போல், தியான வகுப்பு நடக்கும் சென்டர் எண்ணுக்கு அழைத்தாள். வரவேற்பு அறையில் இருக்கும் பெண்ணிடம், கவுன்சிலிங்குக்காக யாராவது அழைத்தார்களா என்று கேட்டாள். இப்போதைக்கு யாரும் இல்லை என்று அவள் சொல்ல, இணைப்பை துண்டித்துவிட்டு அமர்ந்தாள்.

மனத்தில் மிக லேசான அழுத்தத்தை உணர்ந்தாள் பர்வீன். மனசு ஏன் இப்படிக் கிடந்து அடிச்சுக்குது? பீரியட்ஸ் வர்ற நேரம்கூட இல்லியே. ஏதாவது புத்தகம் படித்து, இந்த உணர்வில் இருந்து மீளலாம் என்று நினைத்தாள்.

திடீர் என்று ஜியா ஞாபகம் வர, பர்வீன் எடுத்த பெர்சனாலிட்டி வகுப்பு நினைவுக்கு வந்தது. கோடை விடுமுறையில் நடந்த வகுப்புக்கு பதினான்கு மாணவர்கள் வந்தார்கள். ஒரு மாதத்துக்கு அந்த வகுப்பு நடந்தது. அனைவரும் பதினொரு வயது முதல் பதினைந்து வயதுக்குள் இருந்தார்கள். சில மாணவர்கள் மிகவும் துரு துரு என்று இருந்தார்கள். ரியாஸ் என்ற மாணவன் மட்டும் பளிச்சென்று தெரிந்தான். அவன் எது செய்தாலும், சுற்றி உள்ளவர்களின் கவனம் அவன் மேல் வந்துவிடும்.

ஜியாவோடு ஆறு மாணவிகள் இருந்தார்கள். பள்ளிகளில் நடக்கும் வகுப்புபோல் இல்லாமல் இருந்தது. மாணவர்களின் உற்சாகத்துக்கு அதுவே காரணமாக இருந்தது. கலந்துரையாடல்கள், மேடைப் பேச்சு, தியானம், விளையாட்டுகள் மூலம் தன்னை அறிதல் என்று பல வித்தியாசமான விஷயங்கள் இருந்தன.

தங்களுக்குப் பிடித்த விஷயங்களைப் பற்றி பேச, மாணவர்களுக்கு இரண்டு நிமிடம் அவகாசம் தந்தாள் பர்வீன். அனைவரும் பேசி முடித்தார்கள். கடைசியில் வந்த லேகா, அமைதியாக நின்றாள். ஒரு வார்த்தைகூட அவள் வாயில் இருந்து வரவில்லை.

“நீ பேசுவதைக் கேட்க நாங்கள் அனைவரும் ஆவலாக இருக்கிறோம். நாளைக்கு நீ பேசலாம்” என்று அவளைக் கட்டாயப்படுத்தாமல் விட்டாள் பர்வீன்.

மறுநாளும் அவள் பேசவில்லை. ஆனால், அவளிடத்தில் பர்வீன் தினமும் ஏதாவது சொல்லிக் கொண்டு இருப்பாள். எல்லாவற்றுக்கும் தலை அசைத்து பதில் சொல்லிவிடுவாள் லேகா. இப்படியே ஒரு வாரம் சென்றது.

ஒருநாள், லேகா ஒரு பார்பீ பொம்மை கொண்டுவந்திருந்தாள். பர்வீனிடம் பொம்மையைக் காட்டினாள். அவள், நிறைய பொம்மை உடுப்புகளை வைத்திருந்தாள். ஜிகினா வைத்து தைத்திருந்த கவுன், பெல்ட் வைத்து தைத்திருந்த பேன்ட் என்று பல வித்தியாசமான உடைகள் இருந்தன.

அதைப் பார்த்த பர்வீனுக்கு, இந்த ஆடைகளை லேகா வடிவமைத்து இருப்பாளோ என்று தோன்றியது. பர்வீன் கேட்க, அவள் 'ஆம்' என்று தலையை மட்டும் அசைத்தாள்.

பார்பீ பொம்மைக்கு அவள் ஒவ்வொரு ஆடையாகப் போட்டு, வகுப்பில் இருப்பவர்களிடம் காட்டினாள். சக மாணவர்கள் அனைவரும், அவளது திறமையைப் பார்த்து வியந்து பாராட்டினார்கள். அன்று வரை சில வார்த்தைகளை மட்டும் பேசிய லேகா, அதற்குப் பிறகு வாக்கியங்களை பேச ஆரம்பித்தாள். அவளது பெற்றோரும், மற்றவர்களோடு லேகா பேசுவதைப் பார்த்து மகிழ்ந்தார்கள். பெற்றோர்களிடம் பர்வீன் மதிப்பு அதிகமானது.

ஒருநாள், வகுப்பில் இருந்தவர்களிடம், அவர்களுக்குப் பிடித்த ஐந்து விஷயங்களைப் பற்றி பர்வீன் எழுதச் சொன்னாள். மற்றவர்களுக்கு உதவுவது மிகவும் பிடித்தமான விஷயம் என்று அனைவரும் எழுதி இருந்தார்கள். இதை ஒரு அனுபவமாக, மாணவர்கள் வாழ்வில் கொண்டுவர வேண்டும் என்று பர்வீன் நினைத்தாள். பெற்றோர்களிடம் அனுமதி பெற்று, மறுநாள் அதை ஒரு கொண்டாட்டமாக மாற்றினாள்.

மாணவர்களை வீட்டில் இருந்து முடிந்ததைக் கொண்டுவரச் சொன்னாள். சில மாணவர்கள், டஜன் கணக்கில் மோர் டப்பாவைக் கொண்டு வந்தார்கள். மற்றும் சிலர் வாழைப்பழம். இன்னும் சிலர் சிப்ஸ்,

சாக்லேட் கொண்டு வந்தார்கள். பர்வீன், கிட்டத்தட்ட ஐம்பது பிரியாணி வாங்கியிருந்தாள். வகுப்பு நடக்கும் அந்த இடத்தில் இருந்து ஐந்து நிமிட தூரத்தில், ஒரு கட்டடப் பணி நடந்துகொண்டிருந்தது. அங்கு வேலை பார்த்துக்கொண்டிருந்த சூப்பர்வைசரிடம், தாங்கள் வருவதைப் பற்றித் தெரிவித்திருந்தாள்.

கிட்டத்தட்ட 35 இந்தியர்கள், கடும் வெய்யிலில் வேலை செய்துகொண்டிருந்தார்கள். மாணவர்களோடு பர்வீன் அங்கு சென்றாள். மதியம் 12 மணிக்கு நல்ல வெய்யில். ஜூலை மாதம் என்பதால், சூடு உச்சத்தில் இருந்தது. வெளியில் நிற்பது மிகவும் கடினமாக இருந்தது.

பணியாட்கள் ஒரு பக்கம் கம்பி கட்டிக்கொண்டிருந் தார்கள். இன்னொரு பக்கம், சிமென்ட் பூசிய சுவற்றுக்கு தண்ணீர் ஊற்றிக்கொண்டிருந்தார்கள். அதனால், மாணவர்களோடு பர்வீன் கொஞ்ச நேரம் நிற்க வேண்டியதாக இருந்தது. அப்பொழுது, வேலை செய்யும் ஆட்களின் வலியை மாணவர்கள் நேரில் கண்டார்கள். வந்த வியர்வை காய்ந்துகொண்டு இருந்தது.

சிறிது நேரத்தில், வேலை முடித்து வந்தவர்களுக்கு, மாணவர்கள் கையால் வேண்டியதை கொடுக்கச் சொன்னாள். மாணவர்களைப் பார்த்ததில், வேலையாட்களுக்கும் சந்தோஷமாக இருந்தது. மாணவர்களின் முகம், அந்தச் சூட்டிலும் புன்னகை பூத்தது.

இறுதியாக, வேலையாட்களுடன் மாணவர்களையும் சேர்த்து அந்த சூப்பர்வைசர் ஃபோட்டோக்கள் எடுத்து, அவற்றை பர்வீனுக்கு அனுப்பிவைத்தார். பர்வீன் அதை மாணவர்களின் பெற்றோர்களுக்கு அனுப்பி வைத்தாள்.

பொறுமையாக வகுப்புக்கு நடந்துவந்த மாணவர்கள், முதலில் தண்ணீர் பாட்டில்களை எடுத்து மடக் மடக் என்று குடித்தார்கள். ''அந்த அங்கிள் எல்லாம் எவ்ளோ கஷ்டப்படுறாங்கள்ல?'' என்று ஒரு மாணவன் ஆரம்பித்தான்.

''நம்மளால, அரை மணி நேரம் வெய்யில்ல நிக்க முடில. ஆனா, அவங்க எவ்ளோ ஹார்ட் ஒர்க் பண்றாங்க'' என்றான், இன்னொரு மாணவன். மற்ற மாணவர்களும் அந்த அனுபவத்தைப் பற்றி பேசிக்கொண்டிருந்தார்கள்.

மாணவர்களின் பிரச்னைகளுக்குச் சரி, தவறு என்பதைக் கடந்து, அவர்கள் உலகத்தில் ஒரு தோழியாக இருந்தாள் பர்வீன். இந்த ஒரு மாத வகுப்பு அவளுக்கும், மாணவர்களுக்கும் மறக்கமுடியாத அனுபவமாக மாறியது.

கடைசி நாள். எல்லா மாணவர்களும், குலாப் ஜாமுன் சுற்றியிருக்கும் சர்க்கரைப் பாகுபோல் பர்வீனைச் சுற்றி இருந்தார்கள்.

''மிஸ், யாரையாவது ரொம்ப மிஸ் பண்ணா என்ன செய்யணும்?'' என்று கேட்டாள் ஜியா.

''சோ சிம்பிள் ஜியா.. அவங்களுக்கு போன் பண்ணி பேசணும்'' என்றாள் பர்வீன்.

''மிஸ் உங்களை ரொம்ப மிஸ் பண்ணுவேன்'' என்று, 14 வயதான ஜியா அவளை அணைத்துக்கொண்டாள்''.

ஒரு நொடி என்ன செய்வது என்று புரியாமல் பர்வீன் உறைந்தாள். இந்த குழந்தைகளுக்கு நான் அப்படி என்ன செஞ்சுட்டேன். இந்தப் பேரன்பு, இறைவன் கொடுத்த பெரும் பாக்கியம் என்று நெகிழ்ந்தாள்.

சட்டென்று தன்னுடைய எண்ணைக் கொடுத்து, “எப்ப வேணா எனக்கு கால் பண்ணு ஜியா. ஐ ஆம் ஜஸ்ட் எ கால் அவே” என்றாள்.

ஜியாவைத் தொடர்ந்து, மாணவர்கள் அனைவரும் மலர்க்கொத்து, சாக்லேட், பெர்ஃபியூம் போன்றவற்றைக் கொடுத்து, பர்வீனை திக்குமுக்காடச் செய்தார்கள்.

இது முடிந்த ஆறு மாதத்துக்குப் பின், பர்வீன் அலைபேசிக்கு புது எண்ணில் இருந்து அழைப்பு வந்தது. முதலில், லோன் வேண்டுமா என்று கேட்டுத்தான் இந்த அழைப்பு இருக்கும் என்று பர்வீன் நினைத்தாள்.

“ஹலோ” என்று பர்வீன் சொல்ல, “ஹலோ, என்னை யாருன்னு கண்டுபிடிங்க” என்று மறுமுனையில் இருந்து உற்சாகமான பெண் குரல் கேட்டது. யோசிக்காமல், “ஜியா” என்றாள் பர்வீன். ஜியாவுக்கு தன்னுடைய அலைபேசி எண்ணை கொடுத்ததை அவள் முற்றிலும் மறந்துபோய் இருந்தாள்.

“மிஸ், எப்படி கண்டுபிடிச்சீங்க?” என்று ஆச்சரியமானாள் ஜியா. அதே ஆச்சரியம் பர்வீனுக்கும் இருந்தது. எப்படி சட்டுன்னு தனக்கு தோணிச்சு என்று யோசித்தாள் பர்வீன். யோசிக்க பெரிதாக ஒன்றும் இல்லை. பர்வீனை ஜியா மிஸ் பண்றா என்றுதான், சில நாட்களுக்கு முன்புதான் கவுன்சலிங் குறித்து அவளுடைய பெற்றோர் பேசியிருந்தனர்.

இப்ப ஜியாவுக்கு என்ன பிரச்னையா இருக்கும்? எதுக்கு அவங்க பேரன்ட்ஸ் என்னை கான்டாக்ட் பண்ண டிரை பண்றாங்க? - இப்படி, அவள் மூளையில் பல எண்ணங்கள் எழுந்தபடி இருந்தன.

௯. காசு மரத்தில் காய்க்கும்

பள்ளியில் இருந்து மகள்களைக் அழைத்துக்கொண்டு வந்தாள் பர்வீன். சாப்பிட்டு முடித்துவிட்ட பின்பும், நடாஷா பெரிதாக ஒன்றும் பேசிக்கொள்ளவில்லை. இடைவேளையில் சுச்சு போனது உள்பட, பள்ளியில் நடந்த அனைத்தையும் மையிஷா சொன்னாள்.

"அம்மியா, காசு மரத்துல இருந்தா வருது?" என்று கேட்டாள் மையிஷா.

"துபாய்ல இருக்கிறவங்களைப் பத்தி பாதி உலகம் இப்படித்தான் நினைக்குது. காசு சும்மா வராது. அதுக்காக உழைக்கணும்" என்று, ரொம்பத் தீவிரமாகப் பதில் கொடுத்தாள் பர்வீன்.

ஆனால், மையிஷா சிரித்துக்கொண்டே, " யு ஆர் ராங்" என்றாள்.

"காசுன்னா என்ன அம்மியா?" என்று கேட்டு இன்னும் குழப்பினாள்.

“பேப்பர்” என்றாள் பர்வீன்.

“அம்மியா, அந்தப் பேப்பர் மரத்துல இருந்துதான வருது?” என்று மைமிஷா கேட்க, பர்வீன் வியப்பானாள். பர்வீனை அப்படிப் பார்த்ததில் மையிஷாவுக்கு சந்தோசம். இப்படி வளைத்து வளைத்து கேள்விகள் கேட்ட மகளின் சாமர்த்தியத்தை எண்ணி மனத்துக்குள் பர்வீன் மெச்சிக்கொண்டாள்.

நடாஷாவிடம், பள்ளியில் நடந்ததைப் பற்றி பர்வீன் விசாரித்தாள். அவளுடைய தோழி கிரேஸ், இன்று அவர்கள் குழுவுக்கான புது சட்ட திட்டங்களைக் கொண்டுவந்திருக்கிறாளாம். வகுப்பு ஆண் பிள்ளைகள் செய்யும் குறும்புகளுக்குப் பதில் கொடுக்கின்ற மாதிரி இருக்கிறது என்று அன்றைய தினத்தின் சுருக்கத்தைச் சொல்லிக்கொண்டிருந்தாள்.

புது பள்ளி, புது நட்பு என்றெல்லாம் புரிந்துகொள்ள முயற்சி செய்துகொண்டிருக்கும் நடாஷாவுக்கு இது மிகவும் புதுமையாக இருந்தது.

பர்வீனுக்கு இது அத்தனை புதுமையாக இல்லை. இது ஒரு பிரச்னையின் தொடர்ச்சி என்று நினைத்தாள். நடாஷாவிடம், “உனக்குப் பிடிக்காத எதையும் நண்பர்களுக்காகச் செய்ய வேண்டாம். இதை எப்பொழுதும் ஞாபகம் வைத்துக்கொள்” என்றாள்.

நடாஷாவும், பர்வீன் சொன்னதை மேலோட்டமாகக் கேட்டுக்கொண்டு, சரி என்று தலை ஆட்டினாள்.

மையிஷா, டிஸ்னி ப்ரோசன் படத்தில் வரும் லெட் இட் கோ என்ற பாட்டை யூ ட்யூபில் போட்டாள். நடாஷா அதைக் கேட்டுக்கொண்டே பர்வீனின் துப்பட்டாவை எடுத்தாள். அதன் இரு நுனிகளை

மையிஷாவின் கழுத்தைச் சுற்றி லேசாகக் கட்டினாள். அவளுக்குப் பின்புறம் மிக நீளமாக அந்தத் துப்பட்டா தொங்கிக்கொண்டு இருந்தது. நடாஷா தனக்கும், இன்னொரு துப்பட்டாவை எடுத்து போட்டுக்கொண்டாள்.

ஃப்ரோசன் படம் வந்ததில் இருந்து, இருவரும் அதில் வரும் எல்சா, ஆனா என்ற கதாபாத்திரங்களாகவே மாறி இருந்தார்கள். அவர்கள் அறையின் ஒரு பக்கச் சுவரில் எல்சா, ஆனா ஸ்டிக்கர் ஒட்டப்பட்டு இருந்தது. அதற்குப் பக்கத்தில் நடாஷா - மையிஷாவின் புகைப்படம் ஒட்டியிருந்தது. இது எதுவும் போதாது என்று, அவர்கள் கொஞ்ச நாளைக்கு முன் வாங்கிய கழுத்துச் சங்கலியில் ஆனா, எல்சா டாலர் இருக்கும். அதையும் எடுத்து போட்டுக்கொண்டார்கள். இருவரும் சேர்ந்து பெரிய பாட்டுக் கச்சேரியை ஆரம்பித்து இருந்தார்கள். பர்வீன், தன் மொபைலில் இந்தக் காட்சியைப் பதிவு செய்துகொண்டாள்.

பர்வீனுக்கு, அக்கா, தங்கைகள் இல்லாமல் வளர்ந்தது பெரும் குறையாக இருந்தது. இப்பொழுது நடாஷா, மையிஷாவைப் பார்த்து அந்த ஏக்கம் சுருங்கிக்கொண்டு வந்தது.

அலுவலகத்தில் இருந்து வந்த சலீம், சீக்கிரம் சாப்பிட்டுவிட்டு முழு மூச்சாக லேப்டாப்போடு மூழ்கிவிட்டான். அவன் தலையை லேப்டாப்பில் இருந்து எடுக்கும் வரையில் பர்வீன் காத்துக்கொண்டு இருந்தாள்.

அவள் தன் அலைபேசியில் எடுத்த காணொளியை சலீமிடம் காட்டினாள். "உங்க பொண்ணுங்கள கூப்பிட்டுப் பேசுங்க. ரெண்டும் நீங்க எப்ப ஃப்ரீயா ஆவீங்கன்னு காத்துட்டு இருக்குதுங்க" என்றாள்.

“ஒரு ரிப்போர்ட் முடிச்சு அனுப்பணும். அதான் வந்தவுடன் உட்கார்ந்துட்டேன். இப்ப ஃப்ரீதான்” என்று சொல்லி, மகள்களை அழைத்தான். யூடியூப்பில் கரோக்கி போட்டுவிட்டு, மகள்களோடு சேர்ந்து சலீம் கத்துவதை ரசித்துக்கொண்டிருந்தாள் பர்வீன். இவர்கள் ஆட்டம் நிற்பதற்கான அறிகுறி தெரியவில்லை.

பர்வீன், முகநூல் பக்கத்தைத் திறந்தாள். ஷார்ஜா புத்தகக் கண்காட்சியைப் பற்றிய தகவல் இருந்தது. போன வருடம், அதாவது முப்பத்தி ஏழாவது ஷார்ஜா புத்தகக் கண்காட்சி ஞாபகம் வந்தது. ஷார்ஜா புத்தகக் கண்காட்சி என்பது உலகத்தில் நடைபெறும் மிகச் சிறந்த புத்தகக் காட்சிகளில் ஒன்று. புத்தகக் கண்காட்சிக்குப் பல நாடுகளில் இருந்தும் எழுத்தாளர்கள் வருவது ஒரு கொண்டாட்டமாக இருக்கும்.

ஆனால், அப்படிப்பட்ட புத்தகக் கண்காட்சியில் தமிழ்ப் புத்தகங்கள் இல்லையே என்று பர்வீன் வருந்தினாள். அவளுக்கு இருந்த வருத்தம், அங்கிருந்த பல தமிழர்களுக்கும் இருக்கும் என்று அவள் நம்பினாள்.

அந்த ஏக்கத்தைப் பூர்த்தி செய்ய, கடந்த வருடம் இரண்டு தமிழ்ப் புத்தகக் கடைகள் வந்தன. மூன்று நாட்கள் அவள் புத்தகக் கண்காட்சிக்கு சென்று புத்தகங்களை வாங்கியது திருவிழாபோல் இருந்தது. சலீமின் பர்ஸ் லேசானது ஞாபகம் வர சிரித்துக்கொண்டாள்.

ஒருநாள் காலை, புத்தகத் திருவிழாவுக்குச் சென்றபோது, பள்ளிச் சிறுவர்களுக்கு இடையே மாட்டிக்கொண்டதும் ஞாபகத்துக்கு வந்தது.

10. இன்ஸ்டாகிராமல் வந்த சோதனை

விடியற்காலை தொழுகையை முடித்த பர்வீன், அலைபேசியை எடுத்தாள். வாட்ஸாப் குறுஞ்செய்தி கண்ணில் பட்டது. ஜியா பெற்றோர் கவுன்சலிங் வருவதாக சென்டரில் இருந்து தகவல் வந்திருந்தது.

சமையல், குழந்தைகள், சலீம் என்ற வழமையான பரபரப்புடன் மட்டும் இன்றைய நாள் போகாது என்பது, பர்வீன் மனத்துக்கு ஆசுவாசமாக இருந்தது. காலை பதினொரு மணிக்கு சென்டரில் இருக்க வேண்டும். எப்படியும் மதியம் இரண்டு மணிக்குள் வீடு திரும்பிவிடலாம் என்று, கடிகாரத்துடன் கூட்டல், கழித்தல் கணக்கை மனத்துக்குள் போட்டுக்கொண்டாள்.

எத்தனையோ கவுன்சலிங் செய்து வருகிறாள் பர்வீன். ஆனால், இந்த முறை ஜியாவோடு தொடர்புடையது என்பதால், அவளால் பொறுமையாக இருக்க முடியவில்லை.

காலை நேரத்தில், ஷார்ஜாவில் இருந்து வரும் வாகன நெரிசல் அதிகமாக இருக்கும். பர்வீன் வீட்டுக்கு முன்

இருக்கும் சாலையின் கழுத்தை நெரிப்பதுபோல் தெரியும். ஆனால், காலை பத்து மணிக்கு மேல் துபாய் சாலைகள் கொஞ்சம் ஓய்வு எடுத்துக்கொள்ளும். அப்படி அது ஓய்வுகொள்ளும் நேரங்களில் கார் ஓட்டுவது பர்வீனுக்குப் பரவசமாக இருக்கும். பர்வீனுக்கு மட்டும் இல்லை, அங்கு வாகனம் ஓட்டும் அனைவருக்கும் அதே உணர்வுதான் என்பதை புரிந்துகொள்ள முடியும்.

பர்வீன், அவள் வீட்டில் இருந்து இருபது நிமிடங்களில் கராமாவை அடைந்தாள். வரவேற்பு அறையில் இருக்கும் பெண்ணிடம் ஒரு குட்மார்னிங் சொல்லி, அழகான புன்னகையையும் பூத்தாள். அந்த நாளை சிறப்பான முறையில் தொடங்குவோம் என்று இருவரும் ஆத்மார்த்தமாக உணர்வுகளைப் பகிர்ந்துகொண்டார்கள். வரவேற்பறையில் வாசனைத் திரவியத்துடன் எரிந்துகொண்டிருந்த தீபம், நல்ல அதிர்வுகளைத் தந்தது.

கவுன்சலிங் அறைக்குள் நுழைந்தாள் பர்வீன். தன் பையை அங்கு இருந்த ஒரு கப்போர்டில் வைத்தாள். சுத்தமாக இருந்த அந்த அறையை ஒருமுறை சுற்றிமுற்றிப் பார்த்துக்கொண்டாள். நல்லவேளை, கொஞ்சம் சீக்கிரமாகவே வந்துவிட்டோம் என்று நிம்மதியானாள்.

அந்த சென்டரின் கதவு திறக்கப்படுவதன் அடையாளமாக, கதவில் மாட்டியிருக்கும் ஃபெங்சூயீ மணி ஒலித்தது. பர்வீன் தன் இருக்கையில் இருந்து எழுந்தாள். வரவேற்பறை சென்று, வந்திருந்த ஜியாவின் அம்மாவை தன் அறைக்கு அழைத்து வந்தாள். கேரளா பெண்களுக்குரிய அடர்த்தியான கறுமை நிற முடி, கழுத்தில் சிலுவை போட்ட சிறிய டாலர் அணிந்து இருந்தார்.

ஜியாவின் அம்மா உட்கார்ந்தபின், பர்வீன் தனது இருக்கையில் அமர்ந்தாள். இரண்டு பேருக்கும் இடையே பெரிய டேபிள் இருந்தது. ''எப்படி இருக்கீங்க மிஸ். ரோஸ்'' என்று ஆரம்பித்து, ஜியாவைப் பற்றிய விசாரிப்பில் வந்து நின்றாள்.

எங்கு இருந்து ஆரம்பிப்பது போன்ற ஒரு மௌனம் மிஸ். ரோஸ் முகத்தில் இருந்தது.

''சொல்லுங்க.. நம்ம ஜியா எப்படி இருக்கா? அவளுக்கு ஒரு அண்ணன் இருக்கறதா சொல்லி இருக்கா'' என்று கேட்டாள் பர்வீன்.

''ஜோசப் இப்ப டுவெல்த் படிக்கிறான். அவன் நல்லா இருக்கான். உங்ககிட்ட பேசணும்னு வந்ததே ஜியாவைப் பற்றித்தான்'' என்று ஆரம்பித்தாள்.

கவனமாக கேட்க வேண்டும் என்று நாற்காலியை கொஞ்சம் முன்னே இழுத்துப் போட்டுக்கொண்டாள் பர்வீன்.

சில மாதங்களுக்கு முன் புது வீடு மாறி இருக்கிறார்கள். அங்கு, ஜியாவுக்கு விளையாட சில நண்பர்கள் கிடைத்துள்ளார்கள். அவளும், வீட்டுப் பாடங்களை முடித்துவிட்டுச் சென்று விளையாடுவது வழக்கமாக இருந்திருக்கிறது.

ஜியாவின் தோழிகளைப் பற்றிச் சொல்லும்போது, ரோசின் முகம் கொஞ்சம் கடுப்பாகத்தான் இருந்தது. சில நாள், ஜியா வீட்டுக்கு வர ஒன்பது மணிகூட ஆகிவிடுமாம். ''ஏன் அவ்வளவு நேரம்'' என்று இடைமறித்து பர்வீன் கேட்டாள்.

ஜியாவின் வீட்டு பால்கனியில் இருந்து பார்த்தால் அவள் விளையாடுவது, பேசுவது எல்லாம் தெரியும்.

அவள் நட்பு வட்டத்தில் இரண்டு ஆண்கள், மூன்று பெண்கள் இருக்கிறார்கள். எல்லாம் அவள் வயதோ இல்லை, அவளைவிட ஒரு வயது கம்மியாகவோ இருக்கலாம்.

வீட்டுக்குள் ஜியா அடைப்பட்டு இருக்காமல், வெளியே சென்று ஓடி ஆடி விளையாட நண்பர்கள் பெரும் காரணம் என்று ரோஸ் நிம்மதியாகத்தான் இருந்திருக்கிறார்.

ஒருநாள், ரோஸ் நடைப்பயிற்சி போகும்போது, ஜியாவும் அவளுடைய நண்பர்களும் முக்கியமான விஷயம் ஏதோ பேசிக்கொண்டு இருப்பதைப்போல் தெரிந்திருக்கிறது.

அன்று மாலை வீட்டுக்கு வந்த ஜியாவிடம், என்ன எது என்று ரோஸ் விசாரித்திருக்கிறார். ஒன்றும் இல்லை, சாதாரணமாகத்தான் பேசிக்கொண்டு, விளையாடிக்கொண்டு இருந்தோம் என்று ஜியா சொல்லியிருக்கிறாள்.

ஜியா தினமும் நண்பர்களுடன் விளையாடப்போவது வழக்கமாக இருந்துள்ளது. ஒருநாள், ஜியா விளையாடுவதற்கான நேரத்தை ரோஸ் குறைத்திருக்கிறார். பள்ளியில் பரிட்சை நேரம் என்பதால், ஜியாவும் சரி என்றிருக்கிறாள்.

பரிட்சை நேரத்தில் ஜியா வீட்டிலேயே இருந்தது ரோஸுக்கு நிம்மதியாக இருந்தது. ஆனால், பரிட்சை முடிந்து மூன்று வார விடுமுறை ஆரம்பித்த பிறகு, மாலையில் விளையாடப் போவதும், இரண்டு மணி நேரம் கழித்து வீட்டுக்கு வருவதும் ரோஸுக்குப் பிடிக்கவில்லை. ஜியா விளையாடப் போகாமல் வீட்டில் இருந்தபோதும், நண்பர்கள் வீட்டுக்கே வந்து அழைத்துச் சென்றுள்ளனர்.

ரோஸ் மனத்தில் ஏதோ தப்பாகப் பட்டிருக்கிறது. அதேநேரம், மகளைப் பற்றி வீணாகக் கவலைப்படுகிறோம் என்றும் நினைத்திருக்கிறார். எப்படியும், பால்கனியில் இருந்து அவ்வப்போது பார்த்துக்கொள்ளலாம் என்று தன்னை சமாதானப்படுத்திக்கொண்டு, ஜியாவை விளையாட அனுமதித்து இருக்கிறார்.

ஒருநாள் ரோஸ், புதிதாக வந்த தமிழ்ப் படத்தை டவுன்லோட் செய்ய லேப்டாப் ஆன் செய்திருக்கிறார். சார்ஜ் இல்லாமல் அது ஆன் ஆகவில்லை. ஜியாவின் லேப்டாப்பை எடுத்து, அதில் டவுன்லோட் செய்ய ரோஸ் முயன்றுள்ளார். அப்போது, இன்ஸ்டாகிராமில் நோட்டிஃபிகேஷன் வந்திருக்கிறது. சத்தம் கேட்டு அங்கு வந்த ஜியாவிடம், "நீ எப்போதில் இருந்து இன்ஸ்டா யூஸ் பண்ற. என்கிட்ட சொல்லவே இல்லியே" என்று கோபமாகக் கேட்டிருக்கிறார் ரோஸ்.

ஜியா மிகச் சாதாரணமாக, "நான் உங்ககிட்ட முன்னாடியே சொல்லிட்டேன் மம்மி" என்று சொல்லி, லேப்டாப்பை எடுத்துக்கொண்டு சென்றிருக்கிறாள். அது, ரோஸுக்கு அதிர்ச்சியையும் கோபத்தையும் ஏற்படுத்தியிருக்கிறது.

யாருகிட்ட இருந்து மெசேஜ் என்று ரோஸ் கேட்டதற்கும் ஜியா பதில் சொல்லாமல் தவிர்த்திருக்கிறாள். இது, ரோஸ் மனத்தில் ஜியா குறித்த கவலைகளை ஏற்படுத்தியிருக்கிறது.

அனைத்தையும் பொறுமையாகக் கேட்டாள் பர்வீன். "உங்க தவிப்பு எனக்குப் புரியுது. எனக்கு தெரிந்தவரை ஜியா ரொம்ப நல்ல பொண்ணு. டீன்-ஏஜ்ல எல்லாரும் க்ராஸ் பண்றதுதான். அவகிட்ட

பேசாம நாமளா எதுவும் யூகிக்க வேண்டாம். இதுக்கு தெளிவான தீர்வு கிடைக்கணும்னா, நான் ஜியாவிடம் பேச வேண்டும்'' என்றாள் பர்வீன்.

''உங்ககிட்ட நான் வருவதற்குக் காரணமே அவ சொல்லித்தான்'' என்று ரோஸ் சொன்னார். பர்வீனுக்கு ஒன்றும் புரியவில்லை என்று அவள் புருவங்களை சுருக்கியதில் இருந்து ரோஸ் புரிந்துகொண்டார்.

''முடிந்தால், பர்வீன் மிஸ்ஸை பார்க்கணும், அவங்ககிட்ட நான் ஒண்ணுவிடாம சொல்லிடறேம்மா. உனக்கு இப்ப நான் எது சொன்னாலும் புரியாது'' என்று ரோஸிடம் ஜியா சொல்லியிருக்கிறாள்.

வரும் வார இறுதியில், அதாவது வெள்ளிக்கிழமை அல்லது சனிக்கிழமை ஜியாவை மட்டும் அனுப்பிவைக்குமாறு ரோஸிடம் பர்வீன் கேட்டுக்கொண்டாள். அவளிடம் ஒன்றுவிடாமல் சொன்னதிலேயே ரோஸின் மனது கொஞ்சம் லேசானது. இருந்தாலும், முழுதாக ஆசுவாசம் அடைய இடையில் இரண்டு நாள்தானே உள்ளது என்று சமாதானப்படுத்திக்கொண்டார்.

11. மனித நேயம்

குழந்தைகளைப் பள்ளியில் இருந்து அழைத்துவர, அவசர அவசரமாக வண்டியை ஓட்டிச்சென்றாள் பர்வீன். பள்ளிக் கதவு திறக்க இன்னும் இருபது நிமிடங்கள் இருந்தன. மஹிமா வருவதற்கு இன்னும் நேரம் இருக்கு என்று தோன்றியது.

அவள் வண்டியை நிறுத்திய பார்க்கிங்கின் நேர் எதிரே ஒரு பெட்ரோல் பங்க் உள்ளது. அதற்குள் கே.எப். சி. கடையும், ஜூம் என்ற சூப்பர் மார்க்கெட்டும், மெக்டொனால்ட்டும் இருந்தன. துபாயில் இருக்கும் எல்லா பெட்ரோல் பங்க்கிலும் இதுமாதிரியான கடைகளைப் பார்க்கலாம். சில இடங்களில், பாப்பா ஜான்ஸ் பீட்சா அல்லது பீட்சா ஹட் போன்ற கடைகளும் இருக்கும்.

அங்கு வரும் மக்களைப் பார்த்துக்கொண்டு இருந்தாள் பர்வீன். சட்டென்று, அந்தக் கடைகளுக்கு வெளியே பக்கவாட்டில் நின்றிருந்த ஒரு வண்டி கிளம்பியது. கடைகளுக்கு வெளியே இருக்கும் சின்ன

சிமெண்ட் மேட்டில் ஒரு பெண், மூன்று வயதுப் பெண் குழந்தையுடன் உட்கார்ந்திருப்பது தெரிந்தது.

கொஞ்ச நாளாக, அந்தப் பெண்ணும் குழந்தையும் பர்வீன் கண்ணுக்குத் தெரிந்துகொண்டு இருக்கிறார்கள். அந்தப் பெண் பார்க்க ஆறடி உயரம், கண்ணுக்கு வைக்கும் மையைவிட மந்தமான கருப்பு நிறத்தில் இருந்தாள். தலையில் சின்னச் சின்ன சுருள் முடிகள். சீப்பைக் கொண்டு கண்டிப்பாக தலை வாருவது கஷ்டம் என்று தெரிந்தது.

அவள் கூடவே இருக்கும் அந்தக் குழந்தையின் தலையில் பத்துப் பதினைந்து எலிவால் போன்ற குட்டிக்குட்டி சடைகள் இருந்தன. ஒவ்வொரு சடைக்கும் பளிச் வண்ணங்களில் ரப்பர் பேண்ட் போட்டிருந்தது. குழந்தையின் நிறமும் அந்தப் பெண்மணிபோல் இருந்தது.

குழந்தையுடன் அந்தப் பெண் வெய்யிலில் உட்கார்ந்திருப்பது பர்வீன் மனத்தை என்னவோ செய்தது. பள்ளியில் இருந்து ஒரு பையனை அழைத்துக் கொண்டு அங்கு இருக்கும் பஸ் ஸ்டாப்பில் அவள் நிற்பதை பலமுறை பர்வீன் பார்த்திருக்கிறாள்.

ஒருவேளை, அவள் நேனியாக இருக்கலாம். அதாவது, வீட்டில் குழந்தையைப் பார்த்துக்கொள்ளும் பெண்ணாக இருக்கலாம். இருந்துட்டு போகட்டும். அந்தக் குழந்தையுடன் ஏன் வெய்யிலில் காய வேண்டும் என்று ஒவ்வொரு முறையும் பர்வீனுக்கு மனது அடித்துக்கொள்ளும்.

சென்ற வாரம்கூட, சலீமிடம் இந்தப் பெண்ணைப் பற்றி பர்வீன் பேசி இருக்கிறாள். “வெய்யிலில் அந்தக் குழந்தை உட்கார்ந்திருப்பதை என்னால்

பார்க்கமுடியல? நான் அவளை நம்ம வண்டியில வந்து உட்காரச் சொல்லப்போறேன். அதுவும், பள்ளிக் கதவு திறக்கும் வரைதான்'' என்று சொல்லி இருக்கிறாள்.

அதற்கு சலீம், மிகவும் கண்டிப்பாக 'வேண்டாம்' என்று மறுத்திருக்கிறான். இப்படி முன்பின் தெரியாத யாருக்காவது உதவி செய்கிறேன் என்று கிளம்புவது பர்வீனின் சுபாவம்.

துபாயில் அன்னதானம் கொடுக்க, அரசு அலுவலகம் சென்று அதற்கான அனுமதி பெற்றது பர்வீனுக்கு ஞாபகம் வந்தது. எதையும் எடுத்த எடுப்பில் செய்து மாட்டிக்கொள்ள வேண்டாம் என்பது சலீமின் உத்தரவாக இருந்தது. இதையெல்லாம் கொஞ்ச நேரம் நினைத்துக்கொண்டு இருந்தாள் பர்வீன்.

பள்ளிக் கதவு திறக்கும் நேரம் என்பதால், காரில் இருந்து இறங்கி நடந்தாள். அங்கு ஏற்கெனவே பல பெற்றோர்கள் நின்றிருந்தனர். அந்தப் கறுப்பு நிறப் பெண்ணும், குழந்தையைத்தூக்கிக்கொண்டு வந்தாள். கதவு திறந்தவுடன், மகள்களை அழைத்துக்கொண்டு வண்டியை நோக்கி நடந்தாள் பர்வீன். அவளைத் தொடர்ந்து, அந்தப் பெண்ணும் நடந்துவந்தாள்.

சலீம் சொன்னது ஞாபகம் வந்தாலும், அவளை பார்த்து ''ஹாய், ஐ ஆம் பர்வீன்'' என்று அறிமுகப்படுத்திக்கொண்டாள். வண்டியைக் காட்டி, எப்பொழுது வேண்டும் என்றாலும் வண்டியில் வந்து உட்காருமாறு கேட்டுக்கொண்டாள். அவள், ''ரொம்ப நன்றி'' என்று ஒரு புன்னகையுடன் சொல்ல, இருவரும் கடந்து சென்றார்கள்.

காரில் ஏறியவுடன், மையிஷாவும் நடாஷாவும் ஆரம்பித்துவிட்டார்கள். நடாஷா மிகவும் உற்சாகமாக

இருந்தாள். வாகன நெரிசலில் இவள் வண்டியும் திணறிக்கொண்டிருந்தது. வலது பக்க லேனில் இருந்து இடது பக்கம் செல்ல வேண்டும். நெரிசலில் சிக்கித் திணறி, சிக்னலில் இருந்து இடது பக்கம் திரும்பி முதலில் வரும் சந்தில் வண்டி சென்றது. குடியிருப்பின் கார் பார்க்கிங்கில் வண்டி வந்து நின்றது.

வீட்டுக்குள் நுழைந்தவுடன், மையிஷாவை முந்திக்கொண்டு நடாஷா ஆரம்பித்தாள். அவள் கையில் ஒரு படிவம் இருந்தது. நடாஷா அதை மிகவும் உற்சாகமாக பர்வீன் கையில் கொடுத்தாள். இரண்டு நாளைக்குப் பிறகு பள்ளியில் இருந்து புரூஜ் கலீஃபாவுக்கு அழைத்துக்கொண்டு போகிறார்கள். பெற்றோர்களின் ஒப்புதலும், கட்டணமாக நூற்றிப்பத்து திர்ஹாம் கொடுக்க வேண்டும் என்றும் அந்தப் படிவத்தில் குறிப்பிடப்பட்டிருந்தது.

"அம்மியா.. ப்ளீஸ் நானும் பஸ்ல என் ஃபிரெண்ட்ஸோட போகணும்" என்று குதித்துக் கொண்டு சொன்னாள்.

"நட்டுமா, அப்பா வரட்டும் பேசலாம்" என்றாள் பர்வீன்.

சரி என்று நடாஷா செல்ல, அவளுடன் மையிஷாவும் சென்றாள். அவர்களுக்கு வேண்டிய சாப்பாட்டை டைனிங் டேபிளில் எடுத்து வைத்துக்கொண்டு இருந்தாள் பர்வீன். அறைக்குள் குழந்தைகள் இருவரும் பேசிக்கொள்வதை கவனித்தாள் பர்வீன்.

"நட்டுக்கா.. அபியா எவ்வளவோ முறை நம்மளை புரூஜ் கலீஃபா கூட்டிட்டு போயிருக்காங்க. நீ ஏன் அந்த இடத்துக்குப் போக எக்ஸைட் ஆகற? அதுவும்

என்ன விட்டுட்டு போகப் போறியா'' என்று கேட்டாள் மையிஷா.

''மையிஷா, நம்ம புரூஜ் கலீஃபாவுக்குக் கீழ, அதுவும் வெளிலதான் நின்னு ஃபவுன்டெய்ன் பார்த்து இருக்கோம். ஸ்கூல்ல, புரூஜ் கலீஃபாக்கு மேல கூட்டிட்டுப் போவாங்களாம். மிஸ் சொன்னாங்க. உன் கிளாஸ்லேயும் உன்ன கூட்டிட்டுப் போவாங்க. வெயிட் பண்ணு'' என்றாள் நடாஷா.

''ஓகே.. ஓகே.. நீ போயிட்டு வந்து சொல்லு நட்டுக்கா. நல்லா இருந்தா, நான் போறேன். பட், ஐ லைக் ஃபவுன்டெய்ன் டான்ஸ். என்னைவிட அழகா, மியூசிக்குக்கு ஏத்த மாதிரி அந்த ஃபவுன்டெய்ன் டான்ஸ் பண்ணும்ல. அதுக்கு யாரோ சூப்பர் டான்ஸ் மாஸ்டர் இருக்காங்கபோல..'' என்று முடித்தாள் மையிஷா.

இவர்கள் பேசும் அனைத்தையும் ஹாலில் உட்கார்ந்து பர்வீன் ரசித்துக்கொண்டு இருந்தாள். விட்டால், இன்னும் பேசிக்கொண்டே இருப்பார்கள் என்று தோன்ற, ''சீக்கிரம் சாப்பிட வாங்க'' என்று குரல் கொடுத்தாள்.

சாப்பிட்டபின், சோபியா என்ற கார்ட்டூனை குழந்தைகள் பார்க்க ஆரம்பிக்க, பர்வீனும் பக்கத்தில் இருந்த அசோகமித்திரன் சிறுகதைத் தொகுப்பை எடுத்து வாசிக்க ஆரம்பித்தாள். இரண்டு குட்டிகளும் கார்ட்டூன் பார்த்து முடிப்பதற்குள் ஒரு சிறுகதையையாவது வாசித்துவிட வேண்டும் என்று நினைத்துக்கொண்டு படித்தாள்.

சலீம் வீட்டுக்கு வர இரவு எட்டு மணி ஆகியிருந்தது. அவன் ஷூவை கழட்டும்போது, அவன் கைகள்

லேசான நடுக்கத்தில் இருந்தன. யாராவது தன்னை அப்படியே தூக்கிக்கொண்டு பாத்ரூமுக்கு போனால் நிம்மதியாக இருக்கும் என்று அவன் உடல் அசைவில் தெரிந்தது.

நடாஷா, புரூஜ் கலீஃபா போகணும் என்று உற்சாகமாக சலீமிடம் சொல்லிக்கொண்டு இருந்தாள். மையிஷாவும் அவளுடன் சேர்ந்து, எதையோ சந்தோஷமாக சொல்லிக்கொண்டிருந்தாள். சலீம் காதுகளில் எதுவும் விழவில்லை. மகள்களைப் பார்த்து, ‘‘அபியா குளிச்சிட்டு வந்து கேட்கறேன்’’ என்று நகர்ந்தான்.

பர்வீன் சீக்கிரமாக சப்பாத்தி சுட ஆரம்பித்தாள். காய்கறி குருமா ஏற்கெனவே செய்திருந்தாள். சலீம் குளித்துவிட்டு வருவதற்குள் அனைத்தையும் தயார் செய்து, விரிப்பையும் தரையில் விரித்தாள். சலீமுக்கு கீழே உட்கார்ந்து சாப்பிடுவதுதான் பிடிக்கும். சில நேரங்களில்தான் டைனிங் டேபிள்.

அனைவரும் சாப்பிட உட்கார்ந்தார்கள். நடாஷா, அதே உற்சாகம் குறையாமல் புரூஜ் போக வேண்டும் என்று சொன்னாள். ‘‘அம்மியா என்ன சொன்னாங்க’’ என்று சலீம் கேட்டான். ‘‘அபியாகிட்ட சொல்லலாம்னு சொன்னாங்க’’ என்று பதில் சொன்னாள் நடாஷா.

‘‘ம்ம்.. ஓகே, இன்ஷா அல்லாஹ்’’ என்று அவன் சொன்னான். இப்பொழுதும் நடாஷாவின் உற்சாகம் குறையவில்லை. அனைவரும் சாப்பிட்டு முடித்தார்கள். கொஞ்ச நேரம் சலீம் தன்னை ஆசுவாசப்படுத்திக் கொள்ளட்டும் என்று, மகள்களை அழைத்துக்கொண்டு உள்ளே சென்று வீட்டுப் பாடம் செய்யச் சொன்னாள் பர்வீன்.

சிறிது நேரம் கழித்து ஹாலுக்கு வந்த பர்வீன், "என்னப்பா இன்னைக்கு இவளோ சோர்ந்து போயிட்டீங்க? ஆபிஸ்ல எல்லாம் ஓகேதானே?" என்று சலீமிடம் கேட்டாள்.

"ஆபிஸ்ல ஒண்ணும் இல்ல. வீட்டுக்கு வரத்தான் இரண்டு மணி நேரம் ஆயிடுச்சி. அவ்ளோ டிராஃபிக். பேக் பெயின் வேற உயிர வாங்குது" என்றான்.

எத்தனையோ முறை, சலீமுக்காக அவன் அலுவலகத்துக்குப் பக்கமாக வீடு மாற்றலாம் என்று யோசித்தது உண்டு. அதிகப்படியான வீட்டு வாடகை அதற்கு இடம் கொடுக்கவில்லை. இருப்பது துபாய் என்றுதான் பெயர். எட்டிப் பார்த்தால் ஷார்ஜா தெரியும். டைகர் பாம் தைலத்தை தடவி விட்டு, வெந்நீர்ப் பையைக் கொண்டு ஒத்தடம் கொடுத்தாள்.

நட்டுவை அனுப்பலாமா என்று இருவரும் பேசிக்கொண்டு இருந்தார்கள். தங்களுடைய பத்தாவது திருமண நாள் அன்று புருஜ் கலீஃபா போக வேண்டும் என்று இருந்தவர்களுக்கு, வேறு சில செலவுகள் வந்ததால் முடியாமல் போனது. பதிமூன்றாவது திருமண நாளும் வரப்போகிறது என்று சலீம் நினைத்தான்.

நடாஷா.. என்று சலீம் கூப்பிட்டவுடன், கையெழுத்து வாங்கும் காகிதத்தோடு துள்ளிக் குதித்து ஓடிவந்தாள் நடாஷா. அதில் அவன் கையெழுத்து போட, நடாஷாவுக்கு மட்டும் இல்லாமல், மையிஷாவுக்கும் மகிழ்ச்சி தாங்கவில்லை. 'லவ் யூ அபியா.. தேங்க்யூ..' என்று சத்தமாக சொல்லிக்கொண்டு அவர்கள் அறைக்குச் சென்றுவிட்டார்கள்.

அன்று, பள்ளியின் நுழைவாயிலில் நடந்ததை சலீமிடம் பர்வீன் மெதுவாகச் சொன்னாள். அதைக்

கேட்டு சலீம் எரிச்சல் அடைந்தான். ''நீங்க சொன்னது ஞாபகம் இருந்தது. ஆனா, அந்தப் பெண் என் அருகில் இருக்கும்போது, என்னையும் அறியாமல் அவளை வண்டியில் உட்கார்ந்துக்கச் சொல்லி கூப்பிட்டேன்'' என்று அமைதியாகச் சொன்னாள்.

''அத்தனை வண்டி நிக்குது. யாருக்கும் இல்லாத அக்கறை உனக்கு மட்டும் எதுக்கு? அந்தப் பெண் யார், என்னன்னு உனக்குத் தெரியுமா? இந்த விஷயத்துல எனக்கு கோபம்தான் வருது'' என்று அசதியையும் மீறி அவன் குரல் உயர்ந்தது.

''சரி சரி.. நான் வேணும்னு பண்ணல..'' என்று ஆரம்பித்தவளைப் பார்த்தான் சலீம்.

''விடு பர்வீன். உன் எண்ணம் புரியுது. இஷ்டத்துக்கு எல்லாம் செய்ய, இது நம்ம ஊரு இல்ல. அத மனசுல வெச்சிக்கோ..'' என்று சொல்லிவிட்டு, படுக்கைக்குச் சென்றுவிட்டான்.

12. பாலைவனத்தின் நீர் நிலைகள்

நவம்பர் மாதம் முதல் அடுத்த மூன்று நான்கு மாதங்களுக்குப் பாலைவனம் தன் முழுச் சூட்டையும் மறைத்து வைத்துக்கொள்ளும். நாடெங்கும் புத்துணர்ச்சி பூத்திருக்கும். பாலைவனங்களும் நீரோடைகளும், மக்களின் கொண்டாட்டங்களைப் பார்க்க காத்துக்கொண்டு இருக்கும்.

சூரியன் உதயம் ஆவதைப் பார்ப்பதற்கு, வெள்ளிக் கிழமை குதூகலமாகத் தொடங்கிவிட்டிருந்தது. இட்லியை ஹாட்பாக்ஸில் வைத்தாள் பர்வீன். தேங்காய்ச்சட்னி, தக்காளிச்சட்னி என்று விதவிதமான சட்னிகளும் தயாராக இருந்தன. ஃபிளாஸ்கில் டீயை நிரப்பிக்கொண்டாள். அனைத்து ஏற்பாடுகளையும் செய்து முடித்திருந்தாள் பர்வீன். விடியற்காலை ஐந்து மணிக்கு, மகள்களுடன் பர்வீனும் சலீமும் அல் குத்ரா லேக் என்ற இடத்துக்குக் கிளம்பினார்கள்.

பரந்து விரிந்த சை அல் ஸலாம் பாலைவனத்தின் நடுவே, செயற்கையாக உருவாக்கப்பட்ட நீர் நிலை

உள்ளது. இந்த அழகான ஏரிக்கு அல் குத்ரா என்று பெயர். இது, மனிதர்கள் புழங்கும் பகுதியில் இருந்து வெகு தொலைவில் இருக்கிறது.

வீட்டில் இருந்து புறப்பட்ட சிறிது நேரத்தில், கண்களைவிட்டு கட்டடங்கள், வீடுகள் மறைந்து கொண்டிருந்தன. இப்பொழுது, சுத்தமான பாலைவனம் மட்டுமே தெரிந்தது.

நடாஷாவும், மையிஷாவும் ஜன்னலோரமாக உட்கார்ந்துகொண்டார்கள். டிஸ்னி ப்ரோசன் படத்தில் வரும் எல்சாவை மேகத்தில் வரைந்துகொண்டே வந்தாள் மையிஷா.

“அபியா.. சீக்கிரம் போங்க. சன் வெளில வர்றதுக்குள்ள நாம போய்டணும்” என்று நடாஷா வேண்டினாள். இன்னும் சில நிமிடத்துக்குள் சென்றுவிடலாம் என்று சலீம் உறுதி அளித்தான்.

“அங்க பாருங்க கேமல்..” என்று, வழி நெடுக இருந்த பாலைவன வேலிக்குள் இங்கும் அங்குமாகத் தெரிந்துகொண்டிருந்த ஒட்டகங்களைப் பார்த்து மையிஷா உற்சாகமானாள்.

“இந்தப் பக்கம் பார், கேமல் கூட்டமே இருக்கு..” என்று நடாஷா காட்ட, மையிஷா “ஓ மை காட்” என்றாள்.

வண்டியை நிறுத்தி, இரண்டு மகள்களையும் கீழே இறக்கினார்கள். சலித்த மணல்போல் இருந்த பாலைவன மணலில் கால் வைத்தார்கள். கடலில் கால் வைத்ததுபோல் உள்ளே இழுத்துக்கொண்டு சென்றது. வேலியின் பக்கத்தில் நின்று ஒட்டகங்களைப் பார்த்து ரசித்தார்கள்.

அமைதியான அந்தக் காலைப்பொழுதை, மகள்களின் குதூகலம் மேலும் அழகுபடுத்திக்கொண்டிருப்பதை பர்வீன் உணர்ந்தாள். அப்படியே அந்தக் காட்சியை செல்ஃபி எடுத்து பத்திரப்படுத்திக்கொண்டாள். சில நிமிடங்களில், அங்கு இருந்து கிளம்பினார்கள்.

சிறிது தூரம் சென்றபின், உணவுக்கடைகளைக் கொண்ட சின்னச் சின்ன ட்ரக்குகள் தெரிந்தன. அவை பார்ப்பதற்குத் தெருவில் வரும் தள்ளுவண்டியின் சொகுசுப் பரிணாமமாக இருந்தது. பத்து மணிக்கு மேல் திறக்கப்படும் என்ற பலகைகள் தொங்கவிடப்பட்டிருந்தன.

வழியில், ஒரு வண்டியின் சக்கரங்கள் மணலில் புதைந்துபோய் இருந்தது. அதை வெளியே இழுக்க இன்னொரு வண்டி நின்றுகொண்டிருந்தது.

''நல்ல வேளை.. நம்ம வண்டி 4x4 என்பதால், இந்தப் பாலைவன மணலில் எந்தத் தடையும் இல்லாமல் போக முடிகிறது'' என்று சலீமிடம் சொன்னாள் பர்வீன்.

ஒரு வழியாக, பாலைவனத்தின் நடுப்பகுதிக்கு வந்துவிட்டதுபோல் இருந்தது. இயற்கையை ஒத்த ரம்மியமாக, செயற்கையாக உருவாக்கப்பட்ட அல் குத்ரா ஏரியும், அதைச் சுற்றி காடும் இருந்தது. சில வண்டிகள் அங்கும் இங்கும் தென்பட்டன. சில மக்கள், கூடாரம் போட்டு இரவு தங்கி இருக்கிறார்கள். அவர்கள் கொண்டுவந்த அனைத்துப் பொருட்களையும் வண்டியில் ஏற்றிக்கொன்டு, கிளம்புவதற்குத் தயாராக இருந்தார்கள்.

வண்டியை விட்டுக் கீழே இறங்கிய நடாஷா, மையிஷா காதுகளுக்கு பறவைகளின் சத்தம்,

இன்றைய தினக் கொண்டாட்டத்தின் ஆரம்பமாக இருந்தது. கிட்டத்தட்ட, நூறு வித்தியாசமான பறவைகளின் சத்தம் இயற்கையின் சங்கீதமாக இருந்தது. அங்கு வளர்ந்திருந்த பாலைவன மரங்கள், உயரமான புற்கள், புதர்கள், பாலைவனத்தின் அழகை இன்னும் மெருகேற்றிக்கொண்டிருந்தன.

நீரோடையில் இருந்த வாத்துக் கூட்டத்தைக் கண்டு மையிஷா ஓடிச்சென்று பார்த்தாள். அதுவரை கேட்டிராத பக் பக் என்ற வாத்தின் சத்தம், மையிஷாவுக்கும் நடாஷாவுக்கும் வித்தியாசமாக இருந்தது. ஏரியின் ஒரு ஓரத்தில், கருப்பு நிற வாத்து தன் குஞ்சுகளோடு நீந்திக்கொண்டிருந்தது.

ஏரியில், கணக்கில் அடங்கா ஃபிளமிங்கோ பறவைகள் இருந்தன. அதன் ரோஜாப்பூ நிறக் கால்கள், ஒய்யாரமாக ஓடும் தண்ணீரைப் பற்றிக்கொண்டு இருந்தன. ஒரு பறவை, தன் சிறகை விரித்து சிலிர்த்துக்கொண்டு இருந்தது. அதைப் பார்த்தவுடன் ‘‘ஃபிளமிங்கோ பேர்ட், இட் லுக் மெஜஸ்டிக்’’ என்று நடாஷா பரவசமானாள்.

ஏரியின் கரையில் இருந்த புல் புதருக்கு அருகே ஓடிக்கொண்டிருந்த நீரோடையில், சின்னச் சின்ன மீன்கள் நீந்திக்கொண்டு இருந்தன.

இந்தப் பிரமிப்புக்கு இடையே, சலீமும் பர்வீனும் இயற்கையின் கம்பீரத்தை அலைபேசியில் தொடர்ந்து படம் பிடித்துக்கொண்டிருந்தார்கள். பர்வீன், கருப்பு நிற ஃபிளமிங்கோவைப் பார்த்து அதிசயித்தாள். தன் மகள்களைக் கூப்பிட்டு, ‘‘அங்க பாருங்க பிளாக் ஃபிளமிங்கோ’’.

இன்னொரு பக்கம், அன்னப் பறவையை தண்ணீரில் பார்த்த சலீம், ‘‘இங்க வந்து பாருங்க குட்டீஸ், ஸ்வான்.

ஒரே இடத்துல ஸ்வான் அண்ட் ஃபிளமிங்கோ, அமேஸிங்..” என்று வியந்துகொண்டிருந்தான். அந்தக் காட்சி தங்களுக்குப் பின்னே இருக்குமாறு அலைபேசியை வைத்து, சலீமுடனும் மகள்களுடனும் செல்ஃபீ எடுத்துக்கொண்டாள் பர்வீன்.

குளிர் மாதங்களில், அமீரகம் நோக்கி லட்சக்கணக்கான பறவைகள் புலம் பெயர்ந்துகொண்டிருக்கும். காலை, மாலையில் நூற்றுக்கணக்கான பறவைகள், வானத்தில் பல வடிவங்களை உருவாக்கிப் பறந்துகொண்டிருக்கும். அத்தனை பறவைகளையும் இங்கு பார்க்கலாம்.

ஒரு மரத்துக்குக் கீழே விரிப்பை சலீம் விரித்தான். பர்வீன், மகள்களோடு உட்கார்ந்துகொண்டாள். சூரியன் தகதகவென்று ஆரஞ்சு நிறத்தில் மின்னிக்கொண்டிருந்தது. கொண்டுவந்த உணவை சாப்பிட்டு முடித்தார்கள். அங்கும் இங்குமாக, பச்சை நிறத்தில் சில குப்பைத் தொட்டிகள் வைக்கப்பட்டிருந்தன. சாப்பிட்ட தட்டு, காலியான தண்ணீர் பாட்டில் அனைத்தையும் ஒரு கவரில் போட்டு, பக்கத்தில் இருந்த குப்பைத் தொட்டியில் சலீம் போட்டான்.

விரிப்பில் தலை சாய்த்து, அன்றாட வாழ்க்கையின் எந்தத் தொந்தரவும் இல்லாமல், அக்கடா என்று வானம் பார்த்துக் கிடந்தான் சலீம். பர்வீன், அமைதியாக பறவைகளின் சத்தத்துக்குக் காது கொடுத்துக்கொண்டிருந்தாள்.

நடாஷா, மையிஷா இருவரின் கால்களும் ஓயவில்லை. பக்கத்தில் இருந்த மரத்தில் எத்தனை கூடுகள் இருக்கின்றன என்று எண்ணிக்கொண்டு இருந்தார்கள். அங்கு வந்திருந்த சிலர், பறவைகளுக்குத்

தானியங்களை வைத்துக்கொண்டிருந்தார்கள். அதை பார்த்து சிறுமிகள் இருவரும் அங்கு ஓடிச் சென்றார்கள். "நட்டு அக்கா.. சீ பேபி பேர்டு" என்று தவுட்டுக் குருவியைப் பார்த்துக் கத்தினாள் மையிஷா.

வீட்டுக்குப் போக வேண்டும் என்ற எண்ணமே இல்லாமல், அந்தப் பாலைவனத்தின் மடியில், மக்கள் புத்துணர்வு பெற்றுக்கொண்டிருந்தார்கள்.

"பக்கத்துல லவ் லேக்னு இன்னொரு ஏரியும் இருக்காம். வாங்க, அங்கயும் ஒரு எட்டு பார்த்துட்டுப் போயிடலாம்" என்று பர்வீன் சொல்ல, "அமியா இன்னும் கொஞ்ச நேரம் ப்ளீஸ்" என்று மகள்கள் கெஞ்ச ஆரம்பித்தனர்.

"இன்னொரு சர்ப்ரைஸ் இருக்கு, வண்டில ஏறுங்க" என்று சலீம் சொன்னவுடன், இருவரும் வண்டியில் ஏறினர்.

அல் குத்ரா ஃபிளமிங்கோ ஏரியில் இருந்து கிளம்பி, லவ் லேக் போனார்கள். வரவேற்பில், மரத்தால் லவ் லேக் துபாய் என்ற வாசகம் பெரிதாக எழுதப்பட்டு இருந்தது. வண்டி செல்லும் பாதையின் இருபுறமும் நிறைய சின்னச் சின்ன மரங்கள் நட்டுவைத்திருப்பது தெரிந்தது.

லவ் லேக் என்ற வாசகம் பொறித்த பலகை, இரு மரங்களை இணைத்துக்கொண்டிருந்தது. எங்கு திரும்பினாலும் புல்வெளிகளும், உட்காரும் பெஞ்ச் என்று எல்லாம் இதய வடிவிலும் நின்றுகொண்டிருந்தன. லவ் லேக் ஏரியும், இரு பெரிய இதயங்கள் இணைந்த வடிவில் இருந்தது. தெளிந்த நீர், பறவைகளின் சத்தம் என்று இந்த ஏரியும், அல் குத்ரா ஏரியைப்போல் ரம்மியமாகக் காட்சியளித்தது.

பர்வீன், சலீமுடன் அந்த இதய வடிவம் தெரியும் எல்லா இடங்களிலும் புகைப்படம் எடுத்துக்கொண்டாள்.

அவ்வப்போது, இப்படிப்பட்ட இடங்களைத் தேடித் செல்ல வேண்டும் என்று பர்வீன் சொன்னாள். கடலில் குளிப்பதில் இருக்கும் புத்துணர்ச்சி, இந்தப் பாலைவன மணல்களிலும் இருக்கிறது என்று சலீமும் சொல்ல, சிறிது நேரம் கழித்து அனைவரும் அங்கிருந்து கிளம்பினார்கள்

13. ஐ லவ் யூ மிஸ்

சனிக்கிழமை காலை பதினோரு மணிக்கு, வகுப்புக்காக சென்டருக்கு வந்தாள் பர்வீன். அன்று, கதை சொல்லும் வகுப்பும் இருந்தது. குழந்தைகள், தங்களுக்குப் பிடித்த கதைகளை எல்லோருக்கும் முன் சொல்ல வேண்டும். ஏன் பிடித்தது, யார் எழுதியது என்ற விவரங்களும் அதில் இருக்க வேண்டும்.

வகுப்புக்குள் சென்ற பிறகும், குழந்தைகளின் சலசலப்பு ஓயவில்லை. பள்ளிக்கூடம்போல் பர்வீனின் வகுப்புகள் எப்பொழுதும் இருந்ததில்லை. வகுப்பில் ஏழு வயது முதல் பத்து வயதுள்ள குழந்தைகள் இருந்தார்கள்.

வகுப்பில் தொங்கிக்கொண்டிருந்த வெள்ளைப் பலகையில் கருப்பு நிற பேனாவால், "ஐ லவ் யூ மிஸ்" என்று சின்னதாக எழுதப்பட்டு இருந்தது. "யாரு இந்த வேலையைப் பண்ணா..?" என்று கண்களை சிமிட்டிக்கொண்டு கேட்டாள் பர்வீன்.

பிங்க் கலர் கண்ணாடியை சரி செய்துகொண்டு எழுந்தாள், எட்டு வயது நீனா. ரொம்ப நாள் கழித்து வகுப்புக்கு வந்திருந்தாள். கொஞ்ச நாளைக்கு முன் நீனாவின் அம்மா, பேஸ்புக் மெசஞ்சரில் மெசேஜ் அனுப்பியிருந்தார். "நீனா, பள்ளி டீச்சர்களைவிட உங்கள ரொம்ப மிஸ் பண்றா" என்று இருந்தது.

"நீனா, எனக்கு ஒரு குட்டி ஹக் கொடுக்க முடியுமா..?" என்று கேட்க, ஓடிவந்து அணைத்துக்கொண்டாள். "சரி, இப்ப பர்ஸ்ட் கதை சொல்லப் போறது யாரு" என்று பர்வீன் கேட்க, "நான்.. நான்.." என்று குழந்தைகள் கூச்சலிட்டார்கள்.

பர்வீன், ஒவ்வொருவராக பெயர் சொல்லிக் கூப்பிட்டாள். ஒரு குழந்தை, எனிட் ப்லிட்டன் எழுதிய மாயாஜால விரிப்பைப் பற்றிச் சொல்லி முடிக்க, இன்னொரு மாணவி, தியா ஸ்டில்ட்டன் கதையைச் சொன்னாள். அந்தக் கதையில் வரும் போலீஸ் கதாபாத்திரத்தை கிட்டத்தட்ட நடித்தும் காட்டினாள்.

வகுப்பில் இருந்த கடைக்குட்டி ஷெர்மன் வந்தான். அவனுக்கு ஏழு வயது ஆகிறது. ஷர்மன் ஒன்றாம் வகுப்பு படித்துக்கொண்டு இருக்கிறான்.

பள்ளி ஆசிரியர்கள், அவன் அம்மாவை அழைத்து, "அவனுக்கு ஏதாவது குறை இருக்கிறதா" என்று கேட்டிருக்கின்றனர். அவன் அம்மாவுக்கு எப்பொழுதுமே அப்படித் தோன்றியதில்லை. எதற்காக இவர்கள் கண்களுக்குக் குறையுள்ள குழந்தையாகத் தெரிந்திருப்பான் என்று குழம்பிப்போய் இருக்கிறாள். பர்வீன் தியான வகுப்பு எடுப்பதைக் கேள்விப்பட்டு, இவனை இங்கு சேர்த்திருக்கிறாள்.

பர்வீன் வகுப்புக்கு ஷெர்மன் முதல் நாள் வரும்போது, அவன் பேசியது ஒன்றும் புரியவில்லை. நாட்கள் செல்லச் செல்ல, அவன் மொழி பர்வீனுக்கு வசப்பட்டது. அவன் மொழியைத் தவிர்த்து, எந்தக் குறையும் இல்லை என்று பர்வீனுக்குத் தோன்றியது. பர்வீனின் அறிவுரையின்படி, ஷெர்மனுக்கு ஸ்பீச்தெரபி நடைபெற்றுக்கொண்டிருக்கிறது.

அவன் எப்படி கதை சொல்லப்போகிறான் என்று அனைத்து மாணவர்களும் அமைதியாக அவனையே பார்த்துக்கொண்டிருந்தார்கள். கதை சொல்ல ஆரம்பித்த நொடி முதல், அவனுடைய கை அங்கு நின்றுகொண்டிருந்த பர்வீன் சுண்டுவிரலைப் பற்றிக்கொண்டது. இன்னொரு கையை, அப்படி இப்படி என்று ஆட்டிப் பேசினான். புருவங்களும் கண்களும், அவன் சொல்ல வருவதை புரியவைத்துக்கொண்டிருந்தன.

அவன் சொல்லும் கதையைக் கவனிப்பதைவிட, அவனுடைய சின்னக் கை தன் சுண்டுவிரலை அழுத்திப் பிடித்துக்கொண்டிருந்ததில் பர்வீனின் மனம் நெகிழ்ந்துகொண்டு இருந்தது. அவன் கதையைச் சொல்லி முடித்தவுடன், அனைவரும் கை தட்டினார்கள்.

பர்வீன் கீழே உட்கார்ந்து, அவனை அணைத்து கன்னத்தில் முத்தம் கொடுத்தாள். "மிஸ், ஐ ஷவ் யூ.." என்று மழலை மாறாமல் ஷெர்மன் சொன்னான்.

ஒரு மணி நேர வகுப்பு முடிந்து, மாணவர்கள் ஹைஃபை கொடுத்துவிட்டுச் சென்றார்கள். சில குழந்தைகள், பெற்றோர்களுக்காகக் காத்துக் கொண்டிருந்தனர். அனைவரும் செல்லும்வரை, வரவேற்பில் பர்வீன் நின்றுகொண்டிருந்தாள். அதன் பின் தன் அறைக்கு வந்து உட்கார்ந்தாள் பர்வீன்.

“உள்ளே வரலாமா மிஸ்..?” என்று குரல் வந்தது. “ப்ளீஸ், கம் இன் ஜியா..” என்று உள்ளே அழைத்தாள். “எப்படி இருக்க ஜியா. உன்னைப் பார்த்ததில் எனக்கு ரொம்ப சந்தோஷம்” என்று மகிழ்ந்தாள் பர்வீன்.

“ஆல் ஓகே மிஸ்” என்று சொல்லி, நடாஷா, மையிஷாவைப் பற்றி விசாரித்தாள். “உங்களை வந்து பார்க்கணும் என்று எப்பொழுதும் நினைப்பேன் மிஸ். அதுவும் அன்னைக்கு என் குரல் கேட்டு நீங்க கண்டுபிடித்தது ரொம்ப சர்ப்ரைஸாக இருந்தது. இந்தச் சூழ்நிலைல உங்களை வந்து பார்ப்பேன்னு நான் நினைக்கல மிஸ்..” என்று முடித்தாள்.

“அப்படில்லாம் ஒண்ணும் இல்ல ஜியா. ஐ ஆம் கிளாட், உனக்கு இந்த நேரத்துல என் ஞாபகம் வந்ததுக்கு..” என்றாள் பர்வீன்.

புது வீட்டுக்குச் சென்றதில் இருந்து ஜியா தொடங்கினாள். நினைவு தெரிந்த நாள் முதல் பள்ளி.. பள்ளி விட்டால் வீடு என்று இருந்திருக்கிறது. விளையாட இடமும் இருந்ததில்லை.. நண்பர்களும் இருந்ததில்லை என்று இருந்த ஜியாவுக்கு, அந்தப் புது குடியிருப்பு சொர்க்கமாக இருந்திருக்கிறது.

இத்தனை வருடத்தில், முதல் முறையாக மற்றவர்களுடன் விளையாடப்போவது ஜியாவுக்கு மிகவும் பிடித்துப்போய்விட்டது. அவள் வயதையொத்த பிள்ளைகளும் விளையாட வருவார்கள். அதில், இரண்டு பையன்கள், மூன்று பெண் பிள்ளைகள் இருக்கிறார்கள் என்று, ஜியா தன் நட்பு வட்டத்தைப் பற்றி முதலில் சொல்லி முடித்தாள்.

“எனக்கும் நண்பர்கள் கிடைச்சிட்டாங்கன்னு ரொம்ப ஹேப்பியா இருந்தேன் மிஸ். தினமும்

விளையாடப் போயிடுவேன். ஒரு நாள்கூட மிஸ் பண்ணமாட்டேன்'' என்று தொடர்ந்தாள்.

அந்த ஐந்து பேருக்கும் நடுவில், ஜியா மட்டும் யார் பேசினாலும் அமைதியாகக் கேட்பவளாக இருந்திருக்கிறாள். நண்பர்கள், தங்கள் வீட்டுப் பிரச்னைகளையும் ஜியாவிடம் சொல்லி ஆறுதல் அடைந்திருக்கிறார்கள்.

''திடீர்னு மம்மி என்னை விளையாட அனுப்பல. ஏன்னு கேட்டதுக்கு, எக்ஸாம் வருது ஒழுங்கா படின்னு சொல்லிட்டாங்க. எனக்கும் அப்ப அது சரின்னு தோணிச்சு'' என்று கொஞ்சம் மௌனமானாள்.

அம்மாவிடம் இன்ஸ்டாகிராம் உபயோகிப்பதை ஜியா சொல்லியிருக்கிறாள். அவள் அம்மா அதை மறந்திருக்க வேண்டும் என்றுதான் பர்வீனுக்கும் தோன்றியது. சில சமயங்களில், நடாஷா சொல்வதைக் கவனிக்காமல் சமையலறையில் இருந்த நிமிடங்கள் ஏனோ இப்பொழுது பர்வீனுக்கு ஞாபகம் வந்தது.

ஜியாவின் அம்மா ரோஸ் சொன்னதைப்போல், லேப்டாப்பில் இன்ஸ்டாகிராம் நோட்டிஃபிகேஷன் பார்த்தது வரை சொல்லி முடித்தாள். அவளிடம், ''ஏன் அம்மாகிட்ட அந்த மெசேஜ காட்டமாட்டேன்னு சொன்ன?'' என்று கேட்டாள்.

''என் நண்பர்கள் என்னிடம் ப்ராமிஸ் வாங்கிட்டாங்க மிஸ், அதான். அதுல அவங்க வீட்டு ப்ராப்ளம் இருக்கு. எப்படி நான் அம்மாகிட்ட அதைக் காட்டமுடியும்? ப்ராமிஸ பிரேக் பண்ண வேணாம்னு தோணிச்சு மிஸ். இதுல ஏதாவது தப்பா..?'' என்று கேட்டாள்.

ரோஸ் நினைக்கிற மாதிரி, ஜியா எந்தத் தப்பும் பண்ணல. ஆனா.. என்ற ஒரு கேள்வி பர்வீனை

தொந்தரவு செய்துகொண்டு இருந்தது. நண்பர்களுக்காக சத்தியத்தை உடைக்காமல் இருந்த ஜியாவை பர்வீனுக்குப் பிடித்தும் இருந்தது. இது அவளுடைய அப்பாவித்தனத்தைக் காட்டியது. இருந்தாலும், இன்னும் ஏதோ ஒன்று பிடிபடாமல் இருப்பதாக பர்வீன் நினைத்தாள்.

நண்பர்கள் அனைவருமா சத்தியம் வாங்கிக் கொண்டார்கள்? என்று பர்வீன் பொறுமையாகக் கேட்டாள். "இல்லை, வெறும் இரண்டு நண்பர்கள்தான்" என்றாள் ஜியா.

"உங்ககிட்ட சொன்ன எல்லாத்தையும் அம்மாகிட்டயும் சொன்னேன் மிஸ். அவங்ககூட முதல்ல, என் ப்ரைவஸிக்குள்ள வரமாட்டேன்னு சொன்னாங்க. ஆனா, சாயங்காலம் மறுபடியும் அந்த மெசேஜ காமிக்கலன்னு ரொம்ப கோபப்பட்டாங்க" என்று சொன்னபோது, அவளது குரலில் ஒரு சிறிய சோர்வு தெரிந்தது, பர்வீனுக்கு.

"ஜியா, நீ செய்தது எதுவும் தப்பு இல்ல. நீ அம்மாகிட்ட சொல்லி இருந்தா, என்ன நடந்திருக்கும்னு நினைக்கிற..?" என்று கேட்டாள்.

ஜியா சிறிது யோசித்துவிட்டு, "தெரில மிஸ்" என்றாள்.

"உன் ஃபிரெண்ட்ஸை அம்மா தப்பா நினைப்பாங்களோன்னு பயந்தியா..?"

"இப்பதான் அம்மா தப்பா நினைக்கிறாங்க மிஸ்.."

"அவங்க பேமிலி பத்தி அம்மா வேற யார்கிட்டயாவது சொல்லிடுவாங்கன்னு தோணிச்சா? டேக் யுவர் டைம் ஜியா.."

“இல்ல மிஸ். அம்மாவுக்கு அந்த பில்டிங்ல யாரும் ஃபிரெண்ட்ஸ் இல்ல. இப்ப நான் யோசிக்கறப்ப, அம்மாகிட்ட சொல்லி இருக்கணும்னு தோணுது மிஸ். ஆனா, வேணும்னு மறைக்கல” என்றாள்.

“பரவாயில்ல ஜியா. நீ தப்பு எதுவும் பண்ணல. இனிமே, எதுவா இருந்தாலும் அம்மாகிட்ட சொல்லிடு. அவங்களுக்கு நீ ஓகேவா இருக்கேன்னு தெரியணும், அவ்ளோதான், சரியா..”

ஜியாவுக்கு எல்லாம் புரிந்தது. ஆனால், அம்மா இதற்காக தன்னை நம்பாமல் இருப்பது வேதனையாக இருக்கிறது என்று கண்களில் நீர் ததும்பச் சொன்னாள். அதுமட்டுமில்லாமல், சில நேரங்களில் பால்கனியில் மறைந்திருந்து பார்த்தது அறுவெறுப்பாக இருந்தது என்று அழுதாள்.

சில நேரங்களில், பெற்றோர்களின் தவிப்பு, கடுமையான கண்காணிப்பாக மாறும்போது, அது பிள்ளைகளுக்கு வேதனையைத் தந்துவிடுகிறது என்பதை நினைத்தபோது, பர்வீனுக்குப் பாரமாக இருந்தது.

“சமூக வலைத்தளங்களில் இருப்பவர்கள் அனைவரும் உண்மையானவர்கள் இல்லை. பள்ளியில் படிக்கும் குழந்தைகளின் வாழ்க்கையை, சமூக வலைத்தளங்கள் மூலம் சில அயோக்கியர்கள் சூறையாடி வருகிறார்கள். அதுபோன்ற செய்திகள் அன்றாடம் பத்திரிகைகளில் படிப்பது துயரமாக இருக்கிறது” என்றாள் பர்வீன்.

இதைக் கேட்ட ஜியாவுக்கு, எல்லாம் சரிதான். ஆனால், அம்மா எப்படி தன்னைச் சந்தேகிக்கலாம் என்ற கேள்விக்கு விடை கிடைத்தபாடில்லை. ஜியா,

தனக்கு வந்த நண்பர்களின் மெசேஜை காட்டாமல் இருந்ததற்குக் காரணம் இருக்கு. ஆனால், நிறைய பிள்ளைகள் பெற்றோர்களிடம் எந்த மெசேஜையும் காட்டுவதில்லை என்று பர்வீன் தொடர்ந்தாள்.

மகள் பாதுகாப்பாக இருக்க வேண்டும் என்ற நல்ல எண்ணம்தான் இப்படி செய்யக் காரணம் என்று, ரோஸின் நிலையைச் சொன்னாள் .''சந்தேகம் என்று சொல்வதைவிட, அது உங்க அம்மாவின் பயம். நீ அப்படிப் புரிந்துகொண்டால் உன் மனசு லேசாகும் ஜியா'' என்று முடித்தாள்.

பிரச்னையை வேறு கோணத்தில் பர்வீன் விளக்கிச் சொன்னது ஜியாவுக்குப் பிடித்திருந்தது. ரோஸின் நடவடிக்கை, அவள் மீதுள்ள சந்தேகத்தால் இல்லை என்று பர்வீன் சொன்னதை, ஜியா மீண்டும் மீண்டும் மனத்தில் ஓட்டிப் பார்த்தாள்.

ஜியாவின் இறுக்கமான முகம் இப்போது இளகி இருந்தது. பர்வீன் அவளை சென்டருக்கு அருகே இருந்த நாயர் கடைக்கு அழைத்துச் சென்று, பஜ்ஜியும் டீயும் வாங்கிக் கொடுத்தாள். எப்பொழுதுவேண்டுமானாலும், தன்னை அழைக்கலாம் என்று ஜியாவிடம் சொன்னாள்.

அடுத்து வரும் விடுமுறையில், பெர்சனாலிட்டி வகுப்பில் சேர காத்திருப்பதாகச் சொல்லி, விடைபெற்றாள் ஜியா.

14. ஜியா மீது நம்பிக்கை

ஜியா சென்ற பிறகு, பர்வீன் தன் அலைபேசியில் ரோஸை அழைத்தாள். ரிங் செல்வதற்குள் ரோஸ் எடுத்துவிட்டதுபோல் இருந்தது. ஜியாவிடம் பேசியதை பொறுமையாக விளக்கினாள். ஜியா வேண்டுமென்று மறைக்கவில்லை என்ற தகவலைச் சொன்னாள். "ப்ரைஸ் தி லார்ட்.. ப்ரைஸ் தி லார்ட்.." என்று இரண்டு மூன்று முறை ரோஸ் சொல்லி முடித்தார்.

தன்னிடம் ஜியா எல்லாவற்றையும் பகிர வேண்டும் என்று ரோஸ் எதிர்பார்ப்பதில் எந்தத் தவறும் இல்லை. அதற்காக, பெற்றோர்கள்தான் நாம் எதற்கு மெனக் கெடுகிறோம் என்று யோசிக்க வேண்டும். தோளுக்கு மேல் தோழி என்றெல்லாம் ரோஸுக்கு பர்வீன் சொல்லிப் புரியவைக்க முயற்சித்தாள்.

"ஜியா மீது நீங்கள் நம்பிக்கை வைத்திருப்பதை அவள் உணருமாறு செய்ய வேண்டும். இப்போதைக்கு அது ரொம்ப முக்கியமான ஒன்று. ஒரு தோழியாக

நெருங்கினால் மட்டுமே அது சாத்தியம். எடுத்த எடுப்புக்கெல்லாம் ஆலோசனைகளையும் அறிவுரைகளையும் சொல்லாமல் இருப்பது ஓரளவு உதவும்'' என்பதையும் பர்வீன் சொன்னாள்.

தன் மகள் எந்தத் தவறும் செய்யவில்லை என்பது ரோஸுக்கு நிம்மதியைக் கொடுத்தது. ஆனால், அவள் நல்லதுக்குத்தான் தான் கண்டிப்பாக இருந்ததாகவும், இதில் நான் எதற்கு சமரசம் செய்துகொள்ள வேண்டும் என்றும் கேட்டார். ''நான் அவளிடம் மெசேஜ காட்டச் சொன்னதில் என்ன தப்பு?'' என்று, பர்வீனிடம் தன் செயலை நியாயப்படுத்திக்கொண்டிருந்தார்.

பர்வீன், நடுவில் எதுவும் பேசாமல் கேட்டுக்கொண்டாள். ஜியா குறித்த தவிப்பு எல்லாம் நியாயம்தான். ஆனால், ஜியாவின் விஷயத்தில் இந்தக் குழப்பங்கள் தேவையற்றது என்பதை ரோஸுக்குப் புரியவைக்க பர்வீன் முயற்சித்துக்கொண்டிருந்தாள்.

''என்னுடைய கவுன்சிலிங் அனுபவத்தில் எத்தனையோ பிள்ளைகளிடம் பேசியிருக்கிறேன். சில குழந்தைகள், 'நாங்கள் ஏன் பெற்றோர்களிடம் எல்லாத்தையும் சொல்லணும்..? இது எங்க ப்ரைவஸி'ன்னு பிடிவாதமாக இருந்திருக்காங்க. அவங்க விஷயத்துல என்னால் ஒண்ணும் பண்ண முடியல. ஒரு கவுன்சிலராக தோல்வியைத்தான் பார்த்தேன். ஆனா, ஜியா அப்படி இல்லை என்பதை நீங்கள் புரிந்துகொள்ள வேண்டும்'' என்று கோரிக்கையாகவே ரோஸிடம் சொன்னாள்.

கிட்டத்தட்ட நான்கு நாட்களாக ஜியாவிடம் தான் பேசவில்லை என்பதை ரோஸ் தாமதமாகச் சொன்னாள். ''இப்ப எப்படி ஆரம்பிக்கணும்னு தெரியலை'' என்று, ரோஸ் தன் பேச்சை நிறுத்தினாள்.

அவள் மனத்தளவில் குழம்பி இருக்கிறாள் என்று பர்வீனுக்குப் பட்டது.

“மிஸ். ரோஸ், உங்க பயம் தேவையற்றது என்று ஜியாவிடம் பேசிய பின்பு தெரிகிறது. குழந்தைகள் வளரும்போது, பெற்றோர்களாக நாமும் வளர்கிறோம். அவளுடைய உலகத்துக்குச் செல்ல உங்களைத் தயார்படுத்திக்கொள்ளுங்கள். எதிர்பார்ப்பு, கண்டிப்பு என்பதை இப்போதைக்குக் கொஞ்சம் தள்ளிவைத்துவிடுங்கள்” என்றாள்.

“ஒரு சின்ன வேண்டுகோள் மிஸ் ரோஸ்.. தனிப்பட்ட முறையில் குழந்தைகளிடம் பெற்றோர்கள் பேசாமல் இருப்பதை என்னால் எப்பொழுதும் ஏற்றுக்கொள்ள முடிந்ததில்லை. அது, எந்தவிதத்திலும் அவர்களை நாம் நினைப்பதுபோல் மாற்ற உதவாது. மாறாக, அவர்கள் உணர்வால் நம்மை விட்டு தூரமாகச் செல்ல வழி வகுத்துவிடும்” என்றாள்.

“ரொம்ப நன்றி மிஸ். உங்களிடம் நான் ஜியாவை அனுப்பாமல் இருந்திருந்தால்..” என்று இழுத்தாள்.

“ஜியா ரொம்ப நல்ல பொண்ணு. இன்னைக்கு அம்மா பொண்ணு சேர்ந்து வெளில எங்கேயாவது போங்க. சந்தோஷமா இருங்க..” என்று சொல்லி இணைப்பைத் துண்டித்தாள் பர்வீன்.

அம்மா பொண்ணு இடையே இனி எந்தச் சலசலப்பும் வராமல் இருக்க வேண்டும் என்று நினைத்துக்கொண்டாள். அப்படியே, நாற்காலியில் சாய்ந்து உட்கார்ந்தாள். கவுன்சலிங் முடிந்துவிட்டதாக சலீமுக்கு குறுஞ்செய்தி அனுப்பினாள்.

சலீமிடம் இருந்து அழைப்பு வந்தது. வரும்பொழுது, கராமாவில் இருந்து எஸ்.எஸ். பக்கெட் பிரியாணி

வாங்கிட்டு வரும்படி சலீம் சொல்ல, பின்னாடி இருந்து மையிஷா, "அம்மியா, ஷவர்மா வேண்டும்" என்று சத்தமாகக் கத்திக்கொண்டிருந்தாள்.

மிகவும் பிரபலமான லெபனீஸ் உணவகத்தில் இருந்து மூன்று ஷவர்மா ஆர்டர் செய்து காத்துக்கொண்டிருந்தாள் பர்வீன். அது வரும்வரை, ஆங்கில எழுத்தாளர் வேயன் டயரின் 'எண்ணங்களை மாற்றினால் வாழ்க்கையை மாற்றலாம்' என்ற புத்தகத்தைப் படித்துக்கொண்டிருந்தாள்.

சில நிமிடங்களில் ஷவர்மா வந்தது. அதை எடுத்துக்கொண்டு, பிரியாணிக் கடையில் மட்டன் பிரியாணி வாங்கிக்கொண்டாள். நம்ம ஊர் தம் பிரியாணி வாசனையும், ஷவர்மா வாசனையும் சேர்ந்து, அவள் பசியை இன்னும் அதிகமாக்கிக்கொண்டிருந்தது.

வீட்டுக்கு வந்தவள் சீக்கிரமாகக் குளித்துவிட்டு வர, கொண்டுவந்த சாப்பாடு, தட்டுகள், தண்ணீர்ச் சொம்பு அனைத்தும் சாப்பிடும் விரிப்பில் காத்துக் கொண்டிருந்தன.

நடாஷா, பிரியாணி என்று காகிதத்தில் எழுதிக்கொடுத்தாலே நிம்மதி அடைபவள். சுடச்சுட பிரியாணியைப் பார்த்தவுடன், வயிறு நிரம்புவதற்குள் அவள் மனம் நிரம்பியது பர்வீனுக்குத் தெரிந்தது.

மையிஷாவுக்கு, தொட்டும் தொடாமல் சாப்பிடும் பொருட்கள் மீது ஆசை. ஷவர்மாவை சுற்றியிருந்த காகிதத்தைக் கொஞ்சம் கொஞ்சமாகப் பிரித்து ரசித்துச் சாப்பிட ஆரம்பித்தாள். சலீமும் பர்வீனும் சாப்பிட்டுவிட்டு, சோபாவில் அமர்ந்தார்கள். பர்வீன் அசதியில், சலீமின் தோள்களில் சாய்ந்துகொண்டாள்.

“டிவில ஏதாவது பாட்டு போடுங்க; இதயத்தை அமுக்கிவிட்டதுபோல் இருக்கு..” என்று பர்வீன் சொல்ல, அதைக் கேட்டு சிரித்துக்கொண்ட சலீம், ”அதுக்குதான் கம்மியா சாப்பிடணும். யாரு நான் சொல்றத கேட்கறா?” என்று கிண்டலடித்தான்.

“யாரு..? நானா..? ஏன் சொல்லமாட்டீங்க..? பசில இருப்பீங்கன்னு காரை ஏரோபிளேன் மாதிரி ஓட்டிக்கிட்டு வந்தேன் பாரு, வேணும், எனக்கு நல்லா வேணும்” என்று, சட்டென்று அவன் தோள்களில் இருந்து எழுந்தாள்.

“அப்படியே ஒரு நல்ல டீ வேணும்” என்று கேட்டவனைப் பார்த்து, முறைத்துக்கொண்டே சமையலறையை நோக்கிச் சென்றாள் பர்வீன்.

பால் இல்லாத சுலைமானி டீயை, ஏலக்காய் புதினா போட்டுக் கொண்டுவந்து சலீமிடம் கொடுத்தாள்.

இன்று அந்தக் குட்டிப் பையன் ஷெர்மன் கதை சொல்லும்போது, அவன் தனது கையால் தன்னுடைய சுண்டு விரலை அழுத்தமாகப் பிடித்துக்கொண்டிருந்ததைச் சொன்னாள். ”அந்த நிமிடம் என்னவோ சொல்லமுடியாத ஒரு நெகிழ்ச்சி சலீம். அவன் சொன்ன எதையுமே நான் கவனிக்கல. அவனுக்கு என் மேல எவ்வளவு அன்பு இருந்தா அப்படி செய்யத் தோணும்..?” என்றாள்.

அந்த நிகழ்வை முழுதாகச் சொல்லி முடித்து, அடுத்து ஜியா வந்ததைப் பற்றியும் தொடர்ந்தாள். அவளிடம் பேசிய பின்பு, தான் யூகித்ததுபோல் ஜியா தப்பு செய்யவில்லை என்று நிம்மதி அடைந்ததையும் பகிர்ந்துகொண்டாள்.

“அப்ப, ப்ராப்ளத்த சால்வ் பண்ணிட்டேன்னு சொல்லு” என்று ஆர்வமாகக் கேட்டான் சலீம்.

“அப்படித்தான் நினைக்கிறேன். ஜியாவோட அம்மா செஞ்சது எல்லாம், ஒரு பயத்தோட அடிப்படைன்னு புரியுது. இருந்தாலும், ஜியாவிடம் பேசாமல் இருந்தது, உணர்ச்சி மிரட்டல். இதுபோன்ற செயல் எதுக்கும் உதவாது” என்றாள் பர்வீன்.

“அப்போ, பேரன்ட்ஸ் என்னதான் பண்ணனும்னு நீ சொல்ற..?”

“குழந்தைங்க ப்ரீ-டீன் வயதுக்கு வரும்போது பெத்தவங்களும் கொஞ்சம் மாறணும். அவங்க நம்மகிட்ட எல்லாத்தையும் ஷேர் பண்றதுக்கு இடம் கொடுக்கணும். நான் நடாஷாகிட்ட அப்படித்தான் பண்ணுவேன்” என்றாள்.

அவர்கள் பேசிக்கொண்டு இருக்கும்போது அலைபேசி அடித்தது. மறுமுனையில் ஜியாவின் அம்மா குரல். ஜியாவிடம் மனம் விட்டுப் பேசியதாகச் சொன்னார். ரொம்ப நாள் தூங்காமல் இருந்ததையும் சேர்த்து இன்று நிம்மதியாக தூங்கப்போவதாகச் சொன்னபோது, பர்வீனுக்கு மகிழ்ச்சியாக இருந்தது.

நடாஷா, மையிஷா வீட்டுப்பாடம் செய்துகொண்டிருந்தார்கள். மையிஷாவின் வீட்டுப் பாடத்தில், வேலைக்குப் போகும் அம்மா, அப்பா யாரிடமாவது நேர்காணல் எடுக்க வேண்டும் என்று இருந்தது. அவளுக்கு உதவலாம் என்று பர்வீன் அவளிடம் சென்று உட்கார்ந்தாள்.

“கேளு சின்னு மின்னு” என்றாள் பர்வீன். ”இருக்கட்டும் அம்மியா, நான் அபியாவிடம்

கேட்டுக்கொள்கிறேன்'' என்று மையிஷா சொன்னாள். முதலில் பர்வீனுக்குப் புரியவில்லை. பிறகு, பர்வீனிடம் மையிஷா பொறுமையாக விளக்கினாள். அதாவது, தினமும் அலுவலகம் போகும் அப்பாவிடம் நேர்காணல் எடுக்க ஆசைப்படுகிறாள்.. வாரத்துக்கு சில முறை மட்டும் வேலைக்குச் செல்லும் அம்மாவிடம் இல்லை என்று.

ஒரு போர்டு கேம் விளையாட்டில்கூட தன் அம்மியா தோற்றுவிடக் கூடாது என்று நினைப்பவள் மையிஷா. அப்படிப்பட்டவள், அப்பாவிடம் நேர்காணல் எடுக்க வேண்டும் என்று எவ்வளவு நாசூக்காகச் சொல்லிவிட்டாள் என்று வியந்தாள் பர்வீன்.

பர்வீன், தன் உதட்டை அழுவதுபோல் காட்ட, ''சாரி அம்மியா, அடுத்த முறை கண்டிப்பா உங்களைத்தான் எடுப்பேன்'' என்று மையிஷா சமாதானப்படுத்த, பர்வீனுக்குச் சிரிப்பு வந்தது.

''சரி, உன் அபியாவையே அனுப்பறேன்'' என்று சொல்லிவிட்டு ஹாலுக்கு வந்தாள் பர்வீன். கிரிக்கெட் பார்த்துக்கொண்டிருந்த சலீமிடம் விஷயத்தைச் சொல்ல, அவன் பூரித்துப்போனான். ''அப்படியே பறக்காதீங்க, பொண்ணுக்கு ஒழுங்கா சொல்லிக்கொடுங்க'' என்று முகத்தைத் திருப்பிக்கொண்டாள்.

15. புரூஜ் கலீஃபா

பள்ளியில் இருந்து வந்த நடாஷா, உற்சாகமாக இருந்தாள். தன் வீட்டுப் பால்கனியில் வந்து நின்றவள், அண்ணாந்து பார்த்துக்கொண்டிருந்தாள். மைஷிஷாவிடம், அவள் பார்த்துவிட்டு வந்த புரூஜ் கலீஃபாவை விவரித்துக்கொண்டிருந்தாள்.

தன் தோழிகளோடு புரூஜ் கலீஃபாவுக்கு பஸ்ஸில் சென்றுவந்தது தனக்குப் புது அனுபவமாக இருந்தது என்று பர்வீனிடம் ஆரம்பித்தாள். அவள் குழுவில் இருந்த தோழிகளுக்குப் புது பெயர்களை அவர்களே வைத்துக்கொண்டார்களாம். நடாஷாவுக்கு 'நட்டு', அனுஷாவுக்கு 'அனு', அப்புறம் கிரேஸுக்கு 'ரேஸ்' என்று சொல்லி குலுங்கிச் சிரித்தாள். ஒரு இடைவெளி விட்டு, சனாவுக்கு 'சா'.. ஷார்ட்டஸ்ட் பெயர் 'சா'தான்'' என்று சொல்லி, உருண்டு உருண்டு சிரித்தாள்.

''உன் பேரை மாத்தச் சொல்லு. நான் மட்டும்தான் உன்ன நட்டுக்கான்னு கூப்பிடனும். நீ எனக்கு

மட்டும்தான் அக்கா'' என்று மையிஷா சொல்ல, புதுக் கச்சேரி ஆரம்பமானது.

''வேற பேரு வேணாம், இதுவே இருக்கட்டும்'' என்று, நடாஷாவும் ஒரு பக்கம் மல்லுக்கு நின்றாள். ''ஷா'' என்று சொன்னால் ரொம்ப ஷார்ப் ஆனவள் என்று அர்த்தம் என்று பர்வீன் சொல்ல. ''ம்ம்ம்.. நல்லாதான் இருக்கு. சரி, நான் என் தோழிகள் கிட்ட பேசி ஷான்னு மாத்திக்கறேன்'' என்றாள் நடாஷா. மையிஷா.. ''எஸ்.. எஸ்.. ஐ டிட் இட்.'' என்று டோரா புஜ்ஜி போல பாட ஆரம்பித்தாள்.

புரூஜ் கலீஃபா பயணம் குறித்து நடாஷா மீண்டும் தொடங்கினாள்.

''இரண்டு இரண்டு மாணவர்கள் சேர்ந்து வரிசையாக, உலகின் இரண்டாவது பெரிய மாலான துபாய் மாலுக்குள் போனோம். உள்ளே கொஞ்ச தூரம் நடந்து போகணும். கடைசில புரூஜ் கலீஃபா என்ட்ரன்ஸ் வந்துச்சி. எங்களுக்கு அந்த இடத்துல பேரீச்சை சாக்லேட், தண்ணீர் பாட்டில் ஃப்ரீயா கொடுத்தாங்க. மையிஷாவுக்காக டேட்ஸ் சாக்லேட் கொண்டு வந்தேன்'' என்றாள்.

நடாஷா சொன்னவுடன், மையிஷா ஓடிச்சென்று அந்த சாக்லேட்டை கொண்டு வந்தாள். ''தேங்க்யூ நட்டுக்கா, அப்புறம் என்ன ஆச்சு..?'' என்றாள்.

''கொஞ்ச நேரம் கீழ வெய்ட் பண்ணோம். அப்புறம், அங்கிருந்து நடக்க ஆரம்பிச்சோம். வழி நெடுக, புரூஜ் கலீஃபா உருவான வரலாறு, ஒவ்வொரு வருஷமும் எத்தனை மாடி கட்டப்பட்டதுன்னு பெரிய பெரிய எல்.இ.டி. ஸ்கிரீன்ல காட்டிக்கிட்டே இருந்தாங்க'' என்றாள் நடாஷா.

“நீ என்ன பார்த்த நட்டும்மா..?” என்றாள் பர்வீன்.

“நின்னு நிதானமா பார்க்க அவ்ளோ டைம் கிடைக்கல. 2010-ல புரூஜ் கலீஃபா கட்டி முடிச்சாங்கன்னு மட்டும் ஞாபகம் இருக்கு அம்மியா” என்று நடாஷா பதிலளித்தாள்.

“அங்க இருந்த ரெண்டு லிஃப்ட்ல எங்களை ரெண்டு டீமா பிரிச்சி, டாப் ஃப்ளோருக்கு டீச்சர்ஸ் கூட்டிட்டுப் போனாங்க. லிஃப்டுக்குள் பெரிய ஸ்கிரீன் இருந்தது. லிஃப்ட் மேலே போகப்போக, அந்த ஸ்கிரீன்ல ஒன்று, ரெண்டுன்னு நெம்பர் மாறிக்கிட்டே இருந்துது. எனக்கு கொஞ்சம் பதட்டமா இருந்துச்சு. காது அடைச்சிக்கிட்ட மாதிரி இருந்துது. லிஃப்டுக்குள்ள 124-ஆம் நம்பர்ல ஆரஞ்சு லைட் மின்னிக்கிட்டே இருந்துது..”

“ஏன்? என்று கேட்டாள் மையிஷா.

“ஏன்னு நானும் யோசிச்சேன். அப்புறம்தான் ‘நாம் உலகத்தின் மிக உயரமான கட்டடத்தில் இருக்கோம். ஆம், 124-ஆவது மாடி வந்துவிட்டது’ன்னு மிஸ் சொன்னாங்க” என்று கூறினாள்.

மாணவர்கள், “ஓ மைகாட்” என்றும், “ஓ நோ” என்றும் ஆச்சரியத்தைக் காட்டி இருக்கிறார்கள். அந்தப் பெரிய கட்டடத்தில் மொத்தம் 142 தளங்கள் இருக்கறதா டீச்சர் கூடுதல் விவரங்களைச் சொல்லிக்கொண்டே வந்ததாகச் சொன்னாள் நடாஷா.

அன்று எந்த சாண்ட் ஸ்டார்மும் இல்லாததால், மிகத் தெளிவாகக் கீழே பார்க்க முடிந்தது என்று மிஸ் சொல்லிக்கொண்டு இருந்தாராம். “ஹய்யோ.. ஹண்ட்ரட் அண்ட் டுவென்டி ஃபோர்த் ப்ளோர்

வந்தப்போ, உனக்கு பயமா இருந்துச்சா..?" என்று மையிஷா கேட்டாள்.

"நான் தைரியமாதான் இருந்தேன். ரோட்டுல கார் எல்லாம் விளையாட்டு பொம்மை மாதிரி தெரிஞ்சுது. அதே மாடியில் இன்னொரு பக்கம் நின்று பார்க்கும்போது, பெரிய பாலைவனமும், சின்னச் சின்ன லீகோ கட்டடங்கள் போல் தெரிந்தது. அப்பத்தான் கொஞ்சம் பயமா இருந்துது" என்றாள் நடாஷா.

"அப்புறம்..?" - மையிஷாவின் கேள்விக்கு, "அப்புறம் கீழ இறங்கிட்டோம்" என்றாள் நடாஷா.

"அம்மியா, எனக்கு நட்டு அக்கா மாதிரி அவ்ளோ உயரத்துக்கு போக வேண்டாம். ஆனா, துபாய் மால் வாட்டர் ஃபவுண்டேஷன் டான்ஸ் பார்க்கப் போகணும். கூட்டிட்டுப் போறீங்களா, ப்ளீஸ்.. ப்ளீஸ்.." என்று ஆரம்பித்தாள் மையிஷா.

இந்த வார இறுதியில் போகலாம் என்று அவளுக்குச் சமாதானம் சொன்னாள் பர்வீன். இன்று இரவே போக வேண்டும் என்று மையிஷா அடம்பிடிக்க ஆரம்பித்தாள். சலீம் ஆபீஸில் இருந்து தினமும் இரண்டு மணி நேரம் கார் ஓட்டிக்கொண்டு வருவதால், சோர்வாக இருக்கும் என்று மகளுக்குப் புரியவைத்தாள். அதுவும், நாளை பள்ளி இருப்பதால் சாத்தியமே இல்லை என்பதையும் சொன்னாள்.

இதைக் கேட்டுக்கொண்ட மையிஷா, "பிங்கி பிராமிஸ், இந்த ஃபிரைடே..?" என்று அவள் சுண்டு விரலைக் காட்டினாள். பதிலுக்கு பர்வீனும், அவளது சுண்டு விரலால் மையிஷாவின் விரலைத் தொட்டு, "பிங்கி பிராமிஸ்" என்றாள்.

அதற்குப் பின்பு குழந்தைகள் இருவரும் தங்களது அறைக்குச் சென்றார்கள். பர்வீனிடம் அனுமதி பெற்று, யூடியூபில் "சோபியா" கார்ட்டூன் பார்க்க உட்கார்ந்தார்கள்.

இரவு உணவு தயாரிக்க, பர்வீன் சமையலறைக்குச் சென்றாள். பனீர் பட்டர் மசாலா மணம் நடாஷாவின் மூக்கு வரை சென்றது. அடுத்த வினாடியே சமையலறைக்கு வந்தாள். "அம்மியா, சிக்கனா..?" என்று கேட்டாள். பனீர் பட்டர் மசாலா என்று தெரிந்து, அவள் முகம் இன்னும் மலர்ந்தது.

அனைவரும், அலுவலகத்தில் இருந்து சலீம் வருவதற்காகக் காத்துக்கொண்டிருந்தனர்.

16. ஜுரம்

கண் விழித்தபோது, பர்வீன் உடம்பில் சூடு லேசாக அதிகரித்திருந்தது. கண்களும், பாலில் போட்ட குங்குமப் பூ போல் சிவந்துகொண்டு வந்தது. குழந்தைகளைப் பள்ளிக்குக் கொண்டுசென்று விடுவது அவளால் இயலாத காரியம் என்று தோன்றியது. பள்ளிக்கும் அலுவலகத்துக்கும் உணவு கொடுத்து அனுப்ப, பிரட் சாண்ட்விச் செய்ய முயற்சித்து தோற்றுப்போனாள்.

சலீமிடம், ஆபீஸ் உணவகத்தில் சாப்பிட்டுக்கொள்ள சொல்லிவிட்டாள். குழந்தைகளையும், கையில் ஐந்து திர்ஹாம் கொடுத்து பள்ளி கேன்டீனில் சாப்பிட கேட்டுக்கொண்டாள். சலீம், மகள்களை பள்ளியில் விட்டுவிட்டு வேலைக்குச் சென்றான்.

அமெரிக்காவில் இருந்து கிளையன்ட் வந்திருப்பதால், சலீமால் இன்று விடுப்பு எடுப்பது இயலாத காரியம் என்று பர்வீனுக்குத் தோன்றியது.

அனைவரும் வீட்டில் இருந்து கிளம்பிச் சென்ற பிறகு, மாத்திரை போட்டுக்கொண்டு, நெற்றியில் கோடரித் தைலம் தேய்த்துக்கொண்டு உறங்கிப்போனாள்.

பதினொரு மணிக்குத் தூக்கம் கலைந்தது. உடம்பு கனத்து இருந்ததுபோல் உணர்ந்தாள். தாகமும் பசியும் சேர்ந்து, அவளைத் தனிமையில் தள்ளின. அந்த நேரத்தில் அம்மாவின் ஞாபகம் வர, குழந்தையைப்போல் கண்களைக் கசக்கிக் கொண்டாள்.

ஜுரமும் பசியும் சேர்ந்து, அதனால் மனமும் சோர்ந்து போயிருப்பதை உணர்ந்தாள். மெதுவாக எழுந்து சமையலறைக்குச்சென்றுகாபிபோட்டுக்கொண்டாள். இரண்டு ரொட்டித் துண்டுகளை எடுத்து மெதுவாக அதில் முக்கிச் சாப்பிட்டாள்.

நான்கு மணி நேரத்துக்கு ஒருமுறை மாத்திரை போட்டுக்கொள்ளலாம் என்று அவளுக்குத் தெரியும். அதனால், மீண்டும் ஒரு மாத்திரையை விழுங்கினாள். மணி பன்னிரெண்டை நெருங்கிக்கொண்டு இருந்தது.

எப்படியாவது இரண்டு மணிக்குள் பள்ளிக்குச் சென்று மகள்களைக் அழைத்துவர வேண்டும். அதற்குள் உடம்பு கொஞ்சமாவது சரியாக வேண்டும் என்று நினைத்துக்கொண்டாள்.

தன் எண்ணம் ஈடேறுமா என்று அவளுக்குச் சந்தேகமாக இருந்தது. சலீமுக்கு இரண்டு மூன்று முறை போன் செய்தாள். ஆனால், அவன் எந்த அழைப்பையும் எடுக்கவில்லை.

பாதி பாட்டில் கோடரித் தைலம் தேய்த்தும், ஒரு மாற்றமும் தெரியவில்லை. எப்படியாவது பள்ளி

சென்று குழந்தைகளை அழைத்துவர வேண்டும் என்ற எண்ணம் மட்டும் மனத்தில் வலிமையாக இருந்தது.

படுக்கையில் இருந்து எழுந்தவுடன், தலை சுற்றி வாந்தி வந்தது. வாஷ்பேசின் வரை போய் தலையில் கையை வைத்து நின்றுகொண்டாள். ‘அய்யோ, எப்படி பள்ளிக்கூடம் போவேன்? யாரிடம் உதவி கேட்பேன்?’ என்று நினைத்தபோது ஜுரத்தின் மீது கோபம் வந்தது.

கட்டிலில் வந்து உட்கார்ந்து, மீண்டும் சலீம் எண்ணுக்கு அழைத்தாள். இந்த முறையும் அவன் எடுக்காதது அவன் மீது கோபமாக வந்தது. சட்டென்று, வண்டியில் கொஞ்ச நாளாக வந்து உட்காரும் நைஜீரியா பெண் ஞாபகத்துக்கு வந்தாள். அவள் பெயர் மேரி.

அவள் எண்ணை அழைத்தாள். “ஹலோ” என்ற மிக மெல்லிய குரலில் பர்வீன் பேசினாள். ”பர்வீன், ஆல் ஓகே?” என்றுஅவள்கேட்டாள். பர்வீன்தன்நிலையைச் சொல்லி, மகள்களை அழைத்துக்கொண்டு, அங்கு இருக்கும் மெக்டொனால்டில் இருக்கமுடியுமா..? என்று கேட்டாள்.

“கண்டிப்பா நான் கூப்பிட்டுக்கறேன். என் பஸ் இரண்டரை மணிக்கு வந்துடும். அதுக்குள்ள உன்னால கூப்டுக்க முடியுமா? இல்ல, நான் வேணா வீட்டுக்கே வந்து விடட்டுமா?” என்றாள் மேரி.

“இல்ல மேரி. உனக்கு ரொம்ப கஷ்டமா போயிடும். நான், இல்ல என் ஹஸ்பெண்ட் வந்து மெக்டொனால்ட்ல இருந்து கூப்பிட்டுக்கறோம்” என்று சொல்லி அலைபேசியை வைத்தாள்.

அரைமணி நேரமாவது கொஞ்சம் தூங்கலாம். அப்புறம் ஜுரம் கம்மி ஆகிவிடும் என்று தனக்குள்

சொல்லிக்கொண்டு படுத்தாள். அவள் போட்டிருந்த நைட்டி, வியர்வையால் நனைந்துபோயிருந்தது. எங்கிருந்தோ அலைபேசி சத்தம் வந்ததுபோல் அவளுக்குத் தோன்றியது. கட்டிலில் இருந்த அலைபேசியை எடுத்தாள்.

"ஹலோ பர்வீன்" என்று சலீம் குரல் கேட்டது.

"என்னால சுத்தமா முடில சலீம். இரண்டு மணிக்கு ஸ்கூலுக்குப் போகணும். அதுக்குள்ள சரியாகுமான்னு தெரியல. மீட்டிங் முடிஞ்சுதா? ஸ்கூலுக்கு போக முடியுமா? என்று முனகிக்கொண்டே பேசினாள்.

"இப்ப கிளம்பினாலும் இரண்டு மணிக்குள் ஸ்கூலுக்கு போக முடியாது பர்வீன். ரொம்ப முக்கியமான மீட்டிங். அதான் போனை சைலன்ட்ல போட்டுட்டேன். ஐ ஆம் ரியலி சாரி. இப்ப என்ன பண்ணட்டும்? ஸ்கூலுக்கு போன் பண்ணட்டுமா?" என்றான்.

"நான் மேரி நெம்பர் அனுப்பறேன். அவகிட்ட குழந்தைங்க இருப்பாங்க. இரண்டரைக்கு முன்னாடி போனா, குழந்தைங்கள கூட்டிட்டு வந்துடலாம்" என்றாள்.

"மேரி.. யாரு?"

"என் நைஜீரிய ஃபிரெண்டு" என்று சொல்லி, "கார்ல வந்து உட்காருவாளே, அவதான். என்னால பேசமுடியல சலீம், வெக்கிறேன்" என்று சொல்லி கண்களை மூடிக்கொண்டாள்.

சலீம் அலுவலகத்தில் இருந்து கிளம்பி, மகள்களை அழைத்துக்கொண்டு வீடு வந்து சேர்ந்தான்.

“யாரும் சத்தம் போடக் கூடாது. அம்மியாக்கு ஜுரம். சாப்பிட்டுவிட்டுஉங்களுமுக்குபோய்விளையாடுங்க” என்று நடாஷாவிடமும், மையிஷாவிடமும் சொல்லிக்கொண்டிருந்தான். வரும்போதே, குழந்தைகளுக்கு மெக்டொனால்ட்ஸில் சாப்பிடுவதற்கு வாங்கி வந்திருந்தான்.

அம்மியாவுக்கு உடல் சரி இல்லை என்ற வருத்தம் இரண்டு குழந்தைகளுக்கும் இருந்தது. நடாஷா, மையிஷா இரண்டு பேரும் மிகவும் மெதுவாக பர்வீன் அறைக்குச் சென்றார்கள். அவள் இன்னமும் தூங்கிக்கொண்டிருந்தாள். தூரத்தில் இருந்து அவளைப் பார்த்துவிட்டு, கதவை மூடிவிட்டு தங்கள் அறைக்குச் சென்றுவிட்டார்கள்.

சலீம், வீட்டுக்குஅருகில்இருந்தசங்கீதாஉணவகத்தில் இருந்து பார்சல் சாப்பாடு வாங்கிக்கொண்டு வந்திருந்தான். பர்வீனை எழுப்புவது இப்பொழுது சரியாக இருக்காது என்று சலீமுக்குத் தோன்றியது.

அவன் கொஞ்சம் சாப்பிட்டுவிட்டு, பர்வீனுக்கும் எடுத்துவைத்தான். அலுவலகத்தில் இருந்து தொடர்ந்து அலைபேசி வந்துகொண்டிருந்தது. அலைபேசியை அணைத்தும் வைக்கவும் முடியாது. வந்த அழைப்புகள் எல்லாம் முக்கியமானதாக இருந்தது.

தூக்கம் கலைந்து கண் விழித்தாள் பர்வீன். பிள்ளைகள் ஞாபகம் வர டக்கென்று எழுந்து, அறையைவிட்டு வெளியே வந்தாள். அறையை விட்டு பர்வீன் வெளியே வருவதைப் பார்த்த சலீம், பேசிக்கொண்டிருந்த அலைபேசி இணைப்பைத் துண்டித்தான்.

பர்வீனிடம் வந்து அவள் நெற்றியில் கை வைத்துப் பார்த்து, உடம்பின் உஷ்ணத்தை உணர்ந்தான். "மொதல்ல ஏதாவது சாப்பிடு. ஹாஸ்பிடல் போகலாம். உடம்பு தீயா கொதிக்குது" என்றான்.

பசங்க சாப்பிட்டார்களா என்று கேட்டுக்கொண்டே, ஹாலில் உள்ள சோபாவில் பர்வீன் சாய்ந்தாள். நடாஷாவும் மையிஷாவும் பர்வீன் குரல் கேட்டு ஓடிவந்தார்கள்.

"அம்மியா.. இப்ப யூ ஃபீல் பெட்டர்?" என்று நடாஷா கேட்டுக்கொண்டு அவள் அருகில் உட்கார்ந்தாள். பர்வீனின் உதடுகள் லேசாகப் புன்னகைத்தன. மையிஷா அவளை அணைத்தபடி உட்கார்ந்தாள். "கொஞ்சம் தள்ளி உட்காரு அம்மு, உனக்கும் ஜுரம் வந்திடப்போகுது" என்று சொல்லி மையிஷாவை கொஞ்சம் தள்ளி உக்காரச் சொன்னாள்.

சலீம், சாதத்தில் ரசத்தை ஊற்றி நன்றாகப் பிசைந்து கஞ்சிபோல் கொண்டுவந்தான். நடாஷா எழுந்துபோய், ஒரு கிளாசில் தண்ணீர் கொண்டுவந்து வைத்தாள்.

பர்வீன், கொஞ்சமாகச் சாப்பிட்டு முடித்தாள். சிறிது நேரத்தில் எதுவும் வயிற்றில் தங்காமல், மின்னல் வேகத்தில் வெளியே வந்தது. மீண்டும் சோர்ந்துபோனாள்.

சலீம் அவளைச் சுத்தப்படுத்தினான். அந்த இடத்தையும் துடைத்துவிட்டு, நடாஷாவையும் மையிஷாவையும் சீக்கிரம் செருப்பு போட்டுக் கொள்ளுமாறு சொன்னான்.

மகள்கள் முன் சோர்வில்லாமல் இருக்க முயன்றும் பர்வீனால் முடியவில்லை. "அம்மியா..

நீங்க ஓகேவா?" என்று இருவரும் தொடர்ந்து கேட்டுக்கொண்டே இருந்தனர். நடாஷா கையில் ஒரு டிஷ்யூ பாக்ஸை வைத்துக்கொண்டாள். சலீம், பர்வீனின் துப்பட்டாவை எடுத்து அவள் மீது போர்த்திவிட்டான். கைகளால் அவள் தலைமுடியைச் சரி செய்தான். அவளைத் கைத்தாங்கலாக அழைத்துக்கொண்டு மருத்துவமனைக்குச் சென்றான்.

17. சம்பளம்

சலீம் எப்படியோ அவன் மேலாளரிடம் பேசி, இரண்டு நாள் விடுப்பு எடுத்திருந்தான். அவன் கம்பெனி உரிமையாளர் எகிப்து நாட்டுக்காரர். அந்த அலுவலகத்தில் கொஞ்சம் எகிப்து மக்கள், இரண்டு பாகிஸ்தானியர்கள், விரல் விட்டு எண்ணும் அளவில் இந்தியர்கள் இருந்தார்கள். அதுவும் குறிப்பாக மலையாளிகள் இருந்தனர். சலீம் மட்டும் தமிழன்.

அலுவலகத்தில் ஒரு பக்கம் எகிப்து மாஃபியா. இன்னொரு பக்கம் மலையாளி கூட்டம். நிறுவனத்தின் உரிமையாளர் மனநிலையைப் பொறுத்து, சட்டதிட்டங்கள் மாறிக்கொண்டு இருக்கும்.

அப்படித்தான், சலீம் விடுப்பு எடுத்த இரண்டரை நாட்களின் ஊதியம் வெட்டப்பட்டது. எத்தனையோ நாள், இரவு பகல் என்று பாராமல் வேலை பார்த்திருக்கிறான். சம்பளக் குறைப்பை கேள்விப்பட்டவுடன், அவன் இதயம் துடித்தது.

“இவனுங்களுக்குப் போய் உழைச்சிக் கொட்டிக்கிட்டு இருக்கேன்” என்று தன் இயலாமையை பர்வீனிடம் கொட்டித் தீர்த்தான்.

பர்வீனுக்கும் மிகவும் வருத்தமாகத்தான் இருந்தது. இந்த நிறுவனத்தில் சலீம் சேர்ந்ததில் இருந்து, இதுபோல் மூன்றாவது முறையாக நடக்கிறது. எப்படியாவது வேறு நல்ல நிறுவனத்தில் வேலை கிடைக்க வேண்டும் என்று மனம் உருகி பிரார்த்தித்துக்கொண்டாள்.

சலீம், டிவியில் பழைய கிரிக்கெட் மேட்ச் ஒன்றை பார்க்க உட்கார்ந்தான். இது மட்டும்தான் அவனை மனஅழுத்தத்தில் இருந்து விடுவிக்கும் என்று பர்வீனுக்குத் தெரியும். எந்தத் தொந்தரவும் செய்யாமல் அமைதியாக உள்ளே போனாள் பர்வீன்.

டிசம்பர் மாதத்தில் வரும் இரண்டு வாரப் பள்ளி விடுமுறை வந்துவிட்டது. குழந்தைகளுக்காக வின்டர் கேம்ப் ஆரம்பமானது. காலையில் இரண்டரை மணி நேரம் மட்டுமே நடக்கும். பிள்ளைகளுக்கு மட்டுமில்லாமல், பெற்றோர்களுக்கும் கொஞ்சம் நிம்மதி தருவது இந்த கேம்ப் மட்டும்தான். வேலைக்குச் செல்லும் பெற்றோர்கள், தங்கள் குழந்தைகளைக் கூடுதல் நேரம் விட்டுவைப்பார்கள். அதற்கு அதிகமான கட்டணம் கட்டுவார்கள்.

குழந்தைகளின் வயதுக்கு ஏற்ப விளையாட்டு மற்றும் நிகழ்ச்சிகள் வேறுபடும். எப்பொழுதும்போல், வாரத்துக்கு ஒருமுறை பர்வீன் தியான வகுப்பும், கதை சொல்லும் நிகழ்வையும் நடத்திக்கொண்டு வந்தாள்.

கோடை விடுமுறை இரண்டு மாதம் கிடைக்கும். அதில், ஒரு மாதம் முழுக்க பெரிய குழந்தைகளுக்கு

பெர்சனாலிடி வகுப்பு எடுப்பாள் பர்வீன். இந்த இரண்டு வாரம், கேம்ப் போகாமல் முழுக்க மகள்களுடன் இருக்க முடிவு செய்தாள்.

விடுமுறை நாள் என்பதால், விடியலும் தாமதமாக விடிந்தது. பர்வீனின் பரபரப்புக்கும் சற்று ஓய்வு கிடைத்தது. சலீம் அலுவலகம் சென்றபின், பொறுமையாகத் தன் வேலைகளை முடித்தாள். இருப்பினும், மதிய உணவை எப்பொழுதும்போல் சீக்கிரம் சமைத்து வைத்துவிட்டாள்.

இந்தியாவில் இருந்து வந்த நண்பன் அனுப்பியிருந்த புத்தகங்கள் வந்து சேர்ந்தன. இந்தியாவில் இருந்து வருபவர்கள் முப்பது கிலோதான் கொண்டுவர முடியும். அதுவும், எமிரேட்ஸில் வந்தால்தான். ஏர்-அரேபிய விமானத்தில் இருபது கிலோதான். அதிகமான எடை கொண்டுவர வேண்டும் என்றால், கூடுதல் பணம் கட்ட வேண்டும். நண்பனிடம் அதிக எடை இல்லாததால், இந்த ஆண்டு வெளியான சில புத்தகங்களை வாங்கி வரச் சொல்லியிருந்தாள்.

நண்பனிடம் இருந்து வந்த புத்தகங்களை வாசிக்க ஆரம்பிக்க வேண்டும் என்ற நினைப்பு, அவளுக்குப் புது உற்சாகத்தைக் கொடுத்தது. ஒவ்வொரு புத்தகத்தையும் பிரித்துப் பார்த்தாள். என்னதான் கிண்டிலில் படித்தாலும், புதுப் பக்கங்களின் வாசனையை நுகர்ந்துகொண்டு படிப்பதில் இருக்கும் சுகமே தனிதான். அந்த நினைப்பே மனத்தில் குதூகலத்தை உண்டாக்கியது.

படுக்கையில், வசதியாக சாய்ந்து உட்காந்து கொண்டாள். எந்தத் தொந்தரவும் இன்றி, இரண்டு சிறுகதைகளை வாசித்து முடித்தாள். இரண்டாவது சிறுகதையை முடித்து, அடுத்த பக்கத்தைத்

திருப்பாமல் அப்படியே மேலே பார்த்தாள். 'ச்சே.. நம்பவே முடில. எப்படி கதைய முடிச்சிருக்கார்? என்று தனக்குள் வியந்துகொண்டாள்.

சுவையான பிரியாணி சாப்பிட்ட பிறகு, அந்தச் சுவை மாறாமல் இருக்க சிறிது நேரம் வேறு எதையும் அவள் சாப்பிடமாட்டாள். அப்படித்தான், நல்ல கதைகளும் அந்த உணர்வைத் தருவதாக சலீமிடம் எப்பொழுதும் சொல்வாள்.

நல்ல கதையைப் படித்துவிட்டு, ஒருமுறை சொல்லிப் பார்த்துக்கொள்வதுபோல் சலீமிடம் சொல்லி சிலாகிப்பாள். வேறு வழி இல்லாமல், இவள் சொல்லும் கதையை உண்மையாகக் கேட்பதுபோல் இருப்பான் சலீம்.

நடாஷாவுக்கும் மையிஷாவுக்கும், படிப்பதைவிட பார்ப்பது மிகவும் பிடிக்கும். பர்வீனின் பிடிவாதத்தால், நடாஷாவுக்கு வாசிக்கும் ஆர்வம் ஆரம்பித்திருக்கிறது.

நடாஷா கிட்டத்தட்ட, பத்தரை மணிக்குக் கண் விழித்து எழுந்து, பர்வீனைத் தேடிக்கொண்டு வந்தாள். பர்வீன் மடியில் மீண்டும் தலை வைத்து படுத்துக்கொண்டாள். "நட்டும்மா.. இன்னும் என்ன தூக்கம். எழுந்திரு மம்மு. போய் பல்ல தேச்சிட்டு வா" என்றாள் பர்வீன்.

"அம்மியா, ப்ளீஸ்.. இன்னும் டூ மினிட்ஸ்" என்று, பர்வீனின் மடியில் கிடந்தாள். பின்னாலேயே மையிஷாவும் வந்து பர்வீனின் கழுத்தை அணைத்துக்கொண்டு, அப்படியே அவளது மடியின் இன்னொரு பக்கத்தில் சரிந்தாள்.

“யாருக்கு பூரி வேணுமோ, அவங்க போய் பிரஷ் பண்ணுங்க” என்று பர்வீன் சொல்ல, இரண்டு மகள்களும் நெளிந்து வளைந்து எழுந்தார்கள்.

பள்ளி நாட்களில், காலையில் அவசர அவசரமாகப் பழமும் பாலும் சாப்பிட்டுவிட்டுச் செல்வார்கள். இப்படி, விடுமுறை நாட்களில் மட்டும்தான், சூடான காலை உணவு சாப்பிடும் வாய்ப்பு கிடைக்கும்.

மகள்கள் குளித்துவிட்டு வருவதற்குள், நான்கு பூரியை சுட்டு முடித்தாள். நடாஷாவும் மையிஷாவும், ஒரு வாய்த் தண்ணீர் குடித்துவிட்டு சாப்பிட உட்கார்ந்தார்கள். நடாஷா இன்னொரு பூரி வேண்டும் என்று கேட்க, பர்வீன் ஓடிச்சென்று ஒரு பூரி பொரித்துக்கொண்டு வந்தாள்.

இருவரும் சாப்பிட்டுவிட்டு, டிவியில் யூடியூப் போட்டுக்கொண்டார்கள். நடாஷா பீன் பேகில் உட்கார்ந்துகொண்டாள். மையிஷா, சோபாவில் படுத்துக்கொண்டாள். பர்வீனும் அவர்கள் பக்கத்தில் உட்கார்ந்துகொண்டாள்.

ஹோட்டல் ட்ரான்ஸ்சல்வேனியா என்ற பேய் நடத்தும் ஹோட்டல் பற்றிய விறுவிறுப்பான படம் பார்த்துக்கொண்டு இருந்தார்கள். அதில் வரும் மேவிஸ் மற்றும் டிராகுலா கதாபாத்திரங்கள், நடாஷாவுக்கும் மையிஷாவுக்கும் மிகவும் பிடிக்கும். அதில் வந்த தி ஜிங் என்ற பாடலுக்கு, இருவரும் குதித்து ஆடிக்கொண்டிருந்தார்கள்.

படம் முடிந்தபின், அடுத்து என்ன செய்யப்போறோம் என்று பர்வீனிடம் மையிஷா கேட்டாள். சிறிது யோசித்துவிட்டு, ”ஒன் சர்ப்ரைஸ்” என்றாள் பர்வீன்.

அவ்வளவு வேகத்தில் பர்வீன் சொன்னதைக் கேட்டு, இருவரும் தயாராகிவிட்டார்கள். ஒரு தடவை சொன்னால் அவ்வளவு சீக்கிரத்தில் மகள்களின் காதில் விழுவது அபூர்வம். இன்று ஏதோ அதிசயம் நடக்கிறது என்று பர்வீன் நினைத்துக்கொண்டாள்.

பர்வீன் சொன்ன சர்ப்ரைஸ் இதுவா, அதுவா என்று குழந்தைகள் இறுவரும் மனத்துக்குள் சீட்டு குலுக்கிப் போட்டுக்கொண்டிருந்தார்கள். பார்க்கிங்கில் இருந்து கார் கிளம்பியது.

மையிஷா வழி நெடுக, "அம்மியா, என்ன சர்ப்ரைஸ்?" என்று கேட்டுக்கொண்டே வந்தாள். பர்வீனின் கார், கராமாவின் ஒரு தெருவில் இருந்த வேப்ப மரத்துக்கு அடியில் வந்து நின்றது.

காரில் இருந்து இறங்கியவுடன் அந்த சர்ப்ரைஸ் இடம் வந்தது. அது மாலோ, அரங்கமோ இல்லை என்பது இருவருக்கும் ஆச்சரியமாக இருந்தது. எந்த ஆரவாரமும் இல்லாமல், அந்த இடம் அமைதியாக இருந்தது.

உள்ளே சென்ற நடாஷாவும் மையிஷாவும், அங்கு இருந்த புத்தகங்களைப் பார்த்து ஆச்சரியம் அடைந்தனர். அங்கு வேலை செய்யும் இரண்டு பிலிப்பீன் நாட்டு பெண்களைத் தவிர்த்து வேறு யாரும் இல்லை.

துபையிலும், ஷார்ஜாவிலும் எத்தனையோ ஆடம்பரமான பெரிய நூலகங்கள் இருக்கின்றன. ஆனால், இந்தச் சின்ன, பழைய நூலகத்தை பர்வீன் தேர்வு செய்திருந்தாள். இந்த இடத்தில், தங்களுக்கு வேண்டிய புத்தகங்களைத் தேடி எடுக்க மகள்கள் கற்றுக்கொள்ள வேண்டும் என்று பர்வீன் நினைத்தாள்.

ஆளுக்கு இரண்டு புத்தகங்கள் எடுத்துக்கொள்ளுங்கள் என்று பர்வீன் சொன்னாள். குழந்தைகள் இருவரும் பொறுமையாக சுற்றிப் பார்த்தார்கள்.

அங்கு இருந்த ஒரு பெண்ணிடம், மகள்களுக்கு நல்ல எழுத்தாளர்களை அறிமுகம் செய்ய உதவ வேண்டும் என்று வேண்டினாள். அந்தப் பெண், மையிஷாவிடம் பேசியபடியே புத்தகங்களைக் காட்டிக்கொண்டிருந்தாள்.

பர்வீன், நடாஷாவுக்கு ஹாரி பாட்டர் புத்தகத்தைக் காட்டினாள். அதில் ஒரு புத்தகத்தைப் பள்ளியில் படித்ததாகவும் அதனால், தனக்கு ஹாரி பாட்டர் வேண்டாம் என்றும் சொல்லிவிட்டாள். 'இப்படிச் சொல்லிட்டாளே?' என்று மனத்துக்குள் நினைத்தாள். இருந்தாலும், "சரி நட்டும்மா, நீ அந்த ஆன்ட்டிகிட்ட ஹெல்ப் வேணும்னா கேட்டுக்கோ" என்று சொல்லி, அங்கிருந்து நகர்ந்தாள்.

மையிஷாவின் கைகளில் இரண்டு புது எழுத்தாளர்கள் இருந்தார்கள். ஒன்று, ஜூடி மூடி என்ற புத்தகம். அந்தப் புத்தகத்தின் அட்டைப் படத்தில் மையிஷாவைப் போலவே ஒரு சுட்டிப் பெண் இருந்தாள். இன்னொன்று, துப்புரவுக் கதை. பர்வீன், அந்தப் பிலிப்பீன் பெண்ணைப் பார்த்து நன்றி சொன்னாள்.

இன்னொரு பெண்ணிடம் நடாஷா என்னவோ கேட்டுக்கொண்டு இருப்பதை பர்வீன் பார்த்தாள். அருகில் சென்று பார்த்தபோது, அவள் கைகளில் கனமான ஒரு புத்தகம் இருந்தது. பெர்சி ஜாக்சன் எழுதிய புத்தகத் தொடரின் முதல் புத்தகம், அவள் கைக்கு அடங்காமல் இருந்தது. ஹாரி பாட்டரைத் தாண்டி, குழந்தைகளின் பிரிவில் எந்த எழுத்தாளரைப் பற்றியும் பர்வீனுக்குத் தெரியாது.

மையிஷாவுக்கு இரண்டு வாரமும், நடாஷாவுக்கு மூன்று வாரமும் படிக்க அவகாசம் கிடைத்தது. இருவரும் கைகளில் புத்தகத்தை எடுத்துக்கொண்டு சந்தோஷமாக அங்கிருந்து வெளியே வந்தது பர்வீனுக்கு நிறைவாக இருந்தது.

காரில் உட்கார்ந்தவுடன், ஜூடி மூடியின் பக்கங்களை மையிஷா திருப்பிக்கொண்டிருந்தாள். “நட்டும்மா, உனக்கு எப்படி இந்த ரைட்டர தெரியும்?” என்று கேட்டாள் பர்வீன்.

“என் க்ளாஸ்மேட் ஒருத்தி, இந்தப் புத்தகங்களைப் பற்றிச் சொல்லியிருக்கா அம்மி. யூ நோ.. இது முழுக்க கிரீக் மிதாலஜி” என்று அவள் சொன்னபோது, பர்வீனுக்கு ஆச்சரியம் தாங்கவில்லை. இப்படி ஒன்றை அவள் தேர்ந்தெடுப்பாள் என்று கனவில்கூட பர்வீன் யோசிக்கவில்லை.

அங்கு இருந்து பதினைந்து நிமிடங்களில் மீனா பஜாரை அடைந்தார்கள். மீனா பஜார், சென்னை பாண்டி பஜாரை பர்வீனுக்கு நினைவுபடுத்தியது. பார்க்கிங் கிடைப்பது எப்போதும் குதிரைக்கொம்பாக இருக்கும். இன்று அதிசயமாக பார்க்கிங் கிடைத்தது.

கல்யாண் சில்க்ஸ் என்ற கடையைக் கடந்தவுடன், சின்ன சந்து ஒன்று வந்தது. அங்கு சின்னச் சின்ன கடைகள் இருந்தன. இந்தியாவில் உள்ள எல்லா மாநிலங்களின் துணிமணிகளையும் விலை பேசி வாங்கும் சௌகரியம் இங்கு உண்டு. ஒரு கடையின் வாசலில், இரண்டு பொம்மைகள் மிக அழகாக சுடிதார் அணிந்துகொண்டு நின்றுகொண்டிருந்தன. உள்ளே சென்று பார்த்தவளின் கண்களுக்குப் பாகிஸ்தான் துணிகள் தெரிந்தது.

பர்வீனுக்குப் பிடித்த லான் என்று ஒரு வகையான காட்டன் சுடிதார்கள் அங்கு வைக்கப்பட்டிருந்தன. வெங்காயக் கலரில் ஒரு சுடிதாரை எடுத்துப் பார்த்துக்கொண்டிருந்தாள். நடாஷா வந்து பார்த்து நன்றாக இருக்கும் என்று சொல்ல, அதையே வாங்கிக்கொண்டாள்.

இன்னும் கொஞ்சம் தொலைவில் இருக்கும் டெய்லர் கடைக்குச் சென்று நடாஷாவுக்கும் மையிஷாவுக்கும் பாவாடை சட்டை தைக்க அளவு எடுக்கச் சொன்னாள் பர்வீன். தையல்காரர் தெரிந்தவர் என்பதால், ஒரு தாளில் எப்படித் தைக்க வேண்டும் என்று வரைந்து காட்டினாள். அவளுக்குத் திருப்தி இல்லாததால், அலைபேசியில் சில பாவாடை வடிவமைப்புகளைக் காட்டினாள்.

‘‘நான் தச்சுத் தரேன்.. கவலை வேண்டாம்’’ என்று தையல்காரர் ஹிந்தியில் சொல்ல, ‘‘இல்லன்னா உங்களுக்குத்தான் இரட்டே வேலை’’ என்று சொல்லி, அங்கிருந்து மகள்களுடன் கிளம்பினாள்.

இப்படியே, வீட்டை விட்டு வந்து மூன்று மணி நேரம் கடந்திருந்தது. நடாஷாவும் மையிஷாவும் சோர்ந்துபோய்விட்டார்கள். நூலகத்தில் இருந்து வீட்டுக்குச் சென்றிருக்க வேண்டும் என்று பர்வீன் நினைத்தாள். இதனை உடனே சரி செய்ய, குழந்தைகளைப் பக்கத்தில் இருந்த பாஸ்கின் ராபின்ஸ் என்ற ஐஸ்க்ரீம் கடைக்கு அழைத்துச் சென்றாள்.

18. ஜூடியின் நினைவுகள்

பல மாதங்களுக்குப் பிறகு ஊரில் இருந்து தோழி ஜூடி வந்திருக்கிறாள் என்று பர்வீனுக்குத் தகவல் வந்தது. உடனே, ஜூடியைப் பற்றிய நினைவுகளுக்குள் மூழ்கினாள். மையிஷா பிறந்த பிறகு, அவர்களது குடியிருப்புக்கு ஜூடி குடித்தனம் வந்தாள். முக்கால்வாசி நடுத்தர குடியிருப்புகளில், குழந்தைகள் விளையாட இடம் இருப்பதில்லை. அந்தக் காரணம்தான், ஜூடியையும் பர்வீனையும் இணைத்தது. குழந்தைகள் இங்கும் அங்கும் ஓடி விளையாட, இரண்டு வீடுகளும் விளையாட்டு மைதானம் ஆனது.

கேரளாவில் இருக்கும் கோட்டயம் தான் ஜூடியின் பூர்வீகம். அவளுக்கும் ஜோபல், ஜெசி என்று இரண்டு மகள்கள். ஜோபலுக்குப் பத்து வயது. நடாஷாவைவிட ஜெசி ஒரு வயது மூத்தவள். ஜூடியின் கணவர் ஜோசப்.

ஜோபலுக்கு, மையிஷாவிடம் விளையாடுவது பார்பீயை வைத்து விளையாடுவதைவிட அதிகம்

பிடித்திருந்தது. ஜெஸியும் நடாஷாவும் நல்ல கூட்டாளிகள் ஆனார்கள்.

பர்வீனும் ஜூடியும் வீட்டில் சமைத்ததை அவ்வப்போது பரிமாறிக்கொள்வார்கள். ஜூடி, வெள்ளிக்கிழமை காலை கிளம்பி தேவாலயம் சென்றால், வீடு திரும்புவதற்கு இரவாகிவிடும். அதனால், வார இறுதி நாட்களில் ஜூடியும் பர்வீனும் சந்தித்துக்கொள்வது அபூர்வம்.

ஆண்டுதோறும் டிசம்பர் 2-ஆம் தேதி, அமீரகத்தின் தேசிய நாளாகக் கொண்டாடப்படுகிறது. எப்பொழுதும் கிடைப்பதுபோல், வெள்ளிக் கிழமைக்கு முன் இரண்டு நாள் விடுமுறை கிடைத்தது. இரண்டு நாள் விடுமுறையும், வார இறுதியான வெள்ளி, சனி சேர்த்து மொத்தம் நான்கு நாள்கள் விடுமுறை.

ஐக்கிய அமீரகம் முழுக்க வாண வேடிக்கைகளும், ஷாப்பிங் மால் அனைத்திலும் தள்ளுபடிகளும், குழந்தைகளுக்கான விசேஷமான விளையாட்டுகளும் நகரம் முழுதும் நடைபெறும். அதற்கான விளம்பரப் பதாகைகள் வீதிகள்தோறும் நின்றுகொண்டிருக்கும். இந்த முறை, குழந்தைகளை ஒன்றாக வெளியில் அழைத்துச் செல்ல வேண்டும் என்று பர்வீனும், ஜூடியும் முடிவு செய்தார்கள்.

சலீமுக்கும், ஜோசப்புக்கும் விடுமுறை என்பது, இன்னும் வசதியாக இருந்தது. அந்தப் புதன்கிழமை, சபா பார்க் என்ற இடத்துக்குச் சென்றார்கள். அறுபத்தி நாலு ஹெக்டேர் பரப்பளவில் அந்தப் பார்க் இருந்தது. சினிமாப் படங்களில் அதிகமாகக் காட்டப்படும் ஷேக் ஜாயத் சாலைக்கு அருகாமையில் இருந்தது. குளிர் காலத்தில், அமீரகம் முழுக்க வண்ண

வண்ணப் பூக்கள் சாலைகளை அலங்கரித்து நிற்கும். இதற்கென்று தனி ஆள்களை வைத்து அரசாங்கம் பராமரித்து வருகிறது.

பச்சைப்பசேல் என்று விரிந்து கிடந்த பூங்காவில், தரையை ஒட்டி பல வடிவங்களில், பல வண்ணப் பூச்செடிகள் வரிசையாகப் பூத்து நின்றுகொண்டிருந்தன.

பர்வீனும் ஜூடியும் பேசிக்கொண்டு நடந்தார்கள். தரை விரிப்புகள், தண்ணீர் பாட்டில்கள், நொறுக்குத்தீனிப் பண்டங்களை எடுத்துக்கொண்டு, சலீமும் ஜோசப்பும் நடந்தார்கள். நடாஷா, ஜெசி இருவரும் மனம்போல் இங்கும் அங்கும் ஓடிக்கொண்டிருந்தார்கள். ஜோபல், மையிஷாவின் கையைப் பிடித்துக்கொண்டு மெதுவாக நடந்து, ஊஞ்சல் விளையாடும் இடத்துக்குள் சென்றாள்.

பூங்காவின் நடுப் பகுதியில் நீரூற்று இருந்தது. அதைப் பார்த்து குழந்தைகள் இன்னும் சந்தோஷப்பட்டார்கள். நீரோடைக்குப் பக்கத்தில் நல்ல நிழலான இடம் கிடைத்தது. அங்கு, தரை விரிப்பை விரித்துப் போட்டு அமர்ந்தார்கள்.

பர்வீன், ஜூடி, சலீம், ஜோசப் பேசிக்கொண்டு இருந்தார்கள். கண்ணுக்கு எட்டும் தொலைவில் நடைபாதை தெரிந்தது. மறுபக்கம் சைக்கிள் பாதை நேர்த்தியாக இருந்தது. அதைப் பார்த்த பின்புதான், பர்வீனுக்கும் ஜூடிக்கும் பிள்ளைகளின் சைக்கிள்களைக் கொண்டுவந்திருக்கலாம் என்று தோன்றியது.

ஷேக் ஜாயத் சாலையில், கட்டடங்கள் பிரம்மாண்டமாக நின்றுகொண்டிருந்தன. ஜோசப்,

துபாய் வந்து கிட்டத்தட்ட இருபது வருடங்கள் ஆகியிருந்தது. துபாயின் வளர்ச்சி ஒவ்வொரு முறையும் வியக்கவைக்கிறது என்று சலீமிடம் சொல்லிக்கொண்டிருந்தான்.

அப்படியே, இருவரும் வேலைகளைப் பற்றி பேசிக்கொண்டிருந்தார்கள். 'என்னதான் இருந்தாலும், 2007, 2008-ல் இருந்த பொற்காலம் திரும்புமா என்று தெரியல' என்று சலீமும் சொன்னான். அதை ஆமோதிப்பதுபோல், "ரொம்ப சரியாச் சொல்றீங்க" என்றான் ஜோசப். துபாய் எக்ஸ்போ பற்றியும், நாட்டின் பெருளாதாரம், வேலைவாய்ப்பு பற்றியும் இருவரும் உரையாடிக்கொண்டிருந்தார்கள்.

"போதும், போதும்.. இங்க வந்தும் வேல அது இதுன்னு.." என்றாள் பர்வீன்.

"இவங்க பசங்களோட ரிலாக்ஸ் பண்ணுவாங்கன்னு பார்த்தா.." என்று ஜூடி தொடர்ந்தாள்.

"ரெண்டு பேரும் ஆரம்பிச்சுட்டாங்க. வாங்க சலீம், அப்படியே குழந்தைங்க விளையாடுற ப்ளே ஏரியா வரைக்கும் போயிட்டு வருவோம்" என்று ஜோசப் சொல்ல, இருவரும் அங்கிருந்து கிளம்பினார்கள்.

ஏழு மணிக்கு வாண வேடிக்கை என்று இருந்தது. பூங்கா முழுவதும், மக்கள் கூட்டம் கொஞ்சம் கொஞ்சமாக அதிகரித்துக்கொண்டிருந்தது. பூங்காவின் பச்சைப்பசேல் அடையாளம் மறைந்து, மனிதர்கள் அதிகமாகத் தெரிந்தார்கள்.

தெரு விளக்குகள், கார்த்திகை தீபம் போல் நகரம் முழுக்க மின்னிக்கொண்டிருந்தன. ஏழு மணி ஆக சில நொடிகள்.. அங்கு இருந்தவர்கள் த்ரீ, டூ, ஒன் என்று

கோஷம் போட்டு முடிக்கவும், வாணவேடிக்கை தொடங்கவும் சரியாக இருந்தது. நான்கு குழந்தைகளும் அதைப் பார்த்து கைதட்டி ஆரவாரம் செய்தனர்.

பெரிய பூக்களாக, சங்குச் சக்கரமாக, வண்ண வண்ண நெருப்புத் துளிகளாக, வாண வேடிக்கை இருட்டை வெளிச்சமாக்கிக்கொண்டிருந்தது. அது முடிந்ததும், மக்கள் இயல்பு நிலைக்குத் திரும்பினார்கள்.

சிலர், இரவு உணவை அங்கேயே சாப்பிட ஆரம்பித்தார்கள். சிலர் கிளம்பிச் சென்றார்கள். சலீமும் ஜோசப்பும், பக்கத்தில் இருக்கும் நல்ல அரபி உணவகத்துக்குச் செல்லலாம் என்று சொல்ல, அங்கிருந்து குழந்தைகளோடு கிளம்பினார்கள்.

19. துபாய்க்குக் கடிதம்

மாலையில், ஜோபியும் ஜெஸியும் வருவார்கள் என்று நடாஷா தன் பொம்மைகளோடு காத்துக்கொண்டிருந்தாள். அதிக நேரம் ஆகியும் வராததால், அவர்கள் வீட்டுக்கு மையிஷாவை அழைத்துக்கொண்டு நடாஷா சென்றாள்.

சிறிது நேரத்திலேயே நடாஷாவும், மையிஷாவும் திரும்பி வந்ததைப் பார்த்து பர்வீனுக்கு ஆச்சரியமாக இருந்தது. குறைந்தபட்சம் அரை மணி நேரமாவது இவர்கள் அங்கு விளையாடுவது வழக்கம்.

"என்ன ஆச்சு? ஏன் வந்துட்டீங்க?" என்று மகள்களிடம் விசாரித்தாள் பர்வீன்.

"ஜூடி ஆன்ட்டிக்கு ஹெட்ஏக். சேச்சி யாரும் விளையாட வரல. அப்புறம் வர்றதா சொல்லிட்டாங்க" என்று நடாஷா பதிலளித்தாள்.

ஜூடிக்கு, மைக்ரேன் என்று சொல்லப்படும் ஒற்றைத் தலைவலி அடிக்கடி வரும் என்று

பர்வீனுக்குத் தெரியும். அப்படித்தான் அன்றும் என்று நினைத்துக்கொண்டாள். இவள் அனுப்பிய குறுஞ்செய்திக்கு எந்தப் பதிலும் இல்லை. ஜெசி, ஜோபி விளையாட வரும்போது விசாரிக்கலாம் என்று இருந்தவளுக்கு, அவர்கள் வராதது ஏமாற்றமாக இருந்தது.

அன்றையபொழுது அப்படியே கழிந்தது. மறுநாளும் அப்படித்தான் ஆரம்பமானது. பர்வீன், மகள்களை பள்ளிக்கு அனுப்பிவிட்டு ஜூடி வீட்டுக்குச் சென்றாள். ஜோபி வந்து கதவைத் திறந்தாள். இதைக் கொஞ்சமும் எதிர்பார்க்காத பர்வீன், ''என்ன ஜோபி, ஸ்கூல் போகலையா?'' என்றாள். ''இல்ல ஆன்ட்டி. அம்மே சுகமில்லை, அதான்..'' என்று முடிக்காமல் நிறுத்தினாள். ஜூடி தூங்கட்டும் என்றும், மதியச் சாப்பாட்டை தான் கொண்டுவருவதாகவும் சொல்லிவிட்டு பர்வீன் வீடு வந்தாள்.

எப்பொழுதும்போல் காலையிலேயே மதியச் சாப்பாட்டை பர்வீன் செய்து முடித்து இருந்தாள். ஜூடி வீட்டுக்காக மீண்டும் மதிய உணவைத் தயாரிக்க ஆரம்பித்தாள். அப்படியே, இரவுக்கு வேண்டிய தோசை மாவு, கொஞ்சம் தக்காளிச் சட்னியும் செய்து முடித்தாள். இரண்டு மணி நேரம் கழித்து, சாப்பாடு எடுத்துக்கொண்டு ஜூடி வீட்டுக்குச் சென்றாள். காலிங் பெல் சத்தத்தில் ஜூடி எழுந்துவிடுவாள் என்று தோன்றியதால், கதவை மெதுவாகத் தட்டினாள்.

இந்த முறை, ஜோசப் கதவைத் திறந்தான். ஜோசப் வேலையில் இருக்கும் நேரம் அது. அவர் எப்படி வீட்ல.. என்று நினைத்தாள். ஜூடி எப்படி இருக்கிறாள் என்று விசாரித்தாள். ''பரவாயில்லை, உங்களுக்கும் ஏன் வீண் சிரமம். ஹோட்டல்ல ஆர்டர் பண்ணி இருப்பேன்'' என்று சொன்னான் ஜோசப்.

“பரவாயில்லை, இருக்கட்டும். பக்கத்துல இருந்துட்டு இதுகூட செய்யலன்னா எப்படி?” என்று சொல்லி, சாப்பாட்டைக் கொடுத்துவிட்டு பர்வீன் கிளம்பினாள்.

ஜூடியின் அப்பா இறந்தபோது, இந்தியாவுக்குச் சென்று திரும்பியவள், யாரிடமும் பேசாமல் தன்னை தனிமைப்படுத்திக்கொண்டது பர்வீனுக்கு ஞாபகம் வந்தது. பின்னாளில், அனுப்பிய மெசேஜுக்குக்கூட ஏன் பதில் கொடுக்கவில்லை என்று பர்வீன் கேட்டிருக்கிறாள். அதற்கு, மனசு அதிகமாகச் சோர்ந்துபோகும்போது, அந்த வலியைத் தின்று ஜீரணிப்பதற்கு தனிமைதான் உதவுகிறது என்று ஜூடி பதில் சொல்லி இருக்கிறாள்.

பர்வீனுக்கு இப்பொழுது குழப்பமாக இருந்தது. தலைவலி என்றாலும், வேறு ஏதாவது என்றாலும் ஜூடி பதில் கொடுக்கப்போவதில்லை என்று தோன்றியது. ஜோசப்பிடமும் கேட்க முடியாது.

இப்படியே இரண்டு நாட்கள் புதிராக நீண்டு சென்றது. ஒருநாள், பர்வீன் தன் அம்மாவிடம் போனில் பேசிக்கொண்டிருந்தாள். அப்பொழுது அவள் வீட்டு காலிங் பெல் ஒலித்தது. கதவைத் திறந்தவளுக்கு, அங்கு நின்றிருந்த ஜூடியைப் பார்க்க சந்தோஷமாக இருந்தது.

தன் அலைபேசியின் இணைப்பைத் துண்டித்துவிட்டு, “நல்லவேள வெளியில வந்தீங்க. எப்படி இருக்கீங்க? தலைவலி பரவாயில்லையா?” என்று தொடர்ந்து கேள்விகளை அடுக்கினாள்.

“எல்லாம் ஓகே. குட்டிங்க சொகமா?” என்று, நடாஷாவையும் மையிஷாவையும் பற்றி ஜூடி

கேட்டாள். அவள் குரல், எப்பொழுதும்போல் இல்லாமல் சோர்ந்திருந்தது. இன்னும் இரண்டு வார்த்தை வெளியே வந்தால், அவள் குரல்வளை நின்றுவிடும் என்று பர்வீனுக்குப் பட்டது. எழுந்துபோய் ஜூடி பக்கத்தில் உட்கார்ந்தாள்.

''என்ன ஆச்சு ஜூடி? ஏதோ ப்ராப்ளம்னு என் மனசுக்குப் படுது. ப்ளீஸ் சொல்லு'' என்று, அவள் தோள் மீது கை வைத்தாள்.

ஜூடி, தனக்குள் அடக்கிவைத்திருந்த வலிகளை வெளியே கொட்ட ஆரம்பித்தாள். 'ஜோசப்பை வேலையில் இருந்து எடுத்துட்டாங்க' என்று ஜூடி கலங்கினாள்.

'திடீர்னு எப்படி?' என்று இந்த ஊரில் கேட்க முடியாது என்று பர்வீனுக்குத் தெரியும். எல்லாச் சங்கடங்களும் இங்கு திடீர் என்றுதான் வரும். எத்தனையோ தெரிந்த மனிதர்கள், காலை அலுவலகம் சென்று மாலை டெர்மினேஷன் கடிதத்தோடு திரும்பியிருக்கிறார்கள் என்பது பர்வீன் அறிந்த விஷயம்.

''இப்ப என்ன யோசிச்சு இருக்கீங்க?'' என்று பொறுமையாகக் கேட்டாள் பர்வீன். எதுவும் புரியவில்லை என்றும், வேறு வேலைக்கு நண்பர்களிடம் சொல்லி வைத்திருப்பதாகவும் பதிலளித்தாள். அது மட்டுமில்லை, வேலை பார்த்துக்கொண்டிருந்த அலுவலகத்தில் விசா ரத்து செய்யப்பட்டுவிட்டதாகவும், ஆறு மாதத்துக்குள் வேறு வேலையை தேடிக்கொள்ளுமாறு சொல்லிவிட்டது என்ற கூடுதல் விவரமும் தெரிந்தது.

''கண்டிப்பா வேலை கிடைச்சுடும். வீட்டு கான்ட்ராக்ட் இன்னும் ஏழு மாதம் இருப்பது நல்லதாப் போச்சு'' என்று ஜூடியிடம் பர்வீன் சொன்னாள்.

''கிடைக்கணும், இல்லன்னா..'' என்று ஜூடி குரல் தழுதழுத்தது. அவள் கையை பிடித்து, ''கண்டிப்பாக கிடைக்கும்'' என்று உறுதியாகச் சொன்னாள் பர்வீன்.

இரண்டு மாதங்கள் சென்ற பிறகும், ஜோசப் வீட்டில்தான் இருந்தார். பிள்ளைகள் கொஞ்ச நாள் பள்ளிக்குப் போகாமல் வீட்டிலேயே இருந்தார்கள். பள்ளிக் கட்டணம், வீட்டு வாடகைக்கு இந்தியாவில் இருந்த சேமிப்புப் பணத்தை வரவழைத்திருந்தார்கள்.

நாளுக்கு நாள் அந்த வீடு இறுகிக்கொண்டிருந்தது. பர்வீன் முடிந்தவரை, ஜோசப் இல்லாத நேரமாகப் பார்த்து, குழந்தைகளுக்குத்தீனிப்பண்டங்கள்வாங்கிச் சென்று அவர்களது சமயலறையில் வைத்துவிடுவாள். ஜூடியை வார்த்தைகளால் சமாதானப்படுத்த பர்வீனுக்கு எந்த வழியும் தெரியவில்லை. சில கணங்களை சிரமப்பட்டுக் கடப்பதை தவிர, வாழ்க்கை வேறு வழி கொடுப்பதில்லை என்பதை உணரும் தருணங்களாக மாறிக்கொண்டிருப்பதை, பர்வீன் உணர்ந்தாள்

இன்று இல்லையென்றால், நாளை வேலை கிடைத்துவிடும் என்ற நம்பிக்கையில், ஐந்து மாதங்களாக சேமிப்பை செலவழித்துக் கொண்டிருந்தார்கள். ஜெசியைவிட ஜோபி, காலையில் பூத்து மாலையில் உதிர்ந்த மலர் போல் மாறிக்கொண்டிருந்தாள்.

தன் குழந்தைகளோடு அவர்களையும் அவ்வப்போது பர்வீன் வெளியே அழைத்துச் செல்வாள். அப்படி ஒருநாள், ஜோபியின் பள்ளிக்கூடத்தை வண்டியில் கடந்துகொண்டிருந்தார்கள். ஜோபியின் கண்களில் நீர் கசிவதை வண்டியில் இருந்த கண்ணாடியில் பார்த்து பர்வீன் மௌனமானாள். ஜோபி, தன் பள்ளிக்கூடத்துக்கு யாருக்கும் தெரியாமல் டாடா சொல்வதுபோல் கையசைத்தாள்.

இந்தக் காட்சி, பர்வீனிடம், இரவு முழுக்க உறக்கத்தின் மீது வைத்த பாறாங்கல் போன்று நின்றுகொண்டது. இன்னும் இரண்டு வாரங்கள்தான் இருந்தது, அவர்கள் இந்தியாவுக்குத் திரும்பிச் செல்ல. ஜெஸி வீட்டின் இறுக்கம், பர்வீன் வீட்டில் தனியாக இருக்கும்போது இங்கும் குறைவில்லாமல் படர்ந்துகொண்டிருந்தது.

மறுநாள் காலை, ஜூடி வந்தாள். முகத்தில் எந்தச் சலனமும் இல்லை. அவள் கையில் ஒரு காகிதம் இருந்தது. நேற்று ஜோபியை காரில் அழைத்துச் சென்றபோது, பள்ளியைப் பார்த்து அவள் கண்ணீர் விட்டதைப் பற்றி சொல்ல வேண்டாம் என்று பர்வீன் நினைத்தாள்.

பேசிக்கொண்டிருக்கும்போது, ''இதைப் படித்துப் பார்'' என்று, கையில் இருந்த காகிதத்தை பர்வீனிடம் கொடுத்தாள். ஜோபி எழுதி, தனது புத்தகத்தில் மறைத்துவைத்திருந்தாள் என்று ஜூடி சொன்னாள்.

அதைப் பர்வீன் வாங்கிப் படித்தாள்..

''அவ்வளவுதானா? பிறந்ததில் இருந்து இப்பொழுது வரை துபாயில் இருந்த வாழ்க்கை முடிவுக்கு வருகிறதா? நான் இங்கு வாழ்ந்தது முடியப்போகிறதா? ஒருமுறை மீண்டும் டைம் மெஷினை சுற்றிக்கொள்ள முடியுமா? ஒரே ஒரு முறை மட்டும்.

துபாய் ஏன் எனக்கு நிரந்தரம் இல்லாமல் போகிறது? நான் இங்கு இருந்து நிஜமாக போகப்போகிறேனா? ஒருமுறை ஷவர்மா சாப்பிட்டுக்கொள்ளட்டுமா? ஒரு லபான் குடித்துக்கொள்ளட்டுமா? பாலைவனத்தில் உட்கார்ந்து, ஒரு சூரிய உதயம் பார்த்துக் கொள்ளட்டுமா? ஒருமுறை என் குடும்பத்துடன் நீண்ட பாலைவனப் பயணம் செய்துகொள்ளட்டுமா? ஒரு வாணவேடிக்கை பார்த்துக்கொள்ளட்டுமா?

ஒரு ரமளான் மாதத்தை ரசித்துக்கொள்ளட்டுமா? கடலில் மூழ்கி என் தங்கையோடு ஒருமுறை விளையாடிக்கொள்ளட்டுமா? பாலைவனத்தின் மடியில் ஓர் இரவு கிடந்து வரட்டுமா? என் தோழிகளோடு பள்ளியில் ஒருமுறை கால்பந்து விளையாடட்டுமா? ஒரே ஒருமுறை..

ஒரே ஒரு வருடம்? ஒரே ஒரு நாள்? எல்லாம், மீண்டும் ஒருமுறை. இப்படி எல்லாம் முடிவதை என்னால் தாங்கமுடியவில்லை. நிஜமாகவே முடியவில்லை. துபாய்! இது வெறும் இடம் மட்டும் இல்லை. என்னைப் போன்று இங்கு வளர்ந்தவர்களுக்கு எல்லாருக்கும் இருக்கும் அதே உணர்வுதான். இது என் வீடு. எப்படி எனக்கு துபாய் பிடித்துப்போனது? மேலே சொன்ன எதுவும் இல்லை. இது என்னை அப்படியே ஏற்றுக்கொள்கிறது. என் சந்தோஷங்கள், துக்கங்கள், சிரிப்பு, அழுகை எல்லாவற்றையும் தாங்கிக்கொண்டது. இதுதான் என் துபாய்'' என்று ஜோபி எழுதியிருந்ததைப் படித்து முடிக்கும்போது, பர்வீன் கண்களில் இருந்து கண்ணீர் கசிந்தது.

பதறிப்போய் கண்களைத் துடைத்துக்கொண்டு, ''ஜூடி, இந்தக் குழந்தைக்காவது நீங்க திரும்பவும் துபாய் வருவீங்க'' என்று சொல்லி கட்டி அணைத்துக்கொண்டாள்.

''அம்மியா.. அம்மியா..'' என்ற மையிஷாவின் குரல் கேட்டு, ஜூடியின் நினைவுகளில் இருந்து மீண்டாள் பர்வீன்.

''என்ன மையிஷா..?''

''அபியா எப்ப வருவாங்க..?'' என்று கேட்க, வரும் நேரம்தான் என்று பர்வீன் சொன்னாள்.

20. எல்சா ஆனா கசின்

சலீம் வீட்டுக்கு வந்தவுடன், மையிஷா ஓடிச் சென்று நூலகத்தில் இருந்து அவள் கொண்டுவந்த புத்தகத்தைக் காட்டினாள். அவளைத் தொடர்ந்து நடாஷாவும் அந்தக் குட்டி தலையணைபோல் இருந்த புத்தகத்தைக் கொண்டுவந்தாள்.

மையிஷா காட்டிய புத்தகத்தைப் பார்த்த சலீம், ஷூவைக் கழற்றிக்கொண்டே, ''நீ எதுக்கு இந்தப் புத்தகத்தை எடுத்தாய் என்று எனக்கு தெரியும்'' என்றான்.

''ரியலி! சரி, சொல்லுங்க பார்ப்போம்'' என்று ஆச்சரியத்துடன் பார்த்தாள்.

''ஏன்னா, புக் கவர்ல இருக்கிற பொண்ணு உன்ன மாதிரி இருக்கு.. அது கைல ஒரு நாய்க்குட்டி வேற இருக்கு'' என்று சலீம் சொல்ல..

''கரெக்ட் அபியா.. யூ ஆர் எ மேஜிக்கல் மேன்'' என்று அவன் கழுத்தைப் பிடித்துத் தொங்க ஆரம்பித்தாள்.

நடாஷா கையில் இருக்கும் புத்தகத்தைப் பார்த்து, தீவிரமாக யோசிப்பதுபோல் முகவாயில் கை வைத்துக்கொண்டான். "நட்டும்மா.. படிக்க புக் கொண்டு வருவேன்னு பார்த்தா, தூங்குவதற்குக் கொண்டுவந்திருக்கே.." என்று அவளைக் கொஞ்சம் சீண்டினான்.

"அபியா, இந்த புக் ரொம்ப இன்ட்ரெஸ்டிங்கா இருக்கும்னு என் ஃபிரெண்ட் சொன்னா.." இதைக் கேட்ட சலீம் மனத்தில், பர்வீன் மெசேஜ் செய்த யோசனை ஞாபகம் வந்தது.

கொண்டுவந்த புத்தகங்களை சீக்கிரம் படித்து முடித்துவிட்டால், துபாய் மாலில் இருக்கும் கினோகுனிய என்ற பெரிய புத்தகக் கடைக்கு அவர்களை அழைத்துப்போவதாக வாக்களித்தான்.

"அபியா.. பிங்கி பிராமிஸ்" என்று மையிஷா அவள் சுண்டு விரலை நீட்டினாள். சலீம், இன்ஷா அல்லாஹ் என்று சொல்லி, அவள் சுண்டு விரலுக்கு ஒரு முத்தம் கொடுத்தான்.

இதையெல்லாம், பர்வீன் அமைதியாகப் பார்த்துக் கொண்டிருந்தாள். "மகள்களோட முடிந்ததா? இல்ல.. இன்னும் சாருக்கு வெய்ட் பண்ணனுமா..?" என்று புருவத்தை உயர்த்திக் கேட்டாள்.

"ஜஸ்ட் டூ மினிட்ஸ் மேடம், தோ வந்துடறேன்.." என்று குளியலறைக்குள் சென்றான். இருபது நிமிடங்கள் கழித்து வந்தவன், பர்வீன் அருகில் உட்கார்ந்தான்.

ஜூடி வந்திருப்பதாக ஒரு தோழி மூலம் கேள்விப்பட்டதைச் சொன்னாள். சலீம் மகிழ்ந்தான்.

யப்பா, எவ்வளவு சோதனைகள்..? ஜோசப்பின் பழைய அலைபேசி எண் இருந்தால் அழைத்துப் பார்க்கச் சொல்லி பர்வீன் சொல்ல, சலீமும் அப்படியே செய்தான்.

அந்த எண்ணில் ரிங் போனது. சலீமும், பர்வீனும் ஆவலோடு சில நொடிகள் காத்துக் கொண்டிருந்தார்கள். "ஹலோ.." என்ற ஜோசப்பின் குரல் கேட்டு உற்சாகமாகப் பேச ஆரம்பித்தார்கள். வந்து இரண்டு நாள் ஆகிவிட்டது என்றும், அபுதாபியில் இருப்பதாகவும் ஜோசப் சொன்னான். இப்பொழுது வெளியில் இருப்பதால், ஜூடியின் புது எண்ணைக் குறுஞ்செய்தி அனுப்புவதாகச் சொல்லி, சிறிது நேரத்திலேயே அந்த எண்ணை அனுப்பிவைத்தான்.

பர்வீனுக்குச் சொல்லமுடியாத அளவு சந்தோஷமாக இருந்தது. எந்தத் தாமதமும் இன்றி உடனே அந்த எண்ணை அழைத்தாள். "ஹலோ ஜூடி.." என்ற பர்வீன் குரலுக்குப் பதிலாக, "பர்வீன், சுகானோ? நடாஷா, மையிஷா பின்ன சலீம்.." என்று, அதிக மலையாளச் சாயம் கலந்த தமிழில் ஜூடி பேசினாள்.

"நீ, சொன்ன மாதிரி திருப்பி வந்துட்டோம் பர்வீன். எல்லாம் கர்த்தரின் மகிமை.." என்று, இந்தத் தருணத்துக்காக இறைவனுக்கும் நன்றி சொன்னாள். மனத்தில் இருந்த உணர்வுகளை, வார்த்தைகளால் இருவராலும் பரிமாறிக்கொள்ள முடியவில்லை.

"எப்பொழுது துபாய் வர்றீங்க? சீக்கிரம் வாங்க. ஜோபி மற்றும் ஜெசியை பார்க்கணும்போல இருக்கு" என்று பர்வீன் சொன்னாள். கண்டிப்பாக வருவதாக ஜூடி பதிலளித்தாள். அலைபேசியை வைத்துவிட்டு,

இதுதான் ஈர்ப்பு விதியின் ரகசியம் என்று சலீமிடம் சொன்னாள் பர்வீன்.

"ஏன், நீ சொல்ற ஈர்ப்பு விதி கொஞ்சம் சீக்கிரம் வேலை செஞ்சிருந்தா, அந்தக் குடும்பம் இவ்வளவு கஷ்டப்பட்டு இருக்காதே.." என்றான் சலீம்.

"நீங்க கேட்பது இருநூறு பர்சன்ட் கரெக்ட். அது தள்ளிப்போறதுக்கும் நாமதான காரணம்..?" என்று பர்வீன் கேட்க, அவள் சொல்வது ஒரு வகையில் சரி என்றும், இன்னொரு பக்கம் முழுதாகவும் ஏற்க முடியவில்லை என்று சொல்லி, அந்தத் தலைப்புக்கு சலீம் முற்றுப்புள்ளி வைத்தான்.

நடாஷாவும் மையிஷாவும், கொண்டுவந்த புத்தகத்தை வைத்து படித்துக்கொண்டிருந்தார்கள். சலீம், தொலைக்காட்சியில் சென்னை - மும்பை ஐபிஎல் மேட்ச் பார்க்க ஆரம்பித்தான். பர்வீன் கொஞ்ச நேரம் சலீமுடன் பார்த்துவிட்டு, இந்தியாவில் இருந்துவந்த புத்தகத்தோடு குழந்தைகளின் அறைக்குச் சென்றுவிட்டாள்.

மையிஷா, வௌவால்போல் கட்டிலில் உடம்பை வைத்து தலையை தொங்கப்போட்டு புத்தகத்தைப் படித்துக்கொண்டிருந்தாள். நடாஷா, சிரித்துக்கொண்டே படித்துக்கொண்டிருந்தாள். இந்தக் காட்சி, பர்வீன் கண்களுக்குக் குளிர்ச்சியாக இருந்தது. 'அல்லாஹ்வே, எப்படியாவது இந்தக் காட்சியை அடிக்கடி என் கண்களில் காட்டு' என்று மனத்துக்குள் சொல்லிக்கொண்டாள்.

இப்படியே அரை மணி நேரம் போனது. பர்வீன் சரியாக வாசிக்காமல், அடிக்கடி மையிஷா படித்துக்கொண்டு புன்முறுவல் செய்வதைப் பார்த்து ரசித்துக்கொண்டே

இருந்தாள். நடாஷா, பர்சி ஜாக்சன் புத்தகத்தில் எதையோ தேடிக்கொண்டிருப்பதுபோல் தெரிந்தது. இந்தக் காட்சியை, நடாஷாவுக்குத் தெரியாமல் தன் அலைபேசியில் படம் பிடித்துக்கொண்டாள். மெதுவாக, அங்கிருந்து வெளியே வந்து, அந்தப் படத்தை சலீமிடம் காட்டினாள். இது பர்வீனின் நீண்ட நாள் கனவு என்று அவனுக்குத் தெரியும். "குட் ஜாப் அம்மியா.." என்று சொல்லிவிட்டு, மீண்டும் கிரிக்கெட் பார்க்கத் தொடங்கினான்.

சலீம் கிரிக்கெட் பார்க்கும்போது, மற்றவர்களைப் போல் ஆரவாரம் இல்லாமல் அமைதியாக விளையாட்டில் மூழ்கிப்போவான். இதற்கு மேல் அவனிடம் பேச முடியாது என்று தெரிந்து, மீண்டும் உள்ளே சென்றாள் பர்வீன்.

இரண்டு பேரும் ஏதோ மும்முரமாகப் பேசிக் கொண்டிருந்தார்கள். சின்ன விவாதம்போல் தெரிந்தது.

பர்வீனைப் பார்த்தவுடன், "அம்மியா, எல்சா, ஆனாவோட கசின் யாரு தெரியுமா?" என்று நடாஷா கேட்டாள்.

இந்தக் கேள்வியை பர்வீன் கொஞ்சம்கூட எதிர்பார்க்க வில்லை. "என்ன..?" என்று மீண்டும் கேட்டாள்.

"அம்மியா, ப்ரோசன் மூவியில் வர்ற ஆனா, எல்சா.." என்று ஞாபகப்படுத்தினாள் நடாஷா.

மகள்கள் வற்புறுத்தலால், இரண்டு மூன்று முறை அந்தப் படத்தை பர்வீன் பார்த்திருக்கிறாள். படத்தில் அப்படி ஒரு விஷயம் இருப்பதாக அவளுக்குத் தோன்றவில்லை.

எல்சா, ஆனாவுக்குக் கசின் இருப்பதுபோல் எந்தக் காட்சியும் இல்லையே என்று பர்வீன் சொன்னாள். ஆனா என்ற இளவரசி, கோட்டையை விட்டு ஆடிக்கொண்டு வெளியே வரும் காட்சியை மையிஷா விவரிக்க ஆரம்பித்தாள்.

“அம்மியா.. அப்ப ரபான்ஜல் பின்னாடி வருவாளே..” என்று நடாஷா சொன்னாள். அத்தனை முறை பார்த்தும் அந்தக் காட்சி எப்படி என் கண்ணுக்குத் தெரியாமல் போனது என்று நினைத்தவள், “அப்படியா” என்றாள் பர்வீன்.

ரபான்ஜல் என்பது இன்னொரு டிஸ்னி படம் என்பது மட்டும் தெரியும். ஆனால், இதை எப்படி இவர்கள் சொல்கிறார்கள் என்று மகள்களிடம் கேட்டாள்.

அதாவது, எல்சா, ஆனா அம்மாவும், ரபான்ஜல் அம்மாவின் முகச் சாயலும் ஒன்றாக இருக்கிறது என்ற புது தகவலைத் தெரிவித்தார்கள். அது மட்டுமா..? ஆனா ஆடும் காட்சில், ஒரு நொடியில் வந்து மறையும் பெண் ரபான்ஜலைப்போல் இருப்பாள் என்றார்கள். அதனால், படத்தில் இல்லாத ஒரு விஷயத்தை இவர்கள் இருவரும் ஆராய்ந்து, ரபான்ஜலை சித்தி மகளாக்கிவிட்டார்கள்.

இதைக் கேட்டவுடன், மகள்களின் கற்பனையையும், ஒரு படத்துக்கும் இன்னொரு படத்துக்கும் முடிச்சு போட்டு அலசும் திறமையையும் பார்த்து பர்வீன் வியந்தாள். இதற்கு மேல், “அது யாருன்னு தெரியுமா, இவர் யாருன்னு தெரியுமான்னு? அடுத்த கேள்வி வருவதற்குள், சிரித்துக்கொண்டு வெளியே வந்தாள் பர்வீன்.

சென்னை ஜெயித்துவிட்டதால், அன்று இரவு வெளியில் இருந்து ஆர்டர் செய்து சாப்பிடலாம் என்று

சலீம் சொன்னான். என்ன சாப்பிடலாம் என்ற பலத்த யோசனைக்குப்பின், தலாபாத் என்ற செயலியை திறந்து தேட ஆரம்பித்தார்கள். நடாஷா, பீட்சா கேட்டாள். மையிஷா, பர்கர் வேண்டும் என்றாள். பர்கர் இல்லை என்று தெரிந்ததும், மையிஷாவின் முகம் சுருங்கிப்போனது. கடைசியில், மண்டி ஆர்டர் செய்தார்கள். மண்டி என்பது, யேமன் நாட்டின் மிகப் பிரபலமான உணவு. அரிசியையும் கறியையும் அந்த நாட்டின் சில மிதமான மசாலாக்கள் சேர்த்து தயாரிக்கப்படும் உணவு.

மண்டியை மையிஷா சாப்பிடவில்லை என்றால், அவளுக்குத் தோசை சுட்டுத் தருவதாகப் பர்வீன் சொன்னாள். அதற்கு மண்டியே பரவாயில்லை என்று மண்டிக்கு ஓகே சொன்னாள் மையிஷா.

படுக்கை அறையில் இருந்த பர்வீனின் அலைபேசிக்கு, இரண்டு வாட்சாப் அழைப்புகள் வந்திருந்தன. அதுவும், கல்லூரித் தோழிகளின் குழுவில் வந்திருந்தன. உள்ளே சென்று பார்த்தால், எந்தச் செய்தியும் இல்லை. பர்வீன் யோசித்தபடியே அலைபேசியை எடுத்துச் சென்றாள்.

21. பாட்டியும் பேத்திகளும்

சலீம் அலுவலகம் சென்ற பிறகு, பர்வீனுக்கு நிறைய நேரம் இருந்தது. குழந்தைகளின் தூக்கம் கலைய எப்படியும் பத்து, பத்தரை ஆகும்.

தன் அம்மாவிடம் பேச காலிங் கார்ட் என்ற ப்ரீ பெய்டு கார்டு வாங்கி இருந்தாள். இதில் ஒரு மாதம் வரை பேச முடியும். சில நூறு நிமிடங்களுக்கு வெறும் முப்பது திர்ஹாம் என்பது பெரும் சந்தோசம். இந்த கார்டு கிடைக்காதபோது, பத்து நிமிடங்கள் பேசினாலே பணம் தண்ணீரைப்போல் கரைந்துவிடும்.

“ஹலோ அம்.. அசலாம் அலைக்கும். எப்படி இருக்கீங்க..?” என்று உரையாடல் ஆரம்பமானது.

பர்வீனின் அம்மா, அடிக்கடி நடாஷா, மையிஷாவைப் பற்றி கேட்டுக்கொண்டிருந்தாள். பர்வீனுக்கு அக்பர் என்று ஒரு அண்ணன் டெல்லியில் இருக்கிறான். அவனுக்கு ஒரு வளர்ந்த மகன் இருக்கிறான். ஆனால், பர்வீனின் அம்மாவுக்கு நடாஷா, மையிஷா மீதுதான் பாசம் அதிகம். பெண் பிள்ளைகள் மீது கொஞ்சம்

கூடுதல் பாசம் இருப்பது சகஜம்தான் என்று வீட்டில் இருப்பவர்கள் எடுத்துக்கொள்வார்கள். இப்படி அண்ணனும், அண்ணியும் புரிந்துகொண்டதில், பர்வீனுக்கு நிம்மதி.

குழந்தைகள் இன்னும் தூங்கிக்கொண்டு இருக்கிறார்கள் என்றும், அவர்கள் எழுந்ததும் திரும்பவும் அழைப்பதாகவும் சொல்லிவிட்டு அலைபேசியை பர்வீன் அணைத்துவைத்தாள்.

நடாஷா, மையிஷாவின் குறும்புத்தனங்களை வாட்சாப் வீடியோவாக அம்மாவுக்குத் தொடர்ந்து அனுப்பிக்கொண்டிருப்பாள். எவ்வளவு புகைப்படங்கள் அனுப்பினாலும், பேத்திகளைத் தொட்டுக் கொஞ்சி விளையாடும் நாளுக்காக அவள் ஏங்கிக்கொண்டிருந்தாள். அலைபேசியில் பேசும்போது, அம்மா அவ்வப்போது கண் கலங்குவது பர்வீனுக்குத் தெரிந்துவிடும்.

ஜூலை, ஆகஸ்ட் மாதங்களில், அமீரகத்தில் படிக்கும் குழந்தைகளுக்குக் கோடை விடுமுறை. அதனால், துபாய் மற்றும் சுற்றியிருக்கும் ஷார்ஜா, அபுதாபி போன்ற பரபரப்பான ஊர்களில்கூட வாகன நெரிசல் குறைந்துவிடும். பெரும்பாலும், மக்கள் தங்கள் குடும்பத்துடன் ஒரு மாதத்துக்கு சொந்த ஊருக்கோ, அல்லது டூரோ சென்றுவிடுவார்கள். ஒவ்வொரு முறை அலைபேசியின் பேசும்போதும், இன்னும் இத்தனை நாள் காத்திருக்க வேண்டுமே என்று அம்மா புலம்பும்போது, பர்வீன் பெருமூச்சு விடுவாள்.

சலீம் சில மாதங்களுக்கு முன்புதான் வேலை மாறியிருந்தான். அதனால், இப்போதைக்கு அவனுக்கு விடுமுறை கிடைப்பது கடினம். அதுமட்டுமில்லாமல், முன்பு வேலை பார்த்த

நிறுவனமே, குடும்பத்தினர் அனைவரும் ஊருக்குப் போகும் விமானச் செலவை ஏற்றுக்கொண்டது. இப்போதுள்ள நிறுவனத்தில் அந்த வாய்ப்பு இல்லை. அது, ஊருக்குப் போகும் வழியை இன்னும் கடினமாக்கியிருக்கிறது. அத்துடன், ஜூலை, ஆகஸ்ட் மாதங்களில் விமானப் பயணச்சீட்டுகளின் விலை யானை விலை, குதிரை விலை.

விமானச் செலவு குறைவாக இருக்கும் மாதமாகப் பார்த்து, அம்மா அப்பாவைக் கூப்பிட வேண்டும். அப்படி இல்லையென்றால், எப்படியாவது மார்ச் மாதம் குழந்தைகளை அழைத்துக்கொண்டு ஊருக்குப் போக வேண்டும் என்று அவள் மனம் சமாதானம் ஆனது. அதேநேரத்தில், ஊருக்குப் போக வேண்டும் என்று நினைக்கும்போது மனசு சந்தோஷத்தில் குட்டிக்கரணம் போட்டுக்கொண்டது.

நடாஷாவும் மையிஷாவும் விழித்துக்கொண்டார்கள். அவர்கள் காலை உணவு சாப்பிட்ட பிறகு அம்மாவை பர்வீன் மீண்டும் அழைத்தாள். பாட்டியும் பேத்திகளும் என்னென்னவோ பேசினார்கள். இந்த உரையாடல் சட்டென்று முடியாது என்று தெரிந்து, துவைத்த துணிகளைக் காயவைக்க பால்கனிக்கு எடுத்துச் சென்றாள் பர்வீன்.

நடாஷா, அவள் நானிமாவிடம் - அதாவது, பாட்டியை அவர்கள் அப்படித்தான் அழைப்பார்கள் - வீட்டில் இருக்கும் பூனையைப் பற்றி விசாரித்தாள். அந்தப் பூனையின் பெயர் ஜிங்கி. “நானிமா, ஜிங்கி எங்களை இன்னும் ஞாபகம் வெச்சிருக்கா..?” என்று நடாஷா கேட்டாள்.

உங்களை நல்லா ஞாபகம் வெச்சிருக்கறதோட, பர்வீன் அனுப்பும் அனைத்து புகைப்படங்களையும்

வீடியோக்களையும் பார்ப்பதாகச் சொன்னாள். இதைக் கேட்டு, நடாஷாவும் மையிஷாவும் வீட்டின் கூரையைத் தொடும் அளவுவுக்குக் குதித்தார்கள்.

நீங்க ஊருக்கு வரும்போது,ஜிங்கி அநேகமா குட்டி போட வாய்ப்பு இருப்பதாக நானிமா சொன்னாள். அதுல ஒரு குட்டி எனக்கு என்று மையிஷா குரலை உயர்த்திச் சொல்ல, நடாஷாவும் தனக்கு ஒன்னு என்று சொன்னாள்.

இப்படிப் பேசிக்கொண்டு இருந்தபோதே, அலைபேசி சட்டென்று அமைதியானது. "அம்மியா.. சார்ஜ் போயிடுச்சி" என்று அலைபேசியை எடுத்துக் கொண்டு இருவரும் பர்வீனிடம் ஓடினார்கள்.

பர்வீன்,அலைபேசியைவாங்கிவைத்துக்கொண்டாள். கொஞ்ச நேரம் அவர்களை வாசிக்க உட்கார வைத்துவிட்டு, பர்வீனும் அமர்ந்தாள். ஹாலில் இருந்த தொலைபேசி அலறியது. மினியாகத் தான் இருக்க வேண்டும் என்று நினைத்து, தொலைபேசியை எடுத்தாள் பர்வீன்.

"மினி, உனக்கு நூறு ஆயுசு.." என்று பர்வீன் ஆரம்பித்தாள். இது நியாயமில்லை என்று மினி பதிலளித்தாள். பர்வீனிடம் யாராவது நூறு ஆயுசு என்று சொன்னால், பாதியை எடுத்துக்கொள்ளுமாறு சொல்வது வழக்கம். அதற்கு, முதுமையில் யாருக்கும் சுமையாக இருக்கக் கூடாது என்ற கூடுதல் கவனம் என்று விளக்கம் கொடுப்பதும் உண்டு. அப்படி இருக்க, பர்வீன் மட்டும் எப்படி அப்படிச் சொல்லலாம் என்று விளையாட்டாகச் சீண்டினாள் மினி.

"விடுமுறை முடிய இன்னும் ஒரு வாரம்தான் இருக்கிறது. எப்ப குழந்தைகளைஅழைத்துக்கொண்டு

வரப்போற..?'' என்று, குரலில் கொஞ்சம் கடுமை காட்டினாள் மினி.

மினியிடம் டிரைவிங் லைசன்ஸ் கிடையாது. விடுமுறை நாட்களில் குழந்தைகளை அழைத்துக்கொண்டு மினி வீட்டுக்குச் சென்று ஓரிரு நாட்கள் பர்வீன் தங்குவது வழக்கம். ''நாளைக்குக் காலைல நாங்க கிளம்பி வர்றோம். காலை டிபனை ரெடி பண்ணிடு. இல்லன்னா, வழியில வசந்த பவன்ல உங்களுக்கும் சேர்த்து டிபன் வாங்கிட்டு வந்துடறேன்'' என்று, சட்டென்று நாளைக்கான நிகழ்ச்சியை விளக்கினாள் பர்வீன்.

நீங்க வந்தா மட்டும் போதும் என்று மினி சொன்னாள். ''பலமான விருந்து அது இதுன்னு இழுத்துப் போட்டுக்கிட்டு எதுவும் பண்ணிடாத. நிம்மதியா கொஞ்ச நேரம் பேசிக்கிட்டு இருக்கலாம்..'' என்றாள் பர்வீன். ''சரி.. சரி..'' என்று இருவரும் பேசி முடித்தார்கள்.

படித்துக்கொண்டிருந்த நடாஷாவும் மையிஷாவும், பர்வீனும் மினியும் பேசியதைக் கேட்டு, ஆரவாரமாக அறையை விட்டு வெளியே ஓடிவந்தார்கள். இன்னும் கொஞ்ச நேரம் வாசித்தால்தான் நாளைய நிகழ்ச்சி உறுதி என்று பர்வீன் சிறிது கண்டிப்புடன் சொல்ல, இருவரும் ரூமுக்குள் ஓடினர்.

அலுவலகத்தில் இருந்து வந்த சலீமிடம் பர்வீன் முந்திக்கொண்டாள். மார்ச் மாதம் ஊருக்குப் போக வாய்ப்புள்ளதா என்று கேட்டாள். சலீமால் சட்டென்று எதுவும் சொல்ல முடியவில்லை. அம்மாவைப் பார்க்கணும்போல இருக்கு. இப்படியே ஒரு வருடத்துக்கு மேல் ஆகிவிட்டது என்று வருத்தப்பட்டாள்.

“பார்க்கலாம்” என்று ஒற்றை வார்த்தையைப் பதிலாகச் சொல்லிவிட்டு, உள்ளே சென்றான். சலீம் அலுவலகத்தில் இருந்து வீட்டுக்கு வரும்போது பர்வீன் இப்படி ஒருபோதும் ஆரம்பித்ததில்லை. ம்ம்.. அந்த மூன்று நாட்கள் வரப்போவதற்கான அறிகுறி என்று அவளுக்குத் தோன்றியது

அமைதி, தியானம், பாசம் என்ற பர்வீனின் இயல்பை அப்படியே புரட்டிப் போடுவது, மாதந்தோறும் வரும் மாதவிலக்கு. அப்பொழுது அவள் குரல் முன்பைவிட சத்தமாக இருக்கும். மனத்துக்கு மதம் பிடிக்கும் என்று பர்வீனுக்குத் தெரியும். அதை முடிந்த அளவு சமாளிக்க முயற்சி செய்து தோற்றுப்போன நாட்களும் உண்டு.

22. டிராகன் மார்ட்

விடுமுறையாக இருந்தாலும், நடாஷாவும் மையிஷாவும் அதிகாலையிலேயே எழுந்து விட்டார்கள். சலீம் அலுவலகம் செல்லும்வரை அமைதியாக இருந்த மையிஷா, "எப்ப கிளம்பறோம்?" என்று, விட்டு விட்டுப் பெய்யும் மழைபோல் கேட்டுக்கொண்டே இருந்தாள். இவளுக்காகவே சீக்கிரம் கிளம்பிச் சென்றார்கள்.

மினியின் வீடு இருந்த அடுக்குமாடிக் குடியிருப்பில் நிறைய குழந்தைகள் விளையாடிக்கொண்டிருந்தார்கள். அங்கு வெளி வாகனங்கள் அதிகம் வர வாய்ப்பு இல்லை. அதுமட்டுமில்லாமல், செக்யூரிட்டி இருந்தார். அங்கு விளையாடிக்கொண்டிருந்த ஹானியா, நடாஷாவைப் பார்த்ததும் ஓடி வந்தாள். அவளோடு விளையாடிக்கொண்டிருந்த மற்ற குழந்தைகளும் அவள் பின்னாடியே ஓடிவந்தார்கள்.

"ஹாய் ஆன்ட்டி" என்று பர்வீனைப் பார்த்துச் சொன்னாள் ஹானியா.

“ஹே, திஸ் ஜஸ்ட் மை ஃபிரெண்ட் நடாஷா அண்ட் மையிஷா” என்று அவர்களை தன் தோழிகளுக்கு ஹானியா அறிமுகப்படுத்தினாள்.

நடாஷாவுக்கும் மையிஷாவுக்கும் அந்த இடம் உடனே பிடித்துவிட்டது. தன் வயதையொத்த குழந்தைகள் விளையாடிக்கொண்டிருப்பதை மையிஷா ஏக்கத்துடன் பார்த்தாள். “அம்மியா.. நாமளும் இங்கேயே வந்துடலாமா” என்று சொன்னாள்.

“இன்ஷா அல்லாஹ்.. மினி ஆன்ட்டி நமக்காக வெயிட் பண்ணிட்டு இருப்பாங்க. கம் லெட்ஸ் கோ” என்று சொல்ல, பிள்ளைகளும் பர்வீனும் லிஃப்டுக்குள் ஏறினார்கள்.

மினி கதவைத் திறந்தவுடன், பர்வீன் அவளை அணைத்துக்கொண்டாள். “வாங்க.. வாங்க..” என்றபடி, மையிஷாவின் கன்னத்தை செல்லமாகத் தட்டினாள் மினி.

ஹானியா, நடாஷாவையும் மையிஷாவையும் அழைத்துக்கொண்டு பெட்ரூமுக்குள் சென்றாள். மினியின் வீடு, ஒரு அறையைக் கொண்டது. பெரிய சமையலறை, அதைவிடப் பெரிய பால்கனி இருந்தது.

கீழே குழந்தைகள் விளையாடிக்கொண்டிருந்ததைப் பற்றி மினியிடம் பர்வீன் சொன்னாள். இந்தக் குடியிருப்பில் இருக்கும் ஒரு நல்ல விஷயம் இது என்றும், மாதம் ஒருமுறை, மாம் அண்ட் கிட்ஸ் தினம் கொண்டாடுவதாகவும் மினி சொல்லிக்கொண்டிருந்தாள். அடுத்த முறை மாம் அண்ட் கிட்ஸ் பார்ட்டியில் பர்வீனும் அவளது குழந்தைகளும் கலந்துகொள்ள வேண்டும் என்ற

கேட்டுக்கொண்டாள். கண்டிப்பாக வருவதாக பர்வீன் உறுதி அளித்தாள்.

பால்கனி முழுதும் பச்சைப்பசேல் என்று இருந்த செடிகளை பர்வீன் ஆச்சரியத்துடன் பார்த்தாள்.

"மினி, உங்க வீட்டு பால்கனி கண்ணுக்குக் குளிர்ச்சியா இருக்கு" என்றாள் பர்வீன்.

"போன வாரம்தான் நர்சரி போய் செடிகளை வாங்கிட்டு வந்தேன். எல்லாம் புது வரவு" என்றாள் மினி.

மினி குடியிருக்கும் குடியிருப்பில் பல பால்கனிகளில் பளிச்சென்ற வண்ணங்களில் பூக்கள் தெரிந்தன. குளிர் காலம் தொடங்கிவிட்டால், துபாயில் செடி விற்பனையாளர்களுக்கு நல்ல வியாபாரம். ஏப்ரல் மாதம் இறுதியில், முக்கால்வாசிச் செடிகள் வாடிவிடும். டிசம்பர் வரை பால்கனிகள் வெறிச்சோடிக் கிடக்கும்.

மினி, சமையலறைக்குச் சென்று முட்டை பரோட்டா செய்ய ஆரம்பித்தாள். "மையிஷா சாப்பிடுவாளா?" என்று பர்வீனிடம் கேட்டாள்.

"சாப்பிட வைக்கணும். மையிஷாவின் உணவு பழக்கத்தை இன்னும் சீராக்க முடியல" என்று பர்வீன் புலம்பினாள்.

போகப் போக எல்லாம் சரியாகிவிடும் என்று சொல்லி, ஒரு மாறுதலுக்கு மையிஷாவுக்குத் தான் ஊட்டிவிடப்போவதாக மினி சொன்னாள்.

நடாஷாவும் ஹானியாவும் நல்ல பிள்ளைகளாகச் சாப்பிட்டு முடித்தார்கள். மையிஷாவுக்கு மினி

ஊட்டிவிட ஆரம்பித்தாள். அவளுக்கு எந்தக் கஷ்டமும் கொடுக்காமல் மையிஷா சாப்பிட, பர்வீன் ஆச்சரியமாகப் பார்த்தாள்.

சினிமா பாடல்களைப் போட்டுக்கொண்டு, குழந்தைகள் ஆடிக்கொண்டிருந்தார்கள். பர்வீனைப் போலவே, நல்ல தருணங்களை அலைபேசியில் படம் பிடித்துக்கொள்பவள் மினி. குழந்தைகள் ஆடுவதை பதிவு செய்துகொண்டாள்.

மினியும் பர்வீனும் நீண்ட நேரம் பேசிக்கொண்டிருந்தார்கள். மினியின் கணவர் கட்டடப் பொறியாளர். நாள் முழுக்க பாலைவனத்தில் நின்று மற்றவர்களை வேலை வாங்க வேண்டும். சாண்ட் ஸ்டார்ம் வரும் சமயங்களில், அவனுடைய கண்கள் பழுத்த தக்காளியைப் போல் ஆகிவிடும் என்று சொல்லி வருந்தினாள் மினி.

விடுமுறை நாட்களிலும் வேலை நடக்கும் இடத்துக்குப் போகவேண்டி இருக்கும். ஓய்வில்லாமல் உழைப்பதால் உடம்புக்கு ஏதாவது ஆகிவிடுமோ என்று, மினி தன் பயத்தைச் சொல்லி வருந்தினாள்.

“ஊருக்குப் போகும்போது முதல்ல டாக்டர்கிட்ட கூட்டிட்டுப் போ. எல்லாம் சரியாகிவிடும்” என்று பர்வீன் சமாதானம் சொன்னாள்.

மினியின் கணவனுக்குக் கை நிறையச் சம்பளம். ஆனால், கடந்த ஆறு மாதமாகச் சம்பளம் பாக்கி. இவருக்கு மட்டும் இல்லை, எழுநூறு திர்ஹாம் வாங்கும் கூலி ஆட்களுக்கும் இதே நிலைமைதான் என்று சொல்லி மினி வேதனைப்பட்டாள்.

குடும்பத்தை விட்டுப் பிரிந்து, கடல் கடந்து இங்கு வந்து கஷ்டப்படும் வேலையாட்களை நினைக்கும்போது, பர்வீனுக்கும் மனம் பாரமானது. சுக துக்கங்களை பேசிக்கொண்டிருந்ததில், இருவருக்கும் நேரம் போனதே தெரியவில்லை.

''என்னவோ.. உன்னை நேர்ல பார்த்ததும் மனசுல இருந்ததை கொட்டித் தீர்த்துட்டேன்.. ஐ ஆம் சாரி பர்வீன்'' என்றாள் மினி.

''இதுக்கு இல்லாம, வேற எதுக்கு ஃபிரெண்டுனு. எல்லாம் சீக்கிரம் சரியாகும்'' என்றாள் பர்வீன்.

டிராகன் மார்ட்டில் இருக்கும் ஃபுட் கோர்ட் சென்று மதியம் சாப்பிட்டுக்கொள்ளலாம் என்று முடிவு செய்தார்கள். அப்படியே, குழந்தைகளுக்கு இரவில் போட்டுக்கொள்ளும் பைஜாமா வாங்க வேண்டும் என்றும் பேசிக்கொண்டார்கள்.

மினியின் வீட்டுக்கு மிக அருகில் டிராகன் மார்ட் என்ற பெரிய மால் இருக்கிறது. கிட்டத்தட்ட மூவாயிரம் சீனக் கடைகள் இருக்கின்றன. வீட்டுக்கு வேண்டிய அனைத்து சாமான்கள், அழகுச் சாதனங்கள், வீடு கட்டும் பொருட்கள் என்று அங்கு கிடைக்காதது எதுவும் இல்லை.

அதுவும் குறிப்பாக, விலை உயர்ந்த பொருட்களின் சாயலில் மலிவான விலையில் பிராண்டட் பொருட்கள் கிடைக்கும். ஒருமுறை, நடாஷாவுக்கு இங்கு வந்து சைக்கிள் வாங்கியது பர்வீனுக்கு ஞாபகம் வந்தது.

அனைவரும் கிளம்பி, ஐந்து நிமிடத்தில் டிராகன் மார்ட் நுழைவாயிலை அடைந்தார்கள். அங்கு ஒரு

பெரிய உலக உருண்டை இருந்தது. அதை, பெரிய டிராகன் சுற்றிக்கொண்டிருந்தது. அதைப் பார்த்த பர்வீன், “இந்தப் பிரம்மாண்டமான டிராகன், உலகத்தைச் சுற்றுவதைப் பார்த்தால் என்ன தோணுது?” என்று கேட்டாள்.

“உலகம் முழுசும் சைனீஸ் மேட் பொருள்கள்தான் இருக்கு என்று சொல்வதுபோல் இருக்கு” என்றாள் மினி.

“நானும் அதைத்தான் யோசித்தேன்” என்று பேசிக்கொண்டே, பிள்ளைகளைக் கையில் பிடித்துக்கொண்டு உள்ளே போனார்கள்.

இரண்டு பக்கமும் கடைகள், விளக்குகளால் மின்னிக்கொண்டிருந்தன. காலை நேரம் என்பதாலும், வார நாள் என்பதாலும் கூட்டம் அதிகம் இல்லை. ஹோட்டலுக்குச் சென்று, வெயிட்டரிடம் என்ன இருக்கிறது என்று கேட்டு, இறுதியில் தோசை வேண்டும் என்று சொல்வது போல், ஃபுட் கோர்ட் எல்லாம் சுற்றிவிட்டு, மெக்டொனால்ட் சாப்பிட வேண்டும் என்று குழந்தைகள் கேட்டனர். அங்கு சென்று சாப்பிட்டுவிட்டு, மெதுவாக நடக்க ஆரம்பித்தார்கள்.

திருவிழாவில், வழியில் நின்று பலூன் விற்பதுபோல், வழி நெடுக ஒவ்வொரு கடைக்கு வெளியிலும் ஏதாவது ஒரு பொருளோடு சீனர்கள் நின்றுகொண்டிருந்தார்கள். அப்படி, சீன பொம்மைபோல் நின்றுகொண்டிருந்த பெண்ணின் கையில் பலூன் இருந்தது.

அதைப் பார்த்து, பலூன் வேண்டும் என்று மையிஷா அடம்பிடித்தாள். அதன் விளைவாக,

மூவர் கைகளிலும் வெளிர் ரோஸ் நிற பலூன்கள். பலூன்களோடு விளையாடிக்கொண்டே, பரந்து விரிந்த உயரமான கூரைக்குக் கீழ் அவர்கள் நடக்க ஆரம்பித்தார்கள்.

ஒரு கடையில் பைஜாமா வாங்கினார்கள். இன்னும் கொஞ்ச தூரம் சென்று, தூங்கும்போது போர்த்திக் கொள்ள காட்டன் மெத்தை வாங்கிக்கொண்டார்கள். இப்படியே, ஒவ்வொரு கடையையும் கடந்து கொண்டிருந்தவர்களின் கால்களுக்குக் கொஞ்சம் ஓய்வு தேவைப்பட்டது. நடுவில் போட்டு வைத்திருந்த பெஞ்சுகளில் உட்கார்ந்தார்கள். இரண்டடி தள்ளி தாய்லாந்து நாட்டுப் பழக்கடை தெரிந்தது. பழங்களை வாங்கிச் சாப்பிட்டுவிட்டு, மீண்டும் நடக்க ஆரம்பித்தார்கள். குழந்தைகளுக்கு, வித்தியாசமான பொம்மைகள் கொண்ட தலையில் மாட்டிக்கொள்ளக்கூடிய ரப்பர் பேண்ட் வாங்கிக்கொண்டார்கள்.

ஒரு பொம்மைக் கடைக்குள் நுழைந்தார்கள். மையிஷாவுக்குப் பிடித்த எல்.ஓ.எல். பொம்மைகள் இருந்தன. வெளியில் வாங்கினால் எப்படியும் எழுபது திர்ஹாம் இருக்கும். இங்கு வெறும் ஐந்து திர்ஹாம்தான். அந்தப் பொம்மைகளை மையிஷாவுக்கு வாங்கிக் கொடுக்க மினி முடிவெடுத்தாள்.

சட்டென்று யாரும் எதிர்பார்க்காதவண்ணம், ''இந்த பொம்மைகள் எல்லாம் சைனீஸ் மேட். பார்க்கவே நல்லா இல்லல்ல..'' என்று நடாஷாவிடம் ஹானியா சொன்னாள். இவர்கள் பேசியதைக் கேட்டு, கடைக்கார சீனப் பெண்ணுக்குக் கோபம் வந்திருக்கும் என்று பர்வீனுக்கும் மினிக்கும்

தெரிந்தது. ''ஆம், இங்கு எல்லாமே சைனீஸ் மேட் தான்'' என்று கொஞ்சம் சீரியஸாகச் சொல்ல, அனைவரும் அமைதியாக வெளியே வந்தார்கள். ''வேறு கடையில் வாங்கிக்கலாம். இது நல்லா இல்ல'' என்று சொன்னாள் பர்வீன்.

''ஏன் ஹானியா அப்படி சொன்ன? அதுவும், அந்த சைனீஸ் லேடி முன்னாடி?'' என்று என்றாள் மினி.

''ஐ டிண்ட் மீன் இட் அம்மா..'' என்று ஹானியா சொல்லிவிட்டு, பலூனுடன் விளையாடியபடி நடந்தாள்.

மினியும் பர்வீனும், நடந்ததை நினைத்து சிரித்துக்கொண்டார்கள். கையில் காசு இருந்தால், வாங்குவதற்கு இங்குப் பொருள்களுக்குப் பஞ்சமில்லை என்று மினியிடம் சொல்லிக்கொண்டே நடந்தாள் பர்வீன்.

இரண்டரை மணி நேரமாக நடந்து கொண்டிருக்கிறார்கள் என்பதை அங்கு ஓரிடத்தில் தொங்கவிட்டிருந்த கடிகாரம் அவர்களுக்கு ஞாபகப்படுத்தியது. அதைப் பார்த்தவுடன், இதற்கு மேல் நடக்க முடியாது என்று முடிவுசெய்து, அங்கிருந்து கிளம்பி மினி வீட்டுக்கு வந்தார்கள்.

''மாலை ஐந்து மணிக்கு மேல் சரியான வாகன நெரிசல் ஆரம்பித்துவிடும். இப்ப கிளம்பினாதான் சரியா இருக்கும் மினி'' என்றாள் பர்வீன்.

''இன்னும் பத்து நிமிஷம் பொறு'' என்று சொல்லிவிட்டு, இஞ்சி, ஏலக்காய் தட்டிப்போட்டு, கமகமக்கும் தேநீர் தயாரித்தாள் மினி.

நேரம் செல்லச் செல்ல, வாகன நெரிசல் பற்றிய நினைவு பர்வீனை அவசரப்படுத்தியது. டீயைக்

குடித்துவிட்டு, மகள்களை அழைத்துக்கொண்டு அங்கிருந்து கிளம்பினாள்.

மினி வீட்டில் இருந்து கிளம்பிய சில நிமிடங்களில், பர்வீன் பயந்ததுபோல் வாகன நெரிசல் ஆரம்பித்திருந்தது. பர்வீன் தனது வலது காலை பிரேக் மீது வைப்பதும் எடுப்பதுமாக இருந்தாள். ஆக்ஸிலேட்டருக்கு அரை மணி நேரம் வேலையே இல்லாததுபோல் இருந்தது. கால்கள் சோர்ந்துபோயின. பாவம் சலீம்.. தினமும் இரண்டு மணி நேரம் இப்படித்தானே கார் ஓட்டிக்கொண்டு வீட்டுக்கு வருகிறான் என்று நினைத்தபோது, இவள் வலி லேசானது.

பர்வீன் காருக்குப் பக்கத்தில் வந்துகொண்டிருந்த பஸ்ஸில் நிறைய வேலையாட்கள் இருந்தார்கள். அனைவரும், அழுக்குப் படிந்த நீல நிற உடை அணிந்திருந்தார்கள். மினி சொன்னது ஞாபகம் வந்தது. இவர்களுக்கும் சம்பளம் கொடுக்காமல் இருப்பார்களோ என்ற யோசனை வந்தது. அந்தச் சோர்ந்த முகங்கள், சிறிது தூரம் அவளது காருடன் பயணித்தன.

வீட்டுக்கு வருவதற்குள், அசதியில் காரிலேயே நடாஷாவும் மையிஷாவும் தூங்கிவிட்டனர். நடாஷாவின் வாய் லேசாகத் திறந்திருந்தது. அவள் தோளில் மையிஷாவின் தலை சாய்ந்திருந்தது.

பார்க்கிங்கில் காரை நிறுத்திவிட்டு, மகள்களை எழுப்பி வீட்டுக்குள் நுழைந்தாள் பர்வீன். கொண்டுவந்த பொருள்களில், பையில் இருந்து தலையில் போட்டுக்கொள்ளும் ரப்பர் பேண்டை நடாஷா எடுத்தாள். வீட்டில் இருந்த பார்பீ பொம்மைக்கு இருவரும் சிகை அலங்காரம் செய்துகொண்டிருந்தார்கள்.

பர்வீன் மனத்தில், இறுதியாகப் பார்த்த பஸ்ஸில் இருந்த கூலி ஆட்கள் மட்டும் ஆழமாக நின்றுகொண்டிருந்தனர். போனுக்கு பக்கத்தில் இருந்த புத்தகத்தில் என்னவோ எழுதினாள். சுவர்களையும் செடிகளையும் வெறித்து பார்த்துக்கொண்டு, இடையிடையே எழுதினாள்.

அலுவலகத்தில் இருந்து சலீம் வந்தவுடன், அந்தப் புத்தகத்தை வைத்துவிட்டு அவனுக்காக காபி போட சமையலறைக்குச் சென்றாள். சோபாவில் வந்து உட்கார்ந்த சலீமின் கண்களுக்கு, அவள் எழுதிய பக்கங்கள் கண்ணுக்குத் தெரிந்தது. அதை எடுத்துப் படித்தான்.

தாயின் பெட்டியில் இருந்த தாலியையும்
மனைவியின் காதணியையும் சங்கிலியையும்
தத்துக் கொடுத்து துபாய்க்குப் பயணம்
கனவுகளும் உறவுகளின் நினைவுகளும்
விசா இன்றி என்னுடன் பயணித்தது
கல் இல்லா பாலைவனத்தின் வெயிலில்
கல்லாகிப்போன என் தேகம்
மழை காணா இந்த மணலுக்கு
தூறலாகிப்போன என் கண்ணீர்
5 திராமுக்குள் இருப்பதே
என் வயிற்றுக்கு வரப்பிரசாதம் ஆனது
மனைவி இருந்தும் துறவியாக
பிள்ளை இருந்தும் அநாதையாக
கண்ணனுக்கு எட்டிய தொலைவில்
லட்ச விளக்குகள் மின்னும் இந்தச் சொர்க்கத்தில்
மங்கலாகிபோனது என் மனத்தின் ஒளி
சூரியன் வீட்டுக்குப் போனபின்னே
என் பயணம் கேம்ப் நோக்கி
புளி போல் பிழியப்பட்டு சக்கையான என் தேகம்

பல சுவையான உணர்வுகளை
அசை போட்டுக்கொண்டிருக்கும் நேரம்
சக்தி இழந்த என் தேகம்
தூக்கத்தில் கட்டையானது
மனம் மட்டும் குடும்பத்தின் கனவுகளைத் தாங்கி
ஜடமாகும் என் தேககிற்கு
உயிர் கொடுத்து கொண்டிருந்தது..

இந்த வரிகளைப் படித்த சலீமுக்கு, தான் பார்க்கும் கட்டட வேலை செய்யும் மனிதர்கள் கண் முன் வந்தார்கள்.

காபியுடன் வந்த பர்வீன், அன்று மினி வீட்டுக்குப் போனதில் இருந்து, பஸ்ஸில் நீல உடையில் இருந்த கூலி ஆட்களைப் பார்த்தது வரை அனைத்தையும் சொல்லி முடித்தாள்.

23. பள்ளித் தோழி

பள்ளித் தோழி தேவியிடம் இருந்து குறுஞ்செய்தி வந்திருந்தது. ''மாலை ஸ்கைப்ல வர முடியுமா?''. தேவி, கத்தாரில் வசிக்கிறாள். கத்தாருக்கும் அமீரகத்துக்கும் ஒரு மணி நேரப் பயணம்தான்.

அவள் கணவர், வங்கியில் நல்ல சம்பளத்தில் வேலை செய்கிறார். அவளுக்கு இரண்டு குழந்தைகள். மகனுக்குப் பதினொரு வயது இருக்கும். அவள் மகள் எப்படியும் நடாஷாவைவிட இரண்டு அல்லது மூன்று வயது மூத்தவளாக இருப்பாள்.

தேவியும் பர்வீனும், விரல் சூப்பிக்கொண்டிருந்த காலம் முதல் தோழிகள். பர்வீன் பன்னிரெண்டாவது முடித்த உடனேயே அவளுக்குத் திருமணம் ஆகிவிடும் என்று அவளுடைய பெற்றோர்களைத் தவிர மற்ற அனைவரும் நினைத்துக்கொண்டிருந்தனர். எப்படியோ, பர்வீன் முதுகலை முடித்தாள். அவள் முதுகலை படித்துக்கொண்டிருக்கும்போதுதான் தேவிக்குத் திருமணம் ஆனது.

இன்றுவரை, பர்வீன் மட்டும்தான் அவள் உயிர்த் தோழி. தேவியைப் பற்றி பர்வீனுக்கு தெரிந்த அளவு, அவள் உறவுகள் தெரிந்து வைத்திருப்பது குறைவு என்று பர்வீன் நினைப்பாள். தேவி முறையாக சங்கீதம் பயின்றவள். பள்ளி நாட்களில் இவளைப் பாடவைத்து நண்பர்கள் கேட்பதுண்டு. கல்லூரியில் அவளுக்கு 'சின்ன சித்ரா' என்ற பட்டப் பெயரும் இருந்தது.

"காலைல காலிங் கார்டு வாங்கி கால் பண்றேன்" என்று பர்வீன் பதில் அனுப்பினாள். வேலைகளை முடித்துவிட்டு, காபி கப்போடு சோபாவில் அமர்ந்த பர்வீன், காலிங் கார்ட் நெம்பரை அலைபேசியில் போட்டாள். இணைப்பு கிடைக்க இரண்டு நிமிடங்களானது.

"ஹலோ பர்வீன்.." என்று தேவி முந்திக்கொண்டாள்.

"எப்படி இருக்கடி. பசங்க நல்லா இருக்காங்களா. அப்பறம், என்ன சொல்றார் உன் எம்டன்.." என்று பர்வீன் ஆரம்பித்தாள். எம்டன் மகன் என்ற படத்தில் வரும் நாசர் கதாபாத்திரத்தின் ஒரு சாயலாக தேவியின் கணவர் இருந்தார்.

"எல்லாம் நல்ல இருக்கோம்" என்று அவள் சொல்லும்போது, அவள் அப்படி இல்லை என்பதை பர்வீன் புரிந்துகொண்டாள். அவள் உடல்நிலையைப் பற்றிக் கேட்டாள். சுதியோடு சேராத லயம்போல், அவள் வார்த்தைகளும் உணர்வுகளும் சேராமல் இருந்தன.

சில மாதங்களுக்கு முன் தேவியின் அம்மா இறந்துபோனார். அந்த இழப்பில் இருந்து மீள்வது தேவிக்கு அப்போதைக்குக் கடினமாக

இருந்தது. பர்வீன் அவளைக் கட்டாயப்படுத்தி, குழந்தைகளுக்குச் சங்கீத வகுப்புகள் எடுக்க வைத்தாள். எதிர்பார்த்ததுபோல், மூன்று குழந்தைகள் வகுப்பில் சேர, பாட்டு வகுப்பு ஆரம்பமானது. அது, தேவியைக் கவலையில் இருந்து கொஞ்சம் கொஞ்சமாக மீட்டுக்கொண்டிருந்தது.

தனது கணவருக்குப் பாட்டு வகுப்பு தொல்லையாக மாறிவருகிறது என்பதைச் பர்வீனிடம் சென்ற முறை பேசியபோது தேவி சொன்னாள். வாரத்துல ரெண்டு நாள், அதுவும் ஒரு மணி நேரம்தான். அவளுக்குப் பிடித்த விஷயத்தைச் செய்ய அதிகம் யோசிக்க வேண்டிய அவசியம் இல்லை என்று தேவிக்குச் சமாதானம் சொன்னாள் பர்வீன்.

தேவி வீட்டு வேலை செய்துகொண்டு, குழந்தைகளைப் பார்த்துக்கொள்ள வேண்டும். அதை மட்டும் அவள் செய்தால் போதும் என்பது அவள் கணவனுக்கு இருந்த எதிர்பார்ப்பு. அவனைப் பொறுத்தவரை, தேவி அப்படித்தான் இருக்க வேண்டும்.

ஒவ்வொரு முறையும், பாட்டு வகுப்புக்கு தேவி அவனிடத்தில் மல்லுக்கட்டி நிற்கும்போதும் அவன் சொல்லும் வார்த்தைகள் இதுதான்.

“நீ ஏன் கஷ்டப்படணும்..? காசுக்கு என்ன குறை? ஜாலியா இருக்கிறதை விட்டுட்டு, எதுக்கு யார் வீட்டு குழந்தைகளோட மாரடிக்கணும்..?”

இது பைசா சம்பந்தமில்லை என்பதும், பிடித்ததைச் செய்வதால் எனக்கு மகிழ்ச்சி கிடைக்கிறது என்பதை அவன் ஒருபோதும் புரிந்துகொள்ளப் போவதில்லை என்று தேவிக்குத் தெரிந்திருந்தது.

பல நாள், பாட்டு வகுப்பு நடக்கும்போதெல்லாம் அவனிடத்தில் தேவி வாங்கிக் கட்டிக்கொள்வது வழக்கமாக இருந்தது. இதெல்லாம் தெரிந்தும், பாட்டு வகுப்புகளைத் தொடருமாறு அவளை பர்வீன் ஊக்குவித்து வந்தாள்.

இன்று பேசும்போது, "என்னடி, குரலே சரி இல்ல. என்னாச்சு..?" என்று பர்வீன் கேட்டதுதான் தாமதம்.. தேவி குரல் வெடித்து, வலிகள் கண்ணீராக வர, விம்மிக்கொண்டிருந்தாள்.

பர்வீன் சில நொடிகள் மௌனமானாள். தேவி விம்மி முடித்து, பேச ஆரம்பித்தாள். "நான் ஏன் உயிர் வாழணும்? யாருக்காக வாழணும்னு தோணுது" என்றாள்.

"எம்டன்கிட்ட நான் பேசறேன். அவருக்கு என்னதான் ப்ராப்ளம்..?" என்று பர்வீன் கோபமானாள்.

பின்பு கொஞ்சம் நிதானித்து, "நீ நடந்தது என்னன்னு சொன்னாதான், என்னால என்ன செய்ய முடியும்னு யோசிக்கமுடியும். சும்மா உயிரை விடறேன், அப்படி இப்படின்னு சொல்லிட்டு இருந்த.. கெட்ட கோபம் வந்துடும்" என்று, பர்வீன் தன் இயலாமையைக் கொஞ்சம் கோபமாக வெளிப்படுத்தினாள்.

தேவி தன் குழந்தைகளுக்குத் தினமும் பாடம் சொல்லிக் கொடுப்பாள். அவர்களுக்குத் தேவையான பிரிண்ட் அவுட் முதல் அட்டவணைப்படி புத்தகங்களைப் பையில் வைப்பது வரை எல்லாம் அவள் வேலை. மகனுக்குக் கூடுதலாக டியூஷன் வைத்திருக்கிறாள்.

இன்று அவன் பள்ளிக்கூடத்தில் இருந்து மின்னஞ்சல் வந்தது. அவன், கணக்கிலும் ஆங்கிலத்திலும் மதிப்பெண் குறைவாக வாங்கி இருக்கிறான்.

இப்படியே தொடர்ந்தால், அடுத்த வகுப்புக்கு அவன் தேர்ச்சி பெறுவது கடினம் என்ற தகவல் இருந்தது.

மகனிடத்தில் இதைப்பற்றி தேவி சிறிது கோபமாகக் கேட்டிருக்கிறாள். அதற்கு அவன், ''நீ பாட்டு கிளாஸ் எடுக்க ஆரம்பிச்சதுல இருந்து, என் பக்கத்தில் உட்கார்ந்து சரியா சொல்லிக்கொடுக்கறதில்லை. நீ உன்னப் பத்தி மட்டும் யோசிக்க ஆரம்பிச்சிட்ட. நீ என்கூட உட்கார்ந்து சொல்லிக் கொடுத்திருந்தா, நான் இப்படி ஃபெயில் ஆகியிருக்கமாட்டேன்'' என்று சொல்லி, அவன் வாங்கிய குறைவான மதிப்பெண்களுக்கு இவளை காரணமாக்கிவிட்டான்.

இப்படி ஒரு விளக்கத்தையும் பழியையும் தேவி கொஞ்சமும் எதிர்பார்த்திருக்கவில்லை. மகன் முன் அழுதிருக்கிறாள். எல்லாம் பார்த்துப் பார்த்து செஞ்சிட்டு இருந்தாலும், அவன் இப்படி சொல்லிட்டானே என்று தேவி மனம் நொறுங்கிப்போனாள்.

அவள் அழுகையைப் பார்த்துக்கொண்டே வந்த எம்டன், மகனைப் பார்த்து, "எப்பவும் நாங்க உன்கூடவே இருக்கமுடியாது. பொறுப்பா நீதான் நடந்துக்கணும். இனிமேலாவது ஒழுங்கா படி. போ, கண்ணு முன்னால நிக்காத'' என்று கத்தியிருக்கிறான்.

தேவிக்குக் கணவன் பேசிய வார்த்தைகள் கொஞ்சம் ஆறுதலாக இருந்தது. அவளிடம் வந்தவன், ''நான் சொன்னா நீ எங்க கேக்கற. பாட்டு கிளாஸை விட்டுடுன்னு சொன்னா, என்னை வில்லனா பாக்கற. இப்பப் பாரு, பையன் கேட்ட கேள்வியல என்ன தப்பு..'' என்று கேட்டிருக்கிறான்.

இப்பொழுது அவள் முழுவதுமாக நொறுங்கி இருந்தாள். தனக்கான வெறும் இரண்டு மணி

நேரம், மற்றவர்களுக்கு இவ்வளவு தொந்தரவாக இருக்கும் என்று அவள் நினைக்கவே இல்லை. மகனும், கணவனின் சாயலில் இருக்கிறானே என்று நினைத்தபோது மேலும் வலித்தது.

நடந்ததை எல்லாம் சொல்லிவிட்டு, ''நான் பாட்டு கிளாஸை நிறுத்திக்கப்போறேன் பர்வீன்'' என்று முடித்தாள் தேவி.

பர்வீனுக்கு, தேவியின் கணவர் மீது சொல்லமுடியாத எரிச்சலும் கோபமும் வந்தது. ''சரி, உனக்கு பிடிச்சுச் செய்யறதை நீ நிறுத்திட்டா, எல்லாம் சரியாயிடுமா? அப்படி ஆகும்னு நினச்சா உன்ன மாதிரி முட்டாள் யாரும் இல்ல..''

''மகனுக்காக பண்ணணும்னு என் வீட்டுக்காரர் சொல்றார். நீ பண்ணக் கூடாதுன்னு சொல்ற. எனக்கு ஒண்ணும் புரியல..'' என்றாள் தேவி.

''இப்ப அவனுக்காக நீ கிளாஸ் எடுக்கறத விட்டுட்டேன்னு வெச்சிக்கோ. அவனுக்குப் பொறுப்பு வந்துடுமா? இன்னைக்கு உன் பாட்டு கிளாஸ் மேல தப்பு சொன்னான். காலம் முழுக்க அவன் தோல்விகளை உன் தோள் மேல சுமத்திக்கிட்டே இருப்பான். நீ அவனை அப்படியே கண்டுக்காம விட்டுடலையே. உன்னால முடிஞ்ச அளவு அவனுக்கு சப்போர்ட் பண்ணிக்கிட்டுதான இருக்கற. ப்ளீஸ், ஸ்பூன் ஃபீட் பண்ணாத தேவி. எனக்கு இதுதான் எரிச்சலா இருக்கு. நீ உனக்குப் பிடிச்சதை பண்ற விஷயத்தை பார்த்து ரசிக்காம, உன் புருஷன் அதை உன் சுயநலம்னு உன்னையே நினைக்கவைக்கிறார். அதையும் நீ லூசு மாதிரி நம்பற பாரு..'' என்றாள் பர்வீன்.

பர்வீன் சொன்ன எல்லாவற்றையும் கேட்டுவிட்டு, “நீ சொல்றது எல்லாம் எனக்குப் புரியுது. ஆனா, என்னால வீட்ல எதுக்குப் பிரச்னைன்னு யோசிக்கறேன், அதான்..” என்னாள் தேவி.

“ஒண்ணும் ஆயிடல. நீ நல்லா யோசிச்சு முடிவு பண்ணு. நல்லா ஞாபகம் வெச்சிக்கோ.. நீ கிளாஸ் எடுத்தாலும் எடுக்கலன்னாலும் பிரச்னைகள் ஓயப்போறது கிடையாது. வாழ்க்கை ஃபுல்லா உன் குடும்பத்துக்குத்தான் நீ செய்யற.. உனக்காக இதை செய்யப்போறேன்னு உறுதியா நில்லு..”

காரசாரமான உரையாடல் முடிந்து அலைபேசியை வைக்கும் முன், “எவ்வளவோ பார்த்துட்டோம், இது ஜுஜுபி தேவி. ஜஸ்ட் ரிலாக்ஸ். உணர்ச்சிவசப்பட்டு, இப்போதைக்கு எந்த முடிவையும் எடுக்கவேண்டாம்..” என்று பர்வீன் பேசி முடித்தாள்.

அலைபேசியை வைத்துவிட்டு, ”இன்னும் சிறந்த தீர்வா எதைச் சொல்லி இருக்கலாம்?” என்று யோசித்தாள். தேவியின் கணவன் மீது வந்த கோபம், கொஞ்சம் அவள் மகன் மீதும் வந்தது.

“அப்பா எப்படி நடத்துக்கறாரோ அப்படி மகனும் அதையே காப்பி அடிக்கிறான். அவனைச் சொல்லிக் குத்தமில்ல.. அவ புருஷனைச் சொல்லணும்..” என்று மனத்துக்குள் திட்டித் தீர்த்தாள்.

24. நூலகமும் வாசிப்பும்

நடாஷா, நூலகத்தில் இருந்து கொண்டுவந்த 'மொத்தமான' புத்தகத்தில் பாதியை முடித்து இருந்தாள். அவ்வப்போது, பெர்சி ஜாக்சன் பற்றி பர்வீனிடம் பேசிவிட்டுப் போவாள். கிரேக்கக் கடவுள்கள் பற்றிப் சொல்வாள். கிரேக்க கலாசாரத்துக்கும் இந்தியாவில் உள்ள கலாசாரத்துக்கும் ஒற்றுமை இருக்கு என்று, ஒரு புதிய தகவலைச் சொல்வாள். இப்படி, அந்த புத்தகத்தைப் பற்றி நடாஷா பேசுவது, பர்வீனை கதை கேட்கும் இடத்துக்கு நகர்த்தியது.

மையிஷாவும் ஜூடி மூடி புத்தகத்தை முடித்து, ஜெரிநெமோபுத்தகத்தைப்படிக்கஆரம்பித்திருந்தாள். நடாஷாவுக்குப் போட்டியாக, மையிஷாவும் துப்புறியும் சாம்பு கதைச் சாயலில் உள்ள கதையை பர்வீனுக்குச் சொன்னாள். எத்தனையோ வழிகளில் முயற்சித்தும் நடக்காதது, அந்தச் சின்ன நூலகம் மூலம் இப்போது நிறைவேறி இருக்கிறது என்று பர்வீன் நிம்மதி அடைந்தாள்.

பர்வீன், பள்ளி நாட்களில் அவள் வசித்துவந்த தெருவுக்குப் பக்கத்துத் தெருவில் அரசாங்க நூலகம் ஒன்று இருந்தது. அப்பொழுது அவள் ஒன்பதாவது அல்லது பத்தாவது படித்துக்கொண்டு இருந்ததாக ஞாபகம். அங்கு சென்று படிக்க ஆரம்பித்து இருந்தாள். அங்கு புத்தகங்களின் வாசனை அவளுக்கு மிகவும் பிடித்துப்போனது. அம்புலிமாமாவில் ஆரம்பித்த வாசிப்பு, கொஞ்சம் கொஞ்சமாக முன்னேறி பொன்னியின் செல்வனைத் தொட்டு இருந்தது.

அவள் நூலகத்துக்குச் செல்லும் வழியில், சில ஆண் பிள்ளைகள் நின்று பேசிக்கொண்டிருப்பார்கள். அவர்கள் எதைப்பற்றி பேசிக்கொண்டு இருப்பார்கள் என்று என்றைக்கும் பர்வீன் யோசித்ததில்லை. அவர்கள் யாரும் பர்வீனை எந்தத் தொந்தரவும் செய்ததில்லை. ஆனால், அதில் ஒரு பையன், நாலு தெரு தள்ளி இருக்கும் பெண்ணைக் காதலிக்கிறான் என்ற தகவல் மட்டும் ஜோராக வலம் வந்துகொண்டிருந்தது.

“லைப்ரரிக்கு எதற்கு அனுப்புறீங்க..? உலகம் கெட்டுக் கெடக்கு. அந்தப் பையன் அப்படி, இந்தப் பையன் இப்படி..” என்று, யாரோ பர்வீனின் அம்மாவுக்குப் பயம் காட்ட, நூலகம் போவது நின்றுபோனது. கல்லூரி சென்ற பிறகுதான் அவளுக்கு மீண்டும் வாசிக்கும் வாய்ப்பு வாய்த்தது.

தன்னைப்போல் தன் பிள்ளைகள் காலம் கடந்து வாசிக்கக் கூடாது என்று அவள் எப்பொழுதும் நினைப்பாள். இப்பொழுது அது நிறைவேறிக்கொண்டு வருவதில் அவள் மனம் நிறைந்தது.

“எல்லாருடைய அம்மாவும் ஸ்கூல் சப்ஜெக்ட்ஸ் படி படின்னு சொல்றதக் கேட்டு இருக்கேன். ஏன், நம்ம மினி ஆன்ட்டி, ஹானிகிட்ட அப்படிச் சொல்றதை நிறைய தடவை கேட்டிருக்கேன். நீ மட்டும்தான் கதை படி, இந்த புக் வேணுமா, அந்த புக் படிக்கணும்னு சொல்லிக்கிட்டே இருக்க..” என்று பர்வீனிடம் நடாஷா கேட்பாள்.

ஸ்கூல் புக்ஸ் படித்தால், நல்ல மார்க் வரும். ஆனா, கதைகளை வாசித்தால் நிறைய விஷயங்களைத் தெரிந்துகொள்ளலாம் என்று பர்வீன் அவர்களுக்கு புரியவைத்தாள்.

நாளை சலீமுக்கும் விடுமுறை என்பதால், கண்டிப்பாக துபாய் மால் செல்ல வேண்டும் என்று நினைத்துக்கொண்டாள். அலுவலகத்தில் இருந்து வழக்கமாக வரும் நேரத்தைவிட சீக்கிரமாகவே சலீம் வீடு திரும்பினான். இப்படி, எப்பொழுதாவது சீக்கிரம் வருவான். குழந்தைகளின் விடுமுறை, அதுவும் சலீம் சீக்கிரம் வந்தது குழந்தைகளுக்கு சந்தோஷமாக இருந்தது.

நாளை துபாய் மால் போக வேண்டும் என்று பர்வீன் சொல்வதற்கு முன், சலீம் முந்திக்கொண்டான். இன்று இரவு துபாய் மால் போகலாம் என்றான். குழந்தைகளுக்கு இந்த சர்ப்ரைஸ் பிடித்துப்போனது. அனைவரும் வேகமாகத் தயாரானார்கள்.

சாலைகள், வாகன நெரிசலுக்குக் காத்துக்கொண்டிருந்தன. அரை மணி நேரத்தில் துபாய் மால் பார்க்கிங்கில் வண்டி ஊர்ந்து சென்று இரண்டாவது தளத்தில் நின்றது. “நல்லவேள.. இடம் கிடைத்தது. இல்லன்னா பார்க்கிங் இடம் தேடவே

நேரம் ஆகியிருக்கும்" என்று சொல்லிக்கொண்டு காரை பார்க் செய்தான் சலீம்.

மையிஷாவுக்கு, துபாய் மாலில் நடக்கும் வாட்டர் ஃபவுண்டேஷன் டான்ஸ் பார்க்கலாம் என்ற கூடுதல் உற்சாகம் இருந்தது. முதலில், மாலின் இரண்டாம் தளத்தில் இருக்கும் கினோகுனிய என்ற மிகப்பெரிய ஜப்பான் புத்தகக் கடைக்குள் நுழைந்தார்கள்.

கினோகுனிய புத்தகக் கடை, கடல்போல் தெரிந்தது. நுழைவாயிலில், குழந்தைகளின் புத்தகங்களில் வரும் சில கதாபாத்திரங்கள், பொம்மைகளாக நின்றுகொண்டிருந்தன.

கீழ்த்தளம் முழுக்க ஸ்டேஷனரி பொருட்கள் இருந்தன. பென்சில், எரேஸர், ஸ்கூல் பை என்று ஆரம்பித்து, நினைத்துப் பார்க்கமுடியாத சின்னச் சின்ன பொருட்களால் நிரம்பியிருந்தது. ஓரிடத்தில் நின்று, மற்றவர்கள் இருக்கும் இடத்தை அவ்வளவு சீக்கிரத்தில் கண்டுபிடிக்க முடியாது.

மையிஷாவும் நடாஷாவும், கடையில் இருந்த ஜப்பான் பொம்மைகளைப் பார்த்துக்கொண்டிருந்தார்கள். நடாஷாவுக்கு ரோஜாப்பூ நிறத்தில் இருந்த ஸ்கூல் பேக் பிடித்திருந்தது. அந்தப் பையின் தலையில் யூனிகார்னியோ இருந்தது. அதை தனக்கு வாங்கித் தரும்படி பர்வீனிடம் நடாஷா கேட்டாள்.

அந்த பையின் விலையைப் பார்த்து, நிஜமான யூனிகார்னியோவுக்கே இவ்வளவு விலை இருக்காது என்று பர்வீன் நினைத்துக்கொண்டாள்.

"லூலூல வாங்கிக்கலாம் நட்டும்மா. நிறைய லைட்ஸ் இருக்கிறதால, இந்தக் கலர் உனக்குப் பிடிச்சு

இருக்கு. கடைய விட்டு வெளில போய்ப் பார்த்தா, இட் வில் லுக் வெரி நார்மல்'' என்று, முடிந்தவரை சமாதானப்படுத்தி, நாசூக்காக அவளை அங்கிருந்து வேறு பக்கம் அழைத்துக்கொண்டு போனாள்.

இன்னொரு பக்கம், குழந்தைகள் தானாகவே செய்யும் விதத்தில் பல கைவினைப் பொருட்கள் வித்தியாசமாக இருந்தன. மகள்களிடம் இருந்து இப்போதைக்குத் தப்பிப்பது கடினமான விஷயம் என்று பர்வீனுக்குத் தோன்றியது.

ஃபிரெண்ட்ஷிப் பேண்ட் செய்யும் மணி, அதன் நூல் இன்னும் சிலவற்றை அடக்கிய சின்ன டப்பாவொன்று கண்ணில் பட்டது. அது நடாஷாவுக்குப் பிடித்திருந்தது. முந்நூறு திர்ஹாம் கொடுத்து அவள் கேட்ட பையை வாங்குவதைவிட, ஐம்பது திர்ஹாமில் இதை வாங்கிக் கொடுத்தால் நடாஷா விளையாடுவாள் என்று நினைத்து, பர்வீன் அந்த டப்பாவை கையில் எடுத்தாள்.

பர்வீனின் கண்கள், அந்தப் பெரிய அலமாரியை அலசிக்கொண்டிருந்தன. மையிஷாவுக்கு என்ன வாங்கலாம் என்று யோசித்தாள். மோல்ட் அண்ட் பெயின்ட் என்று எழுதியிருந்த டப்பாவை எடுத்து, அது என்னவென்று பார்த்தாள். அதாவது, மெர்மெய்ட் பொம்மைகள் செய்யும் அச்சு, வெள்ளைப் பவுடர், பெயின்ட் எல்லாம் இருந்தன. பொம்மைகள் எப்படிச் செய்ய வேண்டும் என்று, அந்த டப்பாவின் பின்புறத்தில் அச்சிடப்பட்டிருந்தது. மையிஷாவுக்காக அதையும் எடுத்துக்கொண்டாள்.

நடாஷாவும் மையிஷாவும், பர்வீன் வாங்கிய பொருட்களை வாங்கிக்கொண்டார்கள். அவர்களின் விரல்கள், அவற்றைத் திறந்து பார்க்கத் துடித்தன. அந்தக்

கடையின் ஊழியர்கள், வாடிக்கையாளர்களுக்கு உதவி செய்ய சுற்றிக்கொண்டிருந்தார்கள். அவர்களில் ஒருவன், ஷாப்பிங் கூடையை எடுத்து வந்து பர்வீனிடம் கொடுத்தான். மகள்கள் கையிலிருந்த பொருள்களை வாங்கி கூடைக்குள் போட்டபடி பர்வீன் நடந்தாள்.

சலீம், பர்வீனுக்காக பார்க்கர் பேனாவைப் பார்த்துக்கொண்டிருந்தான். அதன் சரியான விலையைவிட, பல மடங்கு கூட்டப்பட்டிருந்தது. இந்தியாவில் இருந்து நண்பர்கள் மூலம் வரவழைத்துக்கொள்வதாக பர்வீன் சொல்ல, சலீம் தன் கையில் இருந்த கருப்புநிற மேட்ஃபினீஷ் பார்க்கர் பேனாவை அப்படியே கீழே வைத்துவிட்டு நகர்ந்தான்.

எஸ்கலேட்டரில் ஏறி முதல் தளத்துக்குச் சென்றார்கள். எங்கு திரும்பினாலும் இலக்கியம் என்ற பலகைகள் தெரிந்தன. ஆப்பிரிக்க இலக்கியம், ரஷிய இலக்கியம், அரேபிய இலக்கியம் என்று உலகத்தில் உள்ள அனைத்து இலக்கியங்களும் அங்கே இருந்தன. சில புத்தகங்களைப் புரட்டிவிட்டு, குழந்தைகளுக்கான புத்தகம் இருக்கும் இடத்தை நோக்கி சலீமும் பர்வீனும் சென்றார்கள். நடாஷாவும் மையிஷாவும் இவர்களைவிட வேகமாக சென்றார்கள்.

மாங்கா என்ற புத்தகத்தை சில நாட்களாக நடாஷா கேட்டுக்கொண்டு இருக்கிறாள். மாங்கா புத்தகம் வேண்டும் என்று நடாஷா கேட்டபோது பர்வீனுக்கு முதலில் ஒன்றும் புரியவில்லை. பிறகு அது காமிக் போன்ற ஒரு புத்தகம் என்று நடாஷா சொல்லி தெரிந்துகொண்டாள்.

பல ஆயிரம் மாங்கா புத்தகங்கள் அங்கு இருந்தன. ஜப்பான் மொழியிலும் ஆங்கிலத்திலும் மாங்கா இருந்தது. புத்தகங்கள் முழுக்க ஜப்பான் காமிக் வரைபடங்கள். எதை வாங்கலாம் என்று பர்வீனும் நடாஷாவும் புத்தகங்களை எடுத்துப் பார்த்துக்கொண்டிருந்தார்கள். காதல் முதல் எல்லா வகையான மாங்காவும் இருந்தது. மை ஹீரோ என்ற புத்தகத்தை நடாஷா எடுத்தாள்.

மையிஷாவுக்கு, ஜெரோனிமோ மற்றும் தியா ஸ்டில்ட்டன் புத்தகங்களைத் தாண்டி வேறு எதுவும் உற்சாகம் தரவில்லை. அவள் தியா ஸ்டில்ட்டன் புத்தகம் ஒன்றைத் தேர்வு செய்தாள்.

ஆங்காங்கே போடப்பட்டிருந்த இருக்கைகளில் பர்வீனும் சலீமும் கொஞ்ச நேரம் உட்கார்ந்தார்கள். இருவர் கைகளிலும் வாசிக்க புத்தகம் இருந்தது. சேகுவேரா புத்தகத்தை சலீம் வாசித்துக் கொண்டிருந்தான். பர்வீன் கையில், ஒரு யோகியின் சுயசரிதை என்ற புத்தகம் இருந்தது.

குழந்தைகளுக்கான புத்தகங்கள் இருக்கும் இடத்தில், பொம்மைகள் படம் போட்ட விரிப்பு போடப்பட்டிருந்தது. நடாஷாவும் மையிஷாவும் அதில் உட்கார்ந்து, கைக்கு எட்டும் எல்லா புத்தகங்களையும் எடுத்து புரட்டிக் கொண்டிருந்தார்கள்.

இப்படியே, அங்கு இரண்டு மணி நேரம் கழிந்திருந்தது. புத்தகங்களை வாங்கிக்கொண்டு, கடையில் இருந்து வெளியே வந்தார்கள். ரயில் தண்டவாளம்போல் நீண்டிருந்த மாலில், மெதுவாக நடக்க ஆரம்பித்தார்கள். லிஃப்ட் மூலம்

கீழ்தளத்துக்குச் சென்று, பி.எஃப். சாங் என்ற தாய்லாந்து உணவகத்தில் உட்கார்ந்தார்கள்.

மணி ஏழை நெருங்கிக்கொண்டிருந்தது. அந்த உணவகத்தின் சில இருக்கைகள், துபாய் ஃபவுண்டெய்னைப் பார்க்க வசதியாகப் போடப்பட்டிருந்தன. மாலை ஆறு மணியில் இருந்து, ஒவ்வொரு அரை மணி நேர இடைவெளியில் வாட்டர் ஃபவுண்டெய்ன் ஷோ நடைபெற்றுக்கொண்டு இருக்கும்.

குழந்தைகளுக்குப் பிடித்த குங் பவோ சிக்கனும், சாங் ஃபிரைட் ரைஸும் ஆர்டர் கொடுத்துவிட்டு காத்துக்கொண்டிருந்தார்கள். சாப்பாடு, மேஜைக்கு வருமுன் வாட்டர் ஃபவுண்டெய்ன் ஷோ ஆரம்பித்தது.

வாட்டர் ஃபவுண்டெய்ன் அருகே மக்கள் கூட்டம் அதிகரித்திருந்தது. பாடலுக்கு ஏற்ப, தண்ணீர் ஊற்றுகள் மிக நளினமாக ஆட ஆரம்பித்தன. ஐந்து நிமிடங்கள் நடக்கும் அந்த நடனம், பார்வையாளர்களுக்குப் பிரமிப்பையும் புத்துணர்ச்சியையும் தந்துவிட்டு அமைதியானது. இந்தக் கட்சியை எத்தனை முறை பார்த்தாலும், புதிதாக ஒரு உற்சாகம் தொற்றிக்கொள்கிறது என்று மகள்களின் கைத்தட்டல்களில் இருந்து பர்வீனுக்குத் தோன்றியது.

சுடச்சுட சாப்பாடு வந்தது. வேறு ஏதாவது வேண்டுமா என்று, பவ்யமாக பரிமாறிக்கொண்டு வெயிட்டர் கேட்டார். “தேங்க யூ.. வேண்டுமென்றால் சொல்கிறோம்” என்று சொல்லிவிட்டு, சாப்பிட ஆரம்பித்தார்கள்.

25. பாலைவனத்தில் மழை

அமீரகத்தில், மழைக்காலம் என்ற ஒன்று கிடையாது. குளிர்காலத்தில் அவ்வப்போது சில மணித் துளிகளுக்கு, சில மழைத் தூறல்களைப் பார்க்கலாம். அப்படி ஒரு நாளாக, இந்த வெள்ளிக்கிழமை ஆரம்பமானது.

மேகக்கூட்டங்கள், சூரிய வெளிச்சத்தை மறைத்திருந்தன. காலை பத்து மணியை மாலை ஆறு மணிபோல் காட்டிக்கொண்டிருந்தன. குளிர்காலத்தில் தாமதமாக விடியும். இரவுகள் முந்திக்கொள்ளும். குளிர்ச்சியான பொழுதுகள் நீண்டுகொண்டிருக்கும்.

அன்றைய செய்தித்தாளில், அடுத்த இரண்டு நாட்களுக்கு வாகனங்கள் ஓட்டுபவர்கள் கவனமாக இருக்க வேண்டும் என்று இருந்தது. துபாயில் ஆலங்கட்டி மழை பெய்யும் என்ற செய்தியும் சலீம் கண்களில் கூடுதலாகப் பட்டது.

இப்படியான நேரத்தில் விடுமுறை இருந்தால், அமீரக மக்களுக்குக் குதூகலமாக இருக்கும்.

அப்படித்தான், பர்வீனும் குழந்தைகளும் தூறல் வரக் காத்துக்கொண்டிருந்தார்கள். மகள்களை அழைத்துக்கொண்டு குடியிருப்புக்குக் கீழே செல்ல சலீம் குடையை தேடிக்கொண்டிருந்தான். எங்கு தேடியும் கிடைக்கவில்லை. பர்வீனிடம், எரிச்சலான குரலில் "குடை எங்கே..?" என்று கேட்டான்.

"எங்கயோ பத்திரமாக வெச்சேன், ஆனா இப்ப.." என்று முடிக்காமல் சலீமை பார்த்தாள்.

"நீ.. ரொம்ப பத்திரமா வெக்கிற? தேவைப்படற நேரத்துல எங்க கெடைக்குது.." என்று சலீம் கோபமானான். வெய்யில் காலத்தில், பள்ளிக்கூட வாசலில் இருந்து கார் பார்க்கிங் வரை நடந்துவரும்போது குடையை பர்வீன் உபயோகித்து வந்தாள்.

"என்றைக்கும் இல்லாத திருநாளாக, துபாயில் மழை வரப்போகுது. இப்பப் பார்த்து இந்தக் குடை கிடைக்கவில்லை" என்று, பர்வீனுக்கும் தன் மீது கோபமாக வந்தது.

"அம்மியா.. ஐ திங்க், அம்ரெல்லா உங்க கார்ல இருக்கும்" என்று நடாஷா சொன்னாள். சலீம், காரில் சென்று பார்க்க, மஞ்சள் சிவப்பு நிறத்தில் பொம்மைகள் போட்ட ஒரு குடையும், நீல நிறத்தில் இன்னொரு குடையும் இருந்தது.

சலீம் குடையுடன் திரும்பியதைப் பார்த்து, பர்வீன் பெருமூச்சு விட்டாள். சந்தோஷமான சில தருணங்கள், சின்னச் சின்ன பூசலில் சிதைவது எத்தனை எரிச்சலானது என்று பர்வீனுக்குத் தெரியும். நல்லவேளை, அப்படி ஏதும் நடக்கவில்லை என்று நினைத்துக்கொண்டாள்.

குடைகளைக் கொண்டுவந்த சில நிமிடங்களில் தூறல் ஆரம்பமானது. பால்கனிக்குச் சென்று, நடாஷாவும் மையிஷாயும், "ரெய்ன் ரெய்ன் கம் அகைன்" என்று பாடிக்கொண்டிருந்தார்கள். தூறல் கொஞ்சம் அதிகமானது. சலீம், மகள்களை அழைத்துக்கொண்டு கீழே சென்றான்.

வருடத்துக்கு, விரல் விட்டும் எண்ணும் நாட்களில்தான் இப்படி இயற்கையாகத் தூறல் வரும். சில நேரங்களில், செயற்கையான முறையில் மழையைப் பெய்ய வைப்பார்கள். அதுவும், சில மணித்துளிகள்தான்.

பால்கனியில் நின்றுகொண்டு, மழைத் துளிகளைப் பர்வீன் கைகளால் தொட்டுப் பார்த்துக்கொண்டிருந்தாள். ஒரு வருடத்துக்கு முன், ஊருக்குப் போயிருந்தபோது மழை பெய்தது ஞாபகத்துக்கு வந்தது. மழையைப் பார்த்ததும், அம்மா வாழைக்காய் பஜ்ஜி போட்டுக்கொடுத்தார். அதை சாப்பிட்டுக்கொண்டு, தோட்டத்தில் இருந்த கொட்டகையில் அமர்ந்து மழையைப் பார்த்துக்கொண்டிருந்தது நினைவுக்கு வந்தது. ஊரின் நினைவும், அம்மாவின் அன்பும் ஞாபகம் வர, அவள் மனம் சட்டென்று பாரமானது.

அலைபேசியை எடுத்து, அந்தத் தூறலை பதிவு செய்துகொண்டாள். அதை, அம்மாவுக்கு வாட்சாப்பில் அனுப்பிவைத்தாள். சலீம், மகள்களை அழைத்துவருவதற்குள் டீ போட்டாள். வீட்டில் இருந்த உருளைக்கிழங்கையும் வெங்காயத்தை எடுத்து, பஜ்ஜி போடத் தொடங்கினாள்.

இருபது நிமிடங்களில் மழை நின்றுபோனது. சலீமும் மகள்களும் வீட்டுக்குள் நுழைந்தனர். சாலையில்

தண்ணீர் தேங்கிவிட்டது என்றும், வாகனங்களின் சக்கரங்கள் முழுவதும் தண்ணீரில் மூழ்கிவிட்டது என்றும் சலீம் சொன்னான்.

"எல்லா வசதிகளும் இருக்கும் இந்த ஊர்ல, மழைநீர் வடிகால் இல்லாம எப்படி?" என்று பர்வீன் கேட்டாள்.

"அதெல்லாம் இருக்கு. அடிக்கடி மணல் காத்து அடிக்கிறதால, தண்ணி போற எல்லா ஓட்டையும் மூடிக்குது" என்றான்.

"இன்னும், நம்ம ஊர்ல பெய்யற மாதிரி இங்க மழை பெய்தா, ஊரே மூழ்கிடும்போல இருக்கே" என்று சொல்லிக்கொண்டு, மழையில் ஆட்டம் போட்டதால் ஈரமான நடாஷா, மையிஷாவின் தலைகளைத் துவட்டினாள்.

"சரி, சீக்கிரம் டிரெஸ் மாத்திக்கிட்டு வாங்க" என்று பர்வீன் சொல்ல, அந்தப் பொறுப்பை சலீம் எடுத்துக்கொண்டான். மூன்று பேரும் உள்ளே சென்று சிறிது நேரத்துல் துணி மாற்றிக்கொண்டு வந்தார்கள். சலீம், ஹாலில் இருந்த ஹீட்டரை ஆன் செய்தான்.

பர்வீன், டீயையும் பஜ்ஜியையும் எடுத்துவருவதைப் பார்த்து, குழந்தைகளைவிட சலீம் உற்சாகமானான். "இப்பதான், மழை ஃபீல் கம்ப்ளீட் ஆகுது. போன வருஷம், உங்க வீட்ல இப்படித்தான் ஒரு நல்ல மழையில பஜ்ஜி சாப்பிட்டோம் ஞாபகம் இருக்கா?" என்று கேட்டான்.

"அந்த ஞாபகம் வந்ததாலதான் பஜ்ஜி செஞ்சேன். இந்த மார்ச் மாசம் ஊருக்குப் போலாமா, ப்ளீஸ்.." என்று, குழந்தையைப் போல் முகத்தை வைத்துக்கொண்டு கேட்டாள் பர்வீன்.

இன்னும் இரண்டு மாதம் இருக்கும் நிலையில், அலுவலகத்தில் கேட்டுப் பார்ப்பதாக சலீம் சொன்னான். "இன்ஷா அல்லாஹ்" என்று பர்வீன் தனக்குள் சொல்லிக்கொண்டாள்.

சென்டரில் இருந்து ஒரு குறுஞ்செய்தி வந்திருந்தது. பெற்றோர் யாரோ பர்வீனைப் பார்க்க வேண்டும் என்று நேரம் கேட்டிருப்பதாகவும், எப்பொழுது பார்க்கமுடியும் என்றும் கேட்டு அந்தத் தகவல் சொன்னது.

பெற்றோர்களைப் பார்க்க வேண்டும் என்றால், பள்ளிக்கூடம் இருக்கும் நாட்களை பர்வீன் தேர்ந்தெடுப்பது வழக்கம். வசந்தகாலப் பள்ளி விடுமுறை நாளையோடு முடிவுக்கு வருவதால், மகள்களோடு இருக்க வேண்டும் என்று நினைத்தாள். ஞாயிற்றுக்கிழமை காலை பத்து மணிக்கு சென்டருக்கு வருவதாகப் பதில் அனுப்பினாள்.

மகள்கள் மழையில் விளையாடும் காணொளியை பர்வீனுக்குக் காட்டினான் சலீம். குடை இல்லாமல் தூறலில் இருவரும் கைகோத்து நடக்கும் காட்சி அழகாக இருந்தது.

நடாஷாவும் மையிஷாவும், பஜ்ஜியை கையில் எடுத்துக்கொண்டு பால்கனிக்குச் சென்றார்கள். "நட்டுக்கா.. திருப்பி ரெய்ன் வந்தா எப்படி இருக்கும்? ப்ளீஸ் அல்லாஹ், ஒன்ஸ் மோர் எனக்காக.." என்று தலையைத் தூக்கி வானத்தை பார்த்து வேண்டினாள் மையிஷா.

ரஸல் கைமா என்ற இடத்தில பெய்கிற ஆலங்கட்டி மழையை சலீமின் நண்பன் வீடியோ எடுத்து வாட்சாப்பில் அனுப்பியிருந்தான். ஒவ்வொரு

ஆலங்கட்டியும் கூழாங்கல் அளவில் இருந்தது. அவன் மனைவி ஒரு பாத்திரத்தை வைத்து பிடித்துக்கொண்டு இருப்பதும் அதில் பதிவாகி இருந்தது.

“துபாய்ல பெய்யும்னு பேப்பர்ல போட்டு இருக்கு, ஆனா ரஸல் கைமால ஆலங்கட்டி மழை பெய்திருக்கு” என்று பர்வீனிடம் சொன்னான் சலீம்.

“ரஸல் கைமா, புஜேரால எப்பவும் அப்படித்தான? மினி அனுப்பின வாட்சாப்புல, புஜேரா மலைகளுக்கு நடுவுல இருந்து தண்ணி அருவியா கொட்டுது, அத பார்க்க அத்தனை வண்டிகள் நின்னுக்கிட்டு இருக்கு” என்றாள் பர்வீன்.

மேகங்கள் விலக ஆரம்பித்து, சூரியன் தலையை வெளியே காட்டினான். ஆனால், வீட்டின் வெப்பநிலை பன்னிரெண்டு செல்ஸியஸ் என்று தெர்மோஸ்டாட்டில் காட்டிக்கொண்டிருந்தது. நடாஷாவுக்கும் மையிஷாவுக்கும், ஸ்வெட்டர், சாக்ஸ் போட்டுவிட்டாள் பர்வீன். தரையில் கால் வைக்க இந்தக் குளிர் இதமாக இல்லை. பர்வீனும் சலீமும்கூட சாக்ஸ் போட்டுக்கொண்டார்கள்.

வெளியில இருந்து பீஜா வாங்கிக்கலாம் என்று முடிவு செய்து பர்வீன் ஆர்டர் செய்தாள். நெட்ஃபிளிக்ஸில் அவெஞ்சர்ஸ் படம் போட்டான் சலீம். நடாஷாவுக்கு அயர்ன்மேன் ரொம்பப் பிடிக்கும். மையிஷாவுக்கு ஹல்க் தான் ஹீரோ. குளிருக்கு அனைவரும் போர்வைக்குள் ஒளிந்துகொண்டு, தலையை மட்டும் வெளியே நீட்டிக்கொண்டிருந்தார்கள்.

பால்கனி வழியே பார்த்தபோது, மழை பெய்வதுபோல் தெரிந்தது. பர்வீன் எழுந்து வந்து பார்த்தபோது, சில ஆலங்கட்டிகள் பால்கனியில்

விழுந்து கிடந்தது. படத்தைப் பாதியில் விட்டுவிட்டு, அனைவரும் பால்கனிக்கு வந்தனர். நடாஷாவுக்கும் மையிஷாவுக்கும் ஆலங்கட்டிகளைக் கையில் எடுத்துப் பார்ப்பது அதிசயமாக இருந்தது. அது கரைவதற்குள், குழந்தைகள் கைகளில் இருக்கும் ஆலங்கட்டியை அலைபேசியில் படம் பிடித்துக்கொண்டாள் பர்வீன்.

சிறிது நேரத்தில், வீட்டின் காலிங் பெல் ஓசை கேட்டு சலீம் சென்று கதவைத் திறந்தான். டெலிவரி ஆள், மழையில் நனைந்து, பீஜா கொண்டுவந்திருந்தான். டெலிவரி எடுத்து வரும் நபர்களுக்கு இரண்டு திர்ஹாம் சலீம் டிப்ஸ் கொடுப்பது வழக்கம். ஆனால் இன்று, ஐந்து திர்ஹாமை டிப்ஸாகக் கொடுத்தான்.

ஆலங்கட்டி மழையில் மனம் நிரம்ப விளையாடிவிட்டு, சூடாக வந்த பீஜாவை சாப்பிட அனைவரும் உட்கார்ந்தார்கள்.

26. தாயின் தவிப்பு

இரண்டு வார பள்ளி விடுமுறைக்குப் பின், எல்லோரும் வழக்கமான வாழ்க்கைக்குத் திரும்பினார்கள். பர்வீன், அரைமணி நேரத்துக்கு முன்பே சென்டருக்கு வந்தாள். ஆனால், அதற்கு முன் வரவேற்பரையில் ஒரு பெண்மணி காத்துக்கொண்டிருந்தாள்.

அந்தப் பெண், வெளிர் பச்சை நிறத்தில் சுடிதார் அணிந்திருந்தாள். அவள் தலைமுடி நன்றாக வெட்டப்பட்டு, காதுக்குக் கொஞ்சம் கீழே தொங்கிக்கொண்டிருந்தது. இந்திய நாட்டைச் சேர்ந்தவள் என்று நன்றாகவே தெரிந்தது. ஆனால், எந்தப் பகுதியைச் சேர்ந்தவள் என்பதை பர்வீனால் கணிக்க முடியவில்லை. அவளைப் பார்த்துப் புன்னகைத்தாள் பர்வீன்.

ரிசப்ஷனிஸ்டிடம் ''குட் மார்னிங்'' சொல்லிவிட்டு, தனது அறைக்குள் சென்றாள். டெலிகாமில் ரிசப்ஷனிஸ்டை தொடர்புகொண்டு, வரவேற்பறையில் இருப்பது தன்னுடைய கிளையன்ட்டா என்று உறுதிப்படுத்திக்கொண்டாள்.

ஐந்து நிமிடம் கழித்து அந்தப் பெண்மணியை உள்ளே அனுப்புமாறு கேட்டுக்கொண்டாள்.

போனை வைத்துவிட்டு மேஜையை சரிசெய்து கொண்டாள் பர்வீன். சரியாக ஐந்து நிமிடங்களுக்குப் பிறகு அந்தப் பெண்மணி அறைக்குள் வந்தாள். "குட் மார்னிங் மேம், ஐ ஆம் ஸ்வேதா.." என்று தன்னை அறிமுகப்படுத்திக்கொண்டாள்.

"வெல்கம். ஐ ஆம் பர்வீன், ப்ளீஸ் சிட் மேம்" என்று தன் பெயரைச் சொல்லிவிட்டு அவளை உட்காரும்படி சொன்னாள் பர்வீன்.

பர்வீனைப் பற்றி அவளுடைய தோழி பலமுறை சொல்லி இருப்பதாக, ஸ்வேதா ஆரம்பித்தாள். யார் என்று பர்வீன் கேட்டபோது, ரோஸ் பெயர் வந்தது.

ரோஸ் பெயரைக் கேட்டவுடன், ஜியாவின் சிரித்த முகம் பர்வீன் கண்முன் வந்து சென்றது.

"ஸ்வேதா, உங்க குழந்தை ஜியாவோட படிக்கிறாளா..?" என்று கேட்டாள் பர்வீன்.

"இல்ல மேடம். இரண்டு பெரும் வேற ஸ்கூல். என் பொண்ணு ஸ்வப்னா, ஜியாவ விட ஒரு வயசு சின்னவ. ரோஸ், என் வீட்டுக்கு எதிர்வீட்ல குடி இருந்தாங்க. இப்ப அவங்க வேற ஏரியாவுக்குப் போயிட்டாங்க" என்றாள்.

"ஓ அப்படியா. ஸ்வப்னா என்ன கிரேட் படிக்கிறா?" என்று பர்வீன் கேட்டாள்.

இப்ப எட்டாவது படிக்கிறாள் என்றும், அவள் தம்பி சோஹித் நான்காவது படிப்பதாகவும் ஸ்வேதா சொன்னாள்.

எங்கிருந்து ஆரம்பிக்க வேண்டும் என்ற சின்ன தயக்கம் ஸ்வேதாவுக்கு இருந்திருக்க வேண்டும். அதனால், அவள் தன் சொந்த ஊரில் இருந்து ஆரம்பித்தாள்.

‘‘மங்களூரில் இருக்கும் பெலுவைதான் சொந்த ஊர். எங்க ஊர்ல முக்கால்வாசிப் பேர், காலேஜ் முடிச்சிருப்பாங்க. எங்கப்பா இறந்ததுக்கு அப்பறம், என்னால காலேஜ் முடிக்க முடில. எங்கம்மா என்னை சீக்கிரம் கல்யாணம் பண்ணிக் குடுத்துட்டாங்க. படிப்பை முடிக்க முடிலன்ற வருத்தம் என்னை வருத்திக்கிட்டு இருந்துச்சி. என் குழந்தைங்க ஸ்கூலுக்குப் போக ஆரம்பிச்ச பிறகு, அந்த ஏக்கத்துல இருந்து வெளிய வந்துட்டேன். அதுவும், என் பொண்ணு ஸ்வப்னா ரொம்ப ஸ்மார்ட்’’ என்று சொல்லும்போது, அவள் உதடுகள் லேசாகப் புன்முறுவல் பூத்தன.

‘‘நான் ஹவுஸ்வைஃபா இருக்கேன். என் இரண்டு குழந்தைகளைப் படிக்கவைப்பது எல்லாம் என் வேலைதான். ஸ்வப்னா, ரொம்ப நல்லா படிக்கிற பொண்ணு. போன வருடம் நடந்த ஸ்பெல்பீ போட்டியிலகூட, துபாயில அவதான் முதல்ல வந்தா. ஆனா, என் பையன் படிப்புல கொஞ்சம் வீக். அதனால, அதிக நேரம் நான் அவனோட இருக்கற மாதிரி ஆயிடும். என் பொண்ணு, ஒரு தடவ சொன்னா அப்படியே பிடிச்சுப்பா’’ என்றாள்.

சோஹித்துக்குப் பிரச்னையாக இருக்குமோ..? இல்லை, ஸ்வப்னாவுக்கு இருக்குமோ..? பார்க்கலாம். ஸ்வேதா எவ்வளவு தூரம் பேசுகிறாளோ அவ்வளவு சுலபமா பிரச்னையைப் புரிந்துகொள்ளலாம் என்று பர்வீன் தனக்குள் எண்ணிக்கொண்டாள்.

அதனால், ஒரு சின்ன புன்னகையோடு ஸ்வேதா தன் குழந்தைகளின் பெருமைகளைச் சொல்லட்டும் என்று பர்வீன் கேட்டுக்கொண்டிருந்தாள்.

“ஓபன் ஹவுஸ் மீட்டிங் போனா, ஸ்வப்னாவோட ஸ்கூல் டீச்சர்ஸ் எல்லாம் அவளைப் புகழ்ந்து தள்ளுவாங்க. அவ மத்த குழந்தைகளுக்கு படிப்புல ரொம்ப ஹெல்ப் பண்றதா கணக்கு டீச்சர் சொன்னாங்க. மொத்தத்துல, அவளை நினைச்சு எனக்கு ரொம்பப் பெருமையா இருந்துச்சி. ஆனா, என் பையன் கிளாஸ் டீச்சரை பார்த்துட்டு வந்தா எனக்கு மனசு பாரமா ஆயிடும். ஒரு அம்மாவா நான் தோத்துப்போன மாதிரி ஃபீல் ஆயிடும். என் கணவர்தான் என்னை தேத்துவார். என்னை மாதிரி வேற யாரும் பிள்ளைகளைப் பார்த்துக்க முடியாதுன்னு அவர் சொல்றப்ப, இன்னும் என் பெஸ்ட்ட கொடுக்கணும்னு உற்சாகம் வந்துடும்” என்றாள்.

பர்வீன், அதே சின்ன புன்னகையோடு கவனமாகக் கேட்டுக்கொண்டிருந்தாள். ஸ்வேதா தொடர்ந்தாள்.

“வீட்ல ஒரு லேப்டாப் இருக்கு. நானும் என் பொண்ணும்தான் அதை அதிகம் யூஸ் பண்ணுவோம். என் பையனுக்கு பிரின்ட் அவுட் எடுத்துக் கொடுத்தா போதும். கணவர் எப்பவாவது படம் பார்க்க யூஸ் பண்ணுவார். ஸ்வப்னா எட்டாவது போனதில் இருந்து, அவளுக்கு கம்ப்யூட்டர்ல நிறைய வேலை. இந்த இரண்டு வார விடுமுறையிலதான், ஆன்லைன் கேம்ஸ் விளையாட ஆரம்பிச்சா. அது என்ன கேம்னு கூகுள் பண்ணிப் பார்த்தப்புறம்தான் விளையாட விட்டேன். அதுவும், ஒரு நாளைக்கு ஒரு மணி நேரம்தான் விளையாடணும்னு சொல்லிட்டேன்.

எப்பவும் போல, ஸ்வப்னா ரொம்ப சமர்த்தா என் பேச்சைக் கேட்டு, அவ வேலைகளைப் பார்த்துக்கிட்டு இருந்தா. சோஹித்தோடு உட்கார்ந்து, கொஞ்சநேரம் அவனைப் படிக்கவைப்பேன். அப்புறம் டிவிதான் பொழுதுபோக்கு. எல்லாம் நல்லாதான் போயிட்டு இருந்துச்சு'' என்று அவள் சொல்லும்போது, அவள் குரல் கம்மியது.

பர்வீன், மேஜைக்குக் கீழ் இருந்த ஒரு சின்ன தண்ணீர் பாட்டிலை எடுத்து ஸ்வேதாவிடம் கொடுத்தாள். அவள் ஒரு வாய் தண்ணீர் குடித்து பர்வீனைப் பார்த்தாள். ஸ்வேதாவின் கண்கள் நிரம்பி இருந்தன.

''எதுவா இருந்தாலும் சொல்லுங்க ஸ்வேதா'' என்றாள் பர்வீன்.

''அன்னைக்கு என் கணவர் ஆபிஸ்ல இருந்து வந்தவர், என்னவோ படத்தை டவுன்லோடு செய்யணும்னு லேப்டாப்ப யூஸ் பண்ணார். அதுக்கு அப்பறம் இங்கிலீஷ் படம்கூட பார்த்தோம். பேர் சட்டுன்னு ஞாபகம் வரல. ரொம்ப சண்டைக் காட்சி இருந்ததால, நான் பாதில எழுந்து போயிட்டேன். மறுநாள், யூடியூப்ல ஒரு சமையல் ஷோ பார்த்தேன். நல்லா இருந்தது. அதை குழந்தைகளுக்குச் செய்து கொடுக்கலாம்னு நினைச்சேன். ஸ்வப்னா கொஞ்ச நாளா ரொம்ப சோர்வா தெரிஞ்சா. ரத்தசோகையா இருக்குமோன்னு நான் யூகிச்சேன். அவளை டாக்டர்கிட்ட கூட்டிட்டுப்போகணும்னு கணவர்கிட்ட சொல்லிட்டு இருந்தேன். அப்படியே ரெண்டு மூன்று நாள் போச்சு. குழந்தைகளுக்கு வித்தியாசமா ஏதாவது செய்துகொடுக்கணும்னு தோணிச்சு. லேப்டாப்ல இரண்டு நாளைக்கு முன்னால பார்த்த சமையல் ஷோவை தேடினேன்,

கிடைக்கல. சரி, வெப் ஹிஸ்டரியில போய் பார்த்தேன். நான் பார்த்த சமையல் ஷோ லிங்க்குக்கு பக்கத்துல இன்னொரு லிங்க் இருந்துச்சு. சமையல் ஷோ லிங்க்க கிளிக் பண்ணப்போய், தெரியாத்தனமா இன்னொரு லிங்கை கிளிக் பண்ணிட்டேன்''.

ஸ்வேதா இரு கைகளையும் மெள்ள பிசைந்து கொண்டாள். அவளது விரல்களில் சின்ன நடுக்கம் தெரிந்தது.

பர்வீன், தன் இருக்கையில் இருந்து எழுந்துபோய், ஸ்வேதா அருகில் இருந்த இருக்கையில் அமர்ந்தாள். இப்பொழுது ஸ்வேதாவின் கண்களில் இருந்து கண்ணீர் மட்டும் இல்லை.. அவள் மூக்கில் இருந்தும் தண்ணீர் வடிந்தது. டிஸ்யூ பாக்ஸை அவள் அருகில் எடுத்துவைத்தாள் பர்வீன்.

ஸ்வேதாமீண்டும்சொல்லஆரம்பிக்கநீண்டஅவகாசம் கொடுத்து, பர்வீன் காத்துக்கொண்டிருந்தாள். ''அந்த லிங்க்கில் ஆபாச வீடியோக்கள் இருந்தன. பதறிப்போய் லிங்க்கை குளோஸ் பண்ணிட்டேன். வெப் ஹிஸ்டரியில போய்ப் பார்த்தா, அது மாதிரி நிறைய லிங்க் இருத்தது. ஒரு மாசத்துக்கு முன்னாடில இருந்து பார்த்த மாதிரி இருந்துது. எனக்கு ஒண்ணுமே புரியல. என் கணவருக்குக் கால் பண்ணேன். என்ன இதெல்லாம்னு கத்தினேன். குழந்தைங்க யூஸ் பண்ற லேப்டாப்ல இப்படி பண்ணலாமா.. அது இதுன்னு கத்திட்டேன். நான் எதுவும் பண்ணலன்னு அவர் சொன்னார். தொடர்ந்து என்னால பேச முடியல''.

ஸ்வேதாவின் விரல்களில் இருந்த லேசான நடுக்கம் இப்போது உடம்புக்கு மாறியிருந்தது நன்றாகவே தெரிந்தது. 'அல்லாஹ்வே, இந்தச் சூழ்நிலையை

நான் சரிவரக் கையாள எனக்கு தெம்பு கொடு' என்று பர்வீன் மனத்துக்குள் பிரார்த்தித்தாள்.

ஸ்வேதா தொடர்ந்தாள். "அந்தப் பதிவுகள் பார்த்த நேரமும், ஸ்வப்னா லேப்டாப் யூஸ் பண்ற நேரமும் ஒத்துப்போச்சு. என் பதிமூன்று வயசுப் பெண்ணுக்கு.. ஐயோ, என்னால இப்ப நினைச்சாகூட.. ஆயுசு முழுக்க வாங்கமுடியாத அளவுக்கு என் மகளை அன்னிக்கு அடிச்சி முடிச்சேன். அவ வலியால துடிச்சா. கன்னமெல்லாம் வீங்க ஆரம்பிச்சது. என் கைகள் ரொம்ப வலிச்சத பார்த்து, அவளோட வலிய நெனைச்சிப் பார்த்தேன். என் வலி இன்னும் அதிகமாச்சி. ஆனா, அத்தனை அடியும் வாங்கிட்டு ஸ்வப்னா என்கிட்ட ஒரு வார்த்தகூட பேசல".

பதிமூன்று வயதுப் பெண் ஸ்வப்னா, ஒரு மாதமாக அந்த வீடியோக்களைப் பார்த்துக்கொண்டிருக்கிறாள். இது எப்படி ஸ்வேதாவுக்குத் தெரியாமல் இருந்தது என்று பர்வீனுக்கு முதல் கேள்வியாக இருந்தது. ஒரு தீர்வைச் சொல்லாமல், சமாதானம் செய்து என்ன பலன் இருக்கும் என்று பர்வீனுக்குத் தோன்றியது.

'என் மகள் இன்னும் குழந்தைதான். இப்படி சட்டுன்னு அசுரத்தனமான சிதைவு அவளுக்குள்ள நடந்திருக்கு. இதுக்கு நான்தானே பொறுப்பு. என் குழந்தைகளை நல்லதானே பார்த்துக்கிட்டேன். அத மட்டும்தானே நான் ஒழுங்கா பண்ணிக்கிட்டு இருக்கேன்னு பெருமையா இருந்தேன். ஆனா, இப்படி.." என்று தேம்பினாள்.

"அழாதீங்க ஸ்வேதா. அடுத்து, அவளை எப்படி அதுல இருந்து மீட்கலாம்னு யோசிக்கலாம். உங்க கணவர் என்ன சொன்னார்..?"

''அவர் பதறிப்போயிட்டார் மேடம். மனுஷன் ரொம்பவும் ஒடைஞ்சிட்டார். இதுக்கு மேல அவளை அடிக்காதன்னு சொல்லிட்டார். என் குழந்தையை எப்படி முன்ன மாதிரி பார்ப்பேன்'' என்று சொல்லி, டிஷ்யூ பேப்பரால் மூக்கை மூடி உறிஞ்சிக்கொண்டாள்.

சிறிது நேரத்துக்குப் பிறகு, அழுகை, விசும்பல் எல்லாம் நின்றது. ஸ்வேதா, ரெஸ்ட் ரூம் சென்று முகம் கழுவிக்கொண்டு, கொஞ்சம் நிதானமாக வந்து பர்வீன் எதிரில் உட்கார்ந்தாள்.

''உங்க பெண்ணை அடிப்பது தீர்வல்ல. அவ வேணும்னு இதைச் செய்திருக்க வாய்ப்பு கம்மி. யூடியூபில் ஏதாவது தேடும்போது, நடுவுல ஆபாச வீடியோ வந்திருக்கும். அது என்னன்னு தெரிஞ்சிக்கிற ஆர்வத்துலதான் எல்லாம் ஆரம்பிச்சிருக்கணும். ஆனா, ஒரு மாதமா அந்தக் குழந்தை எவ்ளோ டிஸ்டர்ப் ஆயிருப்பா. அதைச் சரிசெய்ய, நீங்கதான் ஸ்ட்ராங்கா இருக்கணும்'' என்றாள் பர்வீன்.

''நான் என்ன செய்யணும்? சொல்லுங்க மேடம்..'' என்று கேட்டாள் ஸ்வேதா.

''உங்ககிட்ட ஒரு இன்ஸிடென்ட்ட ஷேர் பண்ணனும் ஸ்வேதா. போன வருஷம் என்னப் பார்க்க ஒரு டீச்சர் வந்தாங்க. ஒரு ஸ்டூடண்டுக்காக என்னைப் பார்க்க வந்தாங்க. அவங்க ஃபர்ஸ்ட் கிரேடு டீச்சர். கிளாஸ் முடிஞ்சி பிரேக்ல, ஒரு பையன் மொபைல்ல என்னவோ பார்த்திருக்கான். அவனை சுத்தி நாலு குழந்தைங்க இருந்திருக்காங்க. அந்த டீச்சர், என்ன எதுன்னு போய்ப் பார்த்திருக்காங்க. ஆபாச வீடியோ ஓடிக்கிட்டு இருந்திருக்கு. அவன் கையில இருந்து

மொபைல எடுத்துக்கிட்டு பிரின்சிபால் ரூமுக்குப் போயிட்டாங்க.

அந்தப் பையன கூப்பிட்டு மொபைல்ல என்ன பார்த்துட்டு இருந்தே. உன் கைக்கு மொபைல் எப்படி வந்துதுன்னு கேட்டிருக்காங்க. அதுக்கு, அந்த மொபைல் தன்னோட அண்ணனோடதுன்னும், ஸ்கூல் முடிஞ்சப்பறம் அம்மாவுக்குப் போன் பண்ண எடுத்துட்டு வந்தேன்னும் அந்தப் பையன் சொல்லியிருக்கான்.

அவன் அண்ணன் பார்த்த வீடியோதான், இவன் பார்க்கறப்போ வந்திருக்கு. அந்த வீடியோ பத்தி, அந்தக் குட்டிப் பையனுக்கும் ஒண்ணும் தெரியாது, அவன்கூட உட்கார்ந்து பார்த்த குழந்தைகளுக்கும் ஒண்ணும் தெரியாது. ஆனா, பார்த்துட்டாங்க. அந்தப் பையனோட அம்மா அப்பா ரெண்டு பேரும் வேலைக்குப் போறவங்க. ஒரு ஆத்திர அவசரத்துக்கு, பெரிய பையன் கையில மொபைல கொடுத்திருப்பாங்கபோல. இன்னொரு ஆச்சரியம் என்னன்னா, அந்தப் பெரிய பையன் நாலாவதுதான் படிக்கிறான்.

இதைப்பத்தி பேசத்தான் அந்த டீச்சர் வந்தாங்க. அவங்க ரொம்ப டிஸ்டர்ப் ஆகியிருந்தாங்க. அந்த ஸ்கூல் மேனேஜ்மென்ட்டுக்கு சில யோசனைகள் சொன்னேன்.

அந்தச் சமயத்துல, எல்லா பேரன்ட்ஸுக்கும் சர்க்குலர் போச்சு. மொபைல்ல, லேப்டாப்ல பேரன்ட் கண்ட்ரோல் பத்தி அதுல குறிப்பிட்டிருந்தாங்க. அதோட, ஆபாச வீடியோக்கள் வந்தா என்ன செய்யணும்னு இன்ஸ்ட்ரக்ஷன்ஸ் குடுத்திருந்தாங்க.

நாம நம்ம லேப்டாப்ல வேலை பார்த்துட்டு இருக்கும்போது, இல்ல யூடியூப்ல படம் பார்க்கும்போது, இது மாதிரி லிங்க்கெல்லாம் வர்றத நாமளே பார்த்திருக்கிறோம். இந்தக் காலகட்டத்துல, பெற்றோர்களுக்கு இது பெரிய சவால்தான். ஆனா, நாம சரிசெய்ய முடியாததுன்னு ஒன்னும் இல்லை. பிள்ளைகளுக்கு ஒரு சின்ன விழிப்புணர்வுதான் வேண்டும்.

நீங்க எப்பவும்போல ஸ்வப்னா மேல நம்பிக்கை வைக்கணும். அது அவ மனசுல பதியற மாதிரி செய்யணும். இந்த இன்ஸிடென்ட்டை வெச்சி எக்காரணம் கொண்டும் ஸ்வப்னாவை திட்டக் கூடாது. ஒரு தவறு நடந்துடுச்சி. அதை அவ திரும்பவும் பண்ணாம இருக்க, அவளுக்கு ஒரு புரிதலைக் கொடுக்கணும். முதல்ல, லேப்டாப்ல செட்டிங்ஸ மாத்துங்க. அவகிட்ட பேசுங்க.. நிறைய பேசுங்க.. அவளுக்கு ஆதரவா இருங்க. உங்க பொண்ணு வளர வளர, அவளுக்கு அவ உடம்ப பத்தி நிறைய சந்தேகம் வரும். அவ உடம்புல மாற்றங்கள் வர்ற வயசுதான். என்ன டவுட் இருந்தாலும் பதட்டப்படாம எதிர்கொள்ளுங்க. பசங்க தப்பு பண்ணாலும், நம்மகிட்ட வந்து சொல்ற மாதிரி, ஒரு ஸ்பேஸ நாமதான் உருவாக்கணும். நடந்தத ஒரு கெட்ட கனவா நெனைச்சி மறந்துடுங்க. அவகிட்ட எப்பவும்போல இருங்க ஸ்வேதா. எல்லாத்தையும் காலம் சரி செய்யும். ஸ்வப்னாவை ஒருநாள் கவுன்சிலிங்குக்கு அனுப்பி வைங்க. அவகிட்ட நான் பேசறேன்'' என்றாள் பர்வீன்.

''ரொம்ப தேங்க்ஸ் மேடம். இதுல இருந்து எப்படி மீள்றதுன்னு தெரியாம தவிச்சிக்கிட்டு இருந்தேன். உங்ககிட்ட பேசினதுக்கு அப்புறம், அவள எப்படி

ஹேண்டில் பண்ணனும்னு புரிஞ்சிக்கிட்டேன். எனக்கு இன்னொரு ரிக்வெஸ்ட்.. ரோஸுக்கு இதெல்லாம் தெரியாது. உங்களைப் பற்றி ஜியா நிறைய சொல்லுவா. அதனாலதான் கவுன்சிலிங் புக் பண்ணேன்'' என்றாள் ஸ்வேதா.

''யார்கிட்டயும் சொல்லமாட்டேன் ஸ்வேதா. நான் இப்ப சொன்ன சம்பவம், உங்க நிலைமைய லேசாக்கும்னுதான் சொன்னேன். இதுமாதிரி எல்லா எடத்துலயும் நடந்துக்கிட்டுதான் இருக்கு. இப்ப இருக்கிற டெக்னலாஜி, எக்ஸ்போஷர்னு.. குழந்தைகளும் சவாலான சூழ்நிலைல வளர்றாங்க. எல்லாம் சரி செய்துடலாம். கவலைப்படாம இருங்க. ஸ்வப்னாவை நாளைக்கு அனுப்ப முடியுமா? ரொம்ப கேப் வேணாம்னு நினைக்கறேன்'' என்றாள் பர்வீன்.

''ரொம்ப தேங்க்ஸ். நாளைக்கு பத்து மணிக்கு ஸ்வப்னாவ அழைச்சிட்டு வர்றேன் மேம்'' என்று சொல்லிவிட்டு எழுந்தாள். பர்வீனும். வாசல் வரை வந்து ஸ்வேதாவை அனுப்பிவைத்தாள்.

27. ஆபாச வீடியோக்கள்

பள்ளியில் இருந்து வந்த குழந்தைகள், இரண்டு வாரம் கழித்து நண்பர்களைப் பார்த்த சந்தோஷத்தில் உற்சாகமாக இருந்தார்கள். மையிஷாவின் தோழி அத்வி, ஜார்ஜியா போய்வந்த தகவல், அவள் பனிக்கட்டிகளோடு விளையாடிய அனுபவம் எல்லாவற்றையும் மையிஷா சொல்லிக் கொண்டிருந்தாள். நடாஷாவின் தோழி டிசரி, அர்மீனியா சென்றுவந்ததாக நடாஷா சொன்னாள்.

"வேர்ல்ட் மேப்ல எத்னையோ நாடு இருக்க, நாம மட்டும் ஏம்மா இந்தியாவுக்கு மட்டும் போறோம்?" என்றாள் மையிஷா.

"அங்கதான் நானிமா இருக்காங்க, அதனால போறோம்" என்றாள் நடாஷா.

"மையிஷா, நீ எப்ப ஒழுங்கா சாப்பிட ஆரம்பிக்கறியோ, அப்பதான் அபியா நம்மள மத்த நாடுகளுக்குக் கூட்டிட்டுப் போவார்" என்றாள் பர்வீன்.

இதைக்கேட்டு, குழந்தைகள் இருவரும் அமைதியாகச் சாப்பிட்டு முடித்தார்கள். பிறகு கொஞ்ச நேரம் டிவி பார்த்தார்கள். அப்புறம், வீட்டுப்பாடம் செய்ய புத்தகங்களோடு உட்கார்ந்தார்கள். மையிஷாவின் பள்ளியில் புராஜெக்ட் என்று குழந்தைகளுக்குக் கொடுத்து, அதைப் பெற்றோர்களைச் செய்யவைப்பது வழக்கம். அவள் பள்ளியில் மட்டும் இல்லை.. பல பள்ளிகளில் பெற்றோர்களைத் தண்டிக்கவே இந்தச் சடங்கு நடப்பதாக பர்வீனுக்குத் தோன்றும்.

அன்றும் அப்படித்தான். ஃபுட் சார்ட் செய்ய வேண்டும் என்று மையிஷாவின் சயின்ஸ் டீச்சரிடம் இருந்து சர்க்குலர் வந்திருந்தது. அரிசி, பாஸ்தா, பருப்பு வகைகளை ஒவ்வொன்றாக எடுத்து, அதற்கான இடத்தில் ஒட்டினார்கள். மையிஷாவும் நடாஷாவும் சுலபமானதைச் செய்ய, சிறுதானியங்களை பர்வீன் ஒட்டினாள்.

“அம்மியா.. இட் லுக் வெரி நைஸ். என் புராஜெக்டை மிஸ் கண்டிப்பா டிஸ்பிளேல வெப்பாங்க” என்று கை தட்டிக்கொண்டு குதித்தாள் மையிஷா.

“இது உன் புராஜெக்ட் மட்டும் இல்ல.. நம்ம குரூப் வொர்க்” என்றாள் நடாஷா.

பர்வீனுக்கு இடுப்பில் லேசான வலி இருந்தது. அவளுக்குக் கொஞ்சம் ஓய்வு தேவைப்பட்டது. குழந்தைகள் இருவரும் தங்கள் ரூமுக்குச் சென்றுவிட, பர்வீன் டைகர் பாம் எடுத்து தடவிக்கொண்டாள். தரையில் படுத்துக்கொண்டு, கால்களை சோபா மீது வைத்தாள். இது கொஞ்சம் இதமாக இருந்தது. ஸ்வேதா பற்றியும், ஸ்வப்னா பற்றியும் பர்வீன் யோசிக்க ஆரம்பித்தாள்.

ஆபாச வீடியோக்கள் உருவாக்குபவர்கள் நிச்சயம் மனநோயாளிகள்தான். அவர்கள் செய்யும் இந்தக் கேவலமான செயல், பிஞ்சுக் குழந்தைகளையும் பாதிக்கிறது. இதற்கு முழுமையான தீர்வு என்று ஒன்று நிச்சயம் இருக்க வேண்டும். அது எது? குழந்தைகளுக்கு, அவர்களுடைய வயதுக்கு ஏற்ப சில புரிதல்களை நாம்தான் சொல்லித்தர வேண்டும். இல்லையெனில், அவர்களாகச் சென்று தேடிப்பார்ப்பதற்கு ஆயிரம் வழிகள் இருக்கின்றன. ஆனால், இதை எங்கிருந்து ஆரம்பிப்பது என்று யோசித்தபோது, பர்வீனுக்கு அது பெரிய சவாலாகத் தோன்றியது.

அவள் தோழி லீலா, மகப்பேறு மருத்துவராக இருக்கிறாள். அவளுக்கு ஃபோன் போட்டுப் பேசலாம் என்று நினைத்து, அவள் எண்ணுக்கு உடனே அழைத்தாள்.

“ஹலோ டாக்டர் மேடம்.. எப்படி இருக்கீங்க. பேசலாமா..?”

“ஏய்.. நான் நல்லா இருக்கேன். நீ.. குட்டீஸ்.. எப்படி இருக்கீங்க?”

“ஆல் ஃபைன் லீலா. உன்கிட்ட முக்கியமா ஒண்ணு கேட்கணும். நேத்து என்னை பார்க்க ஒரு கிளையன்ட் வந்தாங்க..” என்று, நடந்த அனைத்தையும் சுருக்கமாகச் சொல்லி முடித்தாள். நாளைக்கு அந்தக் குழந்தையை வரச்சொல்லி இருப்பதாகவும், மருத்துவர் பார்வையில் நீ ஏதாவது சொல்லேன் என்று பர்வீன் கேட்டாள்.

“பர்வீன்.. அந்தக் குழந்தை ஒரு மாசம் பார்த்திருக்கா. அவள்மனசும்உடலும்நிச்சயம்பலதொந்தரவுகளுக்கு

ஆளாகியிருக்கும். இப்போதைக்கு, ஹியூமன் ஃபிசியாலஜி பத்தி அவகிட்ட ஓரளவு பேசியே ஆக வேண்டும்'' என்றாள் லீலா.

''எனக்கும் அதுதான் தோணுது லீலா. ஆனா எங்க இருந்து ஆரம்பிக்கணும்னு ஒரு சின்ன தயக்கம் இருக்கு. இப்ப நாம சொல்லலன்னா, கண்டிப்பா புரிதல் இல்லாம பல தவறுகள் நடந்துடலாம்'' என்றாள்.

''கரெக்ட்டா சொன்ன பர்வீன். ஹார்மோன்ஸ் பத்தி அந்தப் பொண்ணுகிட்ட பேசு. யுஎஸ், யுகேல எல்லாம் செக்ஸ் எஜுகேஷனிஸ்ட் இருக்காங்க. அதுல, அந்த வயசுக்குத் தேவையில்லாத பல தகவல்கள குழந்தைங்க தெரிஞ்சிக்கற மாதிரி ஆயிடுது. இது ஒரு சேலஞ்ச்தான் பர்வீன். நீ இந்த கேஸ்ல கொஞ்சம் ஓப்பன் அப் ஆகலாம்'' என்றாள் லீலா.

''சரி லீலா, நீ சொல்றதும் கரெக்ட்தான். பேச வேண்டிய விஷயங்கள பேசித்தான் ஆகணும். சரி நீ வேலையப் பாரு. நான் அப்புறம் பேசறேன்'' என்று சொல்லி முடித்துவிட்டாள்.

தன்னுடைய கவுன்சிலிங் டைரியை எடுத்து, எண்கள் போட்டு சிலவற்றைக் குறித்துக்கொண்டாள். குழந்தைகள் இருவரும் ஹாலுக்கு வந்து விளையாட ஆரம்பித்தார்கள். அவர்களை அழைத்து பக்கத்தில் அமரவைத்தாள். புத்தகங்களில் வரும் கதைகளைப் பற்றி மூவரும் பேசினர். பர்வீனுக்கு மாங்கா புத்தகங்களைப் பற்றித் தெரிந்துகொள்ள ஆவலாக இருந்தது.

நடாஷா, அதில் வரும் கதாபாத்திரங்கள் பற்றிப் பேச ஆரம்பித்தாள். அவள் வாங்கிய புத்தகத்தின்

தொடர்ச்சியாக, இன்னும் ஆறு புத்தகங்கள் இருப்பதாகச் சொன்னாள்.

“உங்ககிட்ட இன்னைக்கு நடந்த ஒரு முக்கியமான விஷயத்தைப் பத்தி பேசப்போறேன்” என்றாள் பர்வீன். நடாஷாவும் மையிஷாவும் பர்வீனைக் கூர்ந்து கேட்க ஆரம்பித்தனர்.

“யூடியூப் பார்க்கறப்ப ஏதாவது டர்ட்டி வீடியோஸ் வந்தா உடனே குளோஸ் பண்ணிடனும்.. அப்பறம் அம்மாகிட்ட வந்து சொல்லணும்..”

பர்வீன் முடிப்பதற்குள், ”அம்மியா.. ரொம்ப நாளைக்கு முன்னாடி நான் சொன்னேன்ல” என்றாள் நடாஷா. “ஆமா நட்டும்மா. யூ ஆர் மை குட் கேர்ள். ஒரு பொண்ணு அவ அம்மா அப்பாகிட்ட சொல்லாம, ரெண்டு தடவ டர்ட்டி வீடியோஸ் பார்த்துட்டாளாம்”.

“அச்சச்சோ. அப்பறம்..” என்றாள் நடாஷா.

“அப்பறம் கம்ப்யூட்டருக்குள்ள ஹேக்கர் வந்துட்டான். அவளை எந்த ஹோம்வொர்க்கும் பண்ணவிடாம ரொம்ப டிஸ்டர்ப் பண்ணியிருக்கான். நைட்லகூட, அந்தப் பொண்ணுக்கு தெரியாம வீட்டுல நடக்கிறத பார்த்திருக்கான்” என்றாள் பர்வீன்.

“அம்மியா.. எனக்கு ரொம்ப பயமா இருக்கு. நம்ம லேப்டாப், டேப்லகூட அந்த ஹேக்கர் இருப்பானா” என்று, கொஞ்சம் பயந்த குரலில் மையிஷா கேட்டாள்.

“டர்ட்டி வீடியோஸ் வந்தா, உடனே குளோஸ் பண்ணிட்டு அம்மியாகிட்ட சொன்னா.. அம்மியா கிளீன் பண்ணிடுவேன். அபியா, ஹேக்கர்ஸ் யாரும் வராத மாதிரி செட்டிங்கும் பண்ணி இருக்கார்”.

“அப்பாடி..” என்று நடாஷா பெருமூச்சு விட்டாள். ஆனால், மையிஷா பயந்துபோனாள். “அதுக்குதான், லேப்டாப் மட்டுமில்ல, டேபும் அதிகமா யூஸ் பண்ணக் கூடாதுன்னு சொல்றேன்” என்று பர்வீன் சொல்லி முடித்தாள்.

“அபியா வந்தவுடன், ஒரு தடவ நம்ம லேப்டாப்பையும், டேபையும் பார்க்கச் சொல்லலாம்” என்று, மையிஷாவிடம் நடாஷா சொன்னாள்.

அலுவலகத்தில் இருந்து வந்த சலீமிடம், நடாஷாவும் மையிஷாவும் ஹேக்கர் பற்றிச் சொல்ல, முதலில் சலீமுக்கு ஒன்றும் புரியவில்லை. அதுவும், மையிஷா பேய்க் கதை கேட்டதுபோல் பயந்துபோய் இருந்தது, அவனுக்குக் குழப்பமாக இருந்தது.

“அப்படியா.. நான் ரெஸ்ட்ரூம் போயிட்டு வந்துடறேன்” என்று சொல்லிவிட்டு அறைக்குள் சென்றான். பர்வீன் அவன் பின்னாலேயே சென்று, அன்று சென்டரில் ஸ்வேதா வந்தது முதல் ஹேக்கர் வரை ஒன்றுவிடாமல் ஒப்பித்தாள்.

“ம்ம்.. கேக்கவே ரொம்ப டிஸ்டர்பிங்கா இருக்கு பர்வீன். பசங்களுக்குப் புரியற மாதிரி சொல்லிட்ட. ஆனா, மையிஷா ரொம்ப பயந்துட்டு இருக்கா” என்றான்.

“பரவாயில்லை.. இதுமாதிரி விபத்துகள் நடக்காம இருக்க, இப்ப இந்த மாதிரி சொல்லித்தான் ஆகணும். நாளைக்கு, அந்தப் பதிமூணு வயசுப் பொண்ணுகிட்ட வேற மாதிரிதான் சொல்லணும்” என்று முடித்தாள் பர்வீன்.

28. சிறுமியைப் பிடித்த அரக்கன்

காலைத் தொழுகையை ஆரம்பிப்பதற்கு முன், பர்வீன் பதினைந்து நிமிடங்கள் தியானத்தில் இருந்தாள். பிராணாயாமாவில் ஆரம்பித்து 'ஓம்' என்ற ரீங்காரத்தில் மனம் கொஞ்ச நேரம் லயித்தது. இந்த உணர்வு இன்று அவள் மனத்துக்கு மிக முக்கியம் என்று தோன்றியிருக்கலாம். மசூதியில் இருந்து பாங்கு சத்தம் வந்தது. தியானத்தை முடித்த கையோடு தொழுகையையும் முடித்தாள்.

சலீம், தொழுகையை முடித்து வந்தவுடன், தினசரிக் காட்சிகள் ஆரம்பமானது. நடாஷாவையும் மையிஷாவையும் பள்ளியில் இறக்கிவிட்டு, அங்கிருந்து நேராக லூலூ ஹைப்பர் மார்க்கெட் சென்றாள். வீட்டுக்கு வேண்டிய காய்கறிகளை வாங்கிக்கொண்டு வீடு திரும்பினாள். அழுக்குக்கூடையில் இருந்த குழந்தைகளின் துணிகளை வாஷிங் மெஷினில் போட்டுவிட்டு, சென்டருக்கு புறப்படத் தயாரானாள்.

காரில் உட்கார்ந்தது முதல் சென்டர் செல்லும் வரை, அவளுடைய கைகள் வெறுமனே ஸ்டீரிங்கில் இருந்த மாதிரி ஒரு உணர்வு. மனசு முழுக்க, ஸ்வப்னாவுக்கு நல்லபடியாகப் புரியவைத்து, தெளியவைத்து அனுப்ப வேண்டும் என்ற எண்ணமே மேலோங்கியிருந்தது.

சென்டரை அடைந்த பர்வீன், எப்பவும்போல ரிசப்ஷனிஸ்டுக்கு ஒரு குட்மார்னிங் சொல்லிவிட்டு, தன்னுடைய அறைக்குச் சென்றாள். அவளுக்கு முன், கிளையன்ட் வராமல் இருந்தது கொஞ்சம் ஆசுவாசமாக இருந்தது. ஸ்வப்னாவிடம் பேச வேண்டிய விஷயங்களை, மனத்துக்குள் ஒருமுறை ஓட்டிப் பார்த்தாள்.

பத்து மணி ஆனபிறகும் யாரும் வரவில்லை. ரிசப்ஷனிஸ்ட் போன் செய்து ஸ்வேதாவிடம் பேசினாள். வாகன நெரிசலில் மாட்டிக்கொண்ட செய்தி தெரிந்து, பர்வீனிடம் சொன்னாள். இப்படியே அரை மணி நேரம் அமைதியாகச் சென்றது.

திடீரென்று போன் அடித்தது. ஸ்வேதாவும் ஸ்வப்னாவும் வந்திருப்பதாக ரிசப்ஷனிஸ்ட் சொன்னாள். ஸ்வப்னாவை மட்டும் உள்ளே அனுப்புமாறு சொல்லிவிட்டு பர்வீன் போனை வைத்தாள்.

சில நிமிடங்களில் ஸ்வப்னா வந்தாள். சாதாரண உயரம். ஸ்வேதாவைப்போல் தலைமுடி காதுவரை இருந்தது. கண்ணாடி அணிந்திருந்தாள். எலுமிச்சை நிறத்தில் டி ஷர்ட்டும் ஜீன்ஸும் அணிந்திருந்தாள்.

“குட் மார்னிங் மேம்” என்று, மெல்லிய குரலில் சொன்னாள்.

''வெரி குட்மார்னிங் ஸ்வப்னா.. ப்ளீஸ் ஹாவ் யுவர் சீட். எந்த க்ளாஸ் படிக்கிற, உன் தம்பி எந்த கிளாஸ்..?'' என்று ஆரம்பித்தாள் பர்வீன்.

அவள் எட்டாவது படிப்பதாகவும், தம்பி நான்காவது படிப்பதாகவும் கூறினாள். அவளுக்குப் பிடித்த சப்ஜெக்ட் பற்றிக் கேட்டவுடன், ''ஐ லைக் சயின்ஸ் அண்ட் ஆர்ட்'' என்றாள்.

''எனக்கும் சயின்ஸ்தான் ஃபேவரைட் சப்ஜெக்ட்'' என்றாள் பர்வீன். அவள் அம்மா ஸ்வேதா, நேற்று அவளிடம் ஏதாவது பேசினாளா என்று பர்வீன் அடுத்துக் கேட்டாள்.

''என்னால அம்மா ரொம்ப டிஸ்டர்ப் ஆயிட்டாங்க. ரெண்டு மூன்று நாள் எங்க வீடே ரொம்ப இறுக்கமா இருந்தது. நேத்து அம்மா கொஞ்சம் ரிலாக்ஸ்டா தெரிஞ்சாங்க. என்கிட்ட பழைய மாதிரி பேச ஆரம்பிச்சாங்க'' என்று ரொம்ப நிதானமாகச் சொல்லி முடித்தாள்.

''குட். உங்க அம்மா நேத்திக்கு என்கிட்ட பேசும்போது, நீ ரொம்ப ஸ்மார்ட், ஸ்பெல்பீல கூட ஃபர்ஸ்ட் ப்ளேஸ்னு சொன்னாங்க. கீப் அப் தி குட் வாக் டியர்''.

''தேங்க்யூ மேம்..''

''உங்க ஸ்கூல்ல, பீரியட்ஸ் பத்தி அவேர்னெஸ் கேம்ப் வெச்சாங்களா ஸ்வப்னா..?''

''நான் செவென்த் படிக்கிறப்ப, ஆல்வேய்ஸ் கம்பெனி வந்து பீரியட்ஸ் பத்தி பேசினாங்க. நாப்கின் பேட் கூடக் கொடுத்தாங்க''.

''நாங்க படிக்கிற காலத்துல, அப்படியெல்லாம் ஒண்ணும் நடக்கல. இன்ஃபேக்ட், எனக்கு பீரியட்ஸ் வர்றப்ப நான் ரொம்ப பயந்துட்டேன். அந்த

ரத்தத்தைப் பார்த்ததும், நான் செத்துடுவனோன்னு நெனச்சேன். குட், இப்ப யாரும் என்னை மாதிரி பயப்படறதில்ல” என்று சொல்லிச் சிரித்தாள் பர்வீன். பதிலுக்கு, ஸ்வப்னாவும் மிகமிக லேசாகப் புன்முறுவல் பூத்தாள்.

“இதே விஷயம் ஒரு கேஜி குழந்தைக்கோ இல்ல ஃபர்ஸ்ட் ஸ்டாண்டர்டு படிக்கும் குழந்தைக்குச் சொன்னா என்ன ஆகும் ஸ்வப்னா..?” என்று கேட்டாள் பர்வீன். ”அவங்க நிஜமாவே ரொம்ப பயந்துடுவாங்க” என்று பதில் தந்தாள் ஸ்வப்னா .

“வெரி ட்ரூ. அவங்களுக்கு அது ஒரு பயங்கரமான விஷயமா இருக்கும். ரெண்டு வருஷத்துக்கு முன்னாடி இருந்த உடம்பு, இப்ப வேற மாதிரி இருப்பதற்குக் காரணம் என்னன்னு சயின்ஸ் சப்ஜெக்ட்ல படிச்சிருக்கியா..?”

“ஹார்மோனல் சேஞ்ச், அப்புறம் ஹியூமன் பாடி டெவலப் ஆகிட்டிருக்கு..” என்றாள் ஸ்வப்னா.

“யூ ஆர் ரியலி குட் இன் சயின்ஸ்.. உனக்கு ஹியூமன் ஃபிசியாலஜி பத்தி என்ன தெரியும்..?” என்று கேட்டாள் பர்வீன்.

“மனித உடல் உறுப்புகள் பற்றியும், அதன் வேலைகளைப் பற்றியும்..” என்று பர்வீன் கேட்ட கேள்விகளுக்கு, தனக்குத் தெரிந்த பதில்களை ஸ்வப்னா பதிலாகச் சொல்லிக்கொண்டிருந்தாள்.

“அதுல வரும் இனப்பெருக்கம்கூட ஒருவகையான ஒரு புராசஸ். ஆனா, இதை வேறுவிதமா வீடியோக்கள் எடுக்க கூட்டம் இருக்கு. இப்படி ஏன் அவங்க செய்றாங்க..? காசு சம்பாதிக்க. ரெண்டு நாளைக்கு

முன்ன நான் யூடியூப் பார்த்துட்டு இருந்தப்போ, இப்படி ஒரு வீடியோ பாப் அப் ஆச்சு. நான் அதை உடனே மூடிட்டேன். நீ எப்படி பார்க்க ஆரம்பிச்ச ஸ்வப்னா..?''

ஒருநாள், யூடியூபில் ஃபிரெஞ்ச் வீட்டுப்பாடத்தைப் பற்றி லேப்டாப்பில் வீடியோக்கள் பார்த்துக்கொண்டு இருக்கும்போது, அந்த வீடியோ வந்ததாக ஸ்வப்னா சொன்னாள். அது மட்டுமில்லாமல், அன்றிலிருந்து எதைப் பார்க்க உட்கார்ந்தாலும், லேப்டாப்பில் அதே மாதிரி வீடியோக்கள் வந்திருக்கின்றன. ஒரு ஆர்வத்தில் அதைப் பார்க்க ஆரம்பித்ததாகச் சொன்னபோது, அவள் கண்களில் இருந்து நீர் கசிந்து, அவள் ஜீன்ஸை ஈரமாக்கிக்கொண்டிருந்தது.

''நீ பார்த்த விஷயங்கள், உனக்குத் தெரிய வேண்டிய சமயத்துல கண்டிப்பா தெரியும். பீரியட்ஸ் வர்றதுக்கு முன்னாடி எப்படி அதற்கான விழிப்புணர்வு கிடைச்சதோ அது மாதிரி. இப்ப தேவையில்லாம அதைப் பார்த்தா ஹார்மோன் செக்ரீஷன் தப்பா ஸ்டிமுலேட் ஆயிடும். அது நம்ம உடம்பையும் மனசையும் ரொம்ப பாதிக்கும்'' என்றாள் பர்வீன்.

இறுக்கமான மௌனத்துடன், கண்ணீரால் ஈரமான ஜீன்ஸை ஸ்வப்னா பார்த்துக்கொண்டிருந்தாள். சில நொடிகளுக்குப் பின் மீண்டும் தொடர்ந்தாள்.

''மேம், எனக்கு ஒரு குளோஸ் ஃபிரெண்டு இருக்கான். ஃபிரெண்டு மட்டும்தான். எங்க பக்கத்து பில்டிங்ல இருக்கான். நான் பார்த்ததை அவனுக்கும் ஷேர் பண்ணேன். ஒருநாள், தம்பிய கூட்டிட்டு பார்துபாய்ல இருக்கற கோயிலுக்கு அம்மா போயிருந்தாங்க. அப்போ, அந்த ஃபிரெண்டு எங்க வீட்டுக்கு வந்தான்.

எப்பவாவது வீட்டுக்கு வருவான். அன்னிக்கும் அப்படித்தான் வந்தான். எனக்கு என்னவோ ஒருமாதிரி இருந்தது. நாங்க பார்த்த வீடியோஸ் பத்தி பேசிக்கிட்டு இருந்தோம். அதை அவன்கிட்ட டிரை பண்ணி பார்க்கலாம்னு எனக்குத் தோணிச்சு. அவன் பக்கத்துல போனேன். அவன் ரொம்ப சாதாரணமாத்தான் இருந்தான். 'ஸ்வேதா என்ன இது'ன்னு சொன்னான். 'கொஞ்சூண்டுடா, ரொம்ப எக்ஸைட்டடா இருக்கு'ன்னு சொன்னேன். 'என்னால முடியாது'ன்னு கொஞ்சம் கோவமா சொன்னான். ஐயோ.. தப்பு பண்ணிட்டேன், அவன்கிட்ட இப்படி கேட்டிருக்கக் கூடாதுன்னு நெனச்சேன். என் மேலயே எனக்கு அறுவெறுப்பா இருந்துச்சி. 'நீ எனக்கு ஒரு நல்ல ஃபிரெண்டு. முதல்ல அந்த மாதிரி வீடியோஸ் பார்க்கிறத நிறுத்திடு'ன்னு சொல்லிட்டுப் போயிட்டான். எனக்கு ஒரு மாதிரி அசிங்கமா ஆயிடுச்சி" என்று விறுவிறுவென சொல்லி முடித்தாள்.

இதைக்கேட்ட பர்வீனுக்கு, ஒரு நிமிஷம் ஒன்றுமே புரியவில்லை. பதிமூன்று வயசுப் பெண் இப்படிப் பேசுவதை அவளால் ஜீரணிக்கவே முடிவில்லை.

"இது உங்க அம்மாவுக்குத் தெரியுமா ஸ்வப்னா..?"

"இல்ல மேம், நான் வீடியோ பார்த்ததையே அவங்களால தாங்கிக்க முடியல. ரொம்ப டிஸ்டர்ப்டா இருக்காங்க. இதைச் சொன்னா, அவங்க இன்னும் ஹர்ட் ஆயிடுவாங்க.." என்றாள்.

"தப்புன்னு தெரிஞ்சி அதை ஏன் பண்ணனும்னு தோணிச்சி..?"

"எதுவும் பிளான் இல்ல மேம். எனக்கு அவன்கிட்ட அப்படி டிரை பண்ணனும்னு அவன் வீட்டுக்கு

வர்றதுக்கு முன்னாடிகூட தோணவே இல்ல. ஐ வான்ட் டு கம் அவுட் ஆஃப் திஸ்" என்று கலங்கினாள் ஸ்வப்னா.

"நீ நினைச்ச மாதிரி நடத்திருந்தா என்ன ஆகியிருக்கும் ஸ்வப்னா..?"

"அதுபத்தி நான் யோசிக்கல மேம்" என்று குனிந்தாள்.

"நான் சொல்றேன் ஸ்வப்னா. யுஎஸ், யுகேல, டீன் ப்ரெக்னென்ஸியெல்லாம், யோசிக்காம ட்ரை பண்ணதாலதான் நடந்திருக்கு. அப்படிப் பல பொண்ணுங்களோட கனவு, திறமைகள் எல்லாம் காணாமப் போயிருக்கு. எல்லாரோட லைஃப்லயும் மிஸ்டேக்ஸ், ஆக்ஸடென்ட்ஸ் நடக்கும். அதுல இருந்து நாம எப்படி மீண்டு வர்றோங்கறது முக்கியம். அப்படி மீண்டு வரணும்னு நம்ம நினைக்கறதுதான் ஃபர்ஸ்ட் ஸ்டெப். இதுவரைக்கும், தெரியாம நடந்த எல்லாத்தையும் இன்னியோட மறந்திடு. கவலைப்படாதே. இனி நீ எப்படி இருக்கப்போறங்கறதுதான் முக்கியம். இந்த நிமிஷத்துக்கு முன்னாடி நடந்தது எல்லாம், இறந்த காலம். தேவை இல்லாத எல்லாம் செத்துப்போயிடுச்சுன்னு நெனச்சிக்கலாம். உன் விஷயத்துல, அதுதான் உண்மையும்கூட. உன் மேல உனக்கு முதல்ல நம்பிக்கை இருக்கணும். படிப்புல கவனம் செலுத்து. உனக்கு பிடிச்ச விளையாட்ட விளையாடு. எது செஞ்சா உனக்குப் பிடிக்கும். அது உன்னை, உனக்குப் பிடிக்கிற மாதிரி இருக்கற மாதிரி பார்த்துக்கோ.." என்று நீண்ட உரையாடலை முடித்தாள் பர்வீன்.

ஸ்வப்னா, குனிந்தபடி தலையை ஆட்டிக்கொண்டு இருந்தாள். அவளது ஜீன்ஸ் இன்னும்

ஈரமாகிக்கொண்டிருந்தது. அவள் வலிகள் எல்லாம் கண்ணீராக வெளியே வரட்டும் என்று பர்வீன் காத்திருந்தாள்.

கொஞ்ச நேரம் கழித்து, "இப்ப ஒரு சின்ன ஹீலிங் பண்ணப்போறேன். ஃபேஸ் வாஷ் பண்ணிட்டு வா ஸ்வப்னா" என்றாள்.

முகம் கழுவிவிட்டு வந்த ஸ்வப்னாவை, கண்களை மூடி நேராக அமரச் சொன்னாள். ஒரு சின்ன பாத்திரத்தில், தண்ணீர் ஊற்றி கைப்பிடி உப்புப் போட்டு ரிசப்ஷனிஸ்ட் கொண்டுவந்து வைத்தாள். புல்லாங்குழல் இசை சன்னமாக ஒலித்தது.

ஸ்வப்னாவிடம் இருந்து கொஞ்சம் தூரம் தள்ளி பர்வீன் உட்கார்ந்தாள். அந்தத் தண்ணீர்ப் பாத்திரம் பர்வீன் அருகில் இருந்தது. ஸ்வப்னா திடீர் என்று கண்களைத் திறந்து அந்தப் பாத்திரத்தைப் பார்த்தாள்.

பர்வீன் அவளிடம், அங்கு வைத்திருக்கும் உப்புத் தண்ணீரைப் பற்றிச் சொன்னாள்.

அதாவது, உப்பும் தண்ணீரும் கலந்திருக்கும்போது, அது தேவையற்ற எதிர்மறைச் சக்தி அலைகளை உறிஞ்சும் ஆற்றல் அதற்கு உண்டு என்றாள்.

"இதுவும் சயின்ஸ்தான் ஸ்வப்னா. ஃபிசிக்கல் பாடி மாதிரி, எனர்ஜி பாடின்னு ஒன்னு நம்ம எல்லாருக்கும் இருக்கு. ஒரு நோய் வர்றதுக்கு முன்னாடி அது எனர்ஜி பாடியிலதான் இருக்கும். அதை கிளீன் பண்றவங்கதான் ஹீலர்ஸ். நீ இப்ப ரிலாக்ஸ்டா கண்ணை மூடி உனக்குப் பிடிச்ச கடவுள நினைச்சிக்கோ. அப்படி இல்லன்னா, உன் மூச்சுல கவனத்தை வை" என்றாள் பர்வீன்.

இப்பொழுது, ஸ்வப்னாவின் சூட்சும உடலில் இருக்கும் தேவையற்றவற்றை, எதிர்மறைச் சக்திகளை பர்வீன் சுத்தம் செய்துகொண்டிருந்தாள். பதினைந்து நிமிடங்களுக்குப் பிறகு தன் வேலையை முடித்தாள்.

கண்களைத் திறந்த ஸ்வப்னாவுக்கு, மனது கொஞ்சம் லேசானதுபோல் இருந்தது. பர்வீனைப் பார்த்து, ‘‘நான் இதுக்கு முன்னாடி இப்படி மெடிட்டேட் பண்ணதில்ல மேம். குட் ஃபீல் இருக்கு. தேங்க்யூ மேம்’’ என்றாள்.

சிரித்துக்கொண்டு, ‘‘வெல்கம். நீ உட்கார்ந்திரு, ஐ வில் பி பேக்’’ என்று சொல்லி, வெளியே சென்றாள் பர்வீன். ரிசப்ஷனுக்கு வந்த பர்வீன், ‘‘ஸ்வேதா, நீங்க போங்க. நான் கை கழுவிட்டு வந்துடறேன்’’ என்று வாஷ்பேசின் இருக்கும் இடத்துக்குப் போனாள்.

ஒவ்வொரு முறை ஹீலிங் செய்தபிறகும், கைகளை உப்புப் போட்டுக் கழுவுவது ப்ரானிக் ஹீலர்ஸின் வழக்கம். அப்படிக் கழுவிவிட்டு, மீண்டும் தன் அறைக்குள் சென்றாள் பர்வீன்.

ஸ்வேதாவும் ஸ்வப்னாவும் ஏதோ பேசிக்கொண்டிருந்தார்கள். ‘‘ஸ்வப்னா ஈஸ் ஓகே ஸ்வேதா. அவளோட கவுன்சிலிங் முடிஞ்சுது. இன்னும் ரெண்டு மூணு சிட்டிங் வந்தா நல்லா இருக்கும். அதுவும் உங்க முடிவுதான். ஏதாவது கேட்க வேண்டும் என்றால் கேளுங்கள்’’ என்றாள் பர்வீன்.

‘‘ஸ்வப்னா இரண்டு மூன்று சிட்டிங் வந்தா நல்லா இருக்கும்னு எனக்கும் தோணுது’’ என்றாள் ஸ்வேதா.

‘‘ரிசப்ஷனிஸ்ட்கிட்ட புக் பண்ணிடுங்க‘‘

“மேம், நான் இந்த மாதிரி தப்ப இனி எப்பொழுதும் பண்ணமாட்டேன்” என்றாள் ஸ்வப்னா.

“இது, எனக்கும் உங்க அம்மாவுக்கும் தெரியும்மா. நடந்ததைப் பற்றி எப்பவும் நினைக்காத, அவ்வளோதான். கீப் மூவிங்” என்றாள் பர்வீன்.

“இந்த உதவிக்கு ரொம்ப நன்றி” என்று சொல்லி, தாயும் மகளும் அங்கிருந்து கிளம்பினார்கள்.

ரிசப்ஷனில் இருந்த தியான வகுப்புகள் பற்றிய அட்டவணையை அவர்களிடம் எடுத்துக் கொடுத்து, ‘எப்பொழுது வேண்டுமென்றாலும் வந்து பாருங்க’ என்று சொல்லி அவர்களை அனுப்பிவைத்தாள் பர்வீன்.

29. வீடு தேடும் படலம்

பர்வீன் இப்பொழுது வசிக்கும் வீட்டில் குடியேறி எட்டு வருடங்கள் ஆகிவிட்டன. நடாஷா வளருகிறாள். குடியிருப்பின் கீழே நிறையக் கடைகள் இருக்கின்றன. குழந்தைகள் கீழே சென்று விளையாட முடியாமல், வீட்டுக்குள் அடைபட்டுக்கிடப்பது சலீமுக்குக் கஷ்டமாக இருந்தது.

ஒவ்வொரு வருடமும் இதே வீட்டில் இருக்க வேண்டும் என்றால், ரெனியூவல் செய்ய வேண்டும். போன வருடம் ரெனியூவல் செய்வதற்கு மூன்று மாதங்களுக்கு முன்பே, வேறு வீடு தேடும் படத்தை சலீம் ஆரம்பித்திருந்தான். ஆனால், பர்வீனுக்கும் சலீமுக்கும் பிடித்தமான வீடு கிடைக்கவில்லை.

இந்த வருடமும் இதே வீட்டில் இருந்துவிடலாம் என்று முடிவெடுத்து இருந்துவிட்டார்கள். இந்த முறை அப்படிச் செய்ய ஒரு வாய்ப்பு இருக்கவே கூடாது என்று, வீட்டைக் காலி செய்துவிடுவதாக மூன்று மாதங்களுக்கு முன் சலீம் நோட்டீஸ் அனுப்பிவிட்டான்.

இந்தமுறை, பள்ளிக்கூடத்துக்கு அருகிலேயே வீடு பார்த்துவிட வேண்டும் என்று பர்வீன் நினைத்தாள். நடுவில் சில நாட்கள், சலீமும் பர்வீனும் சேர்ந்து பல வீடுகளைப் பார்த்துவிட்டு வந்தார்கள். ஆனால், பர்வீனுக்கு ஒன்றும் பிடிக்கவில்லை.

இன்றைக்கு வீடு தேட, குழந்தைகளையும் அழைத்துச் சென்றிருந்தார்கள். பள்ளிக்குப் பக்கத்திலேயே அந்தக் குடியிருப்பு இருந்தது. நடந்தே பள்ளிக்குச் சென்றுவிடலாம். உள்ளே நுழைந்தவுடன், குழந்தைகள் ஊஞ்சல், சீ-சா விளையாடிக்கொண்டிருந்தார்கள். அதைப் பார்த்தவுடன் நடாஷாவுக்கும் மையிஷாவுக்கும் சந்தோஷமாக இருந்தது.

அவர்கள் ஓடிச்சென்று, அங்கு விளையாடும் குழந்தைகளுடன்விளையாடஆரம்பித்துவிட்டார்கள். இதைப் பார்த்த சலீம், இப்படி ஒரு அனுபவத்தை மகள்களுக்குக் கொடுக்க முடியவில்லையே என்று மனத்துக்குள் வருத்தப்பட்டான்.

இந்த வீடு தனக்குப் பிடிக்க வேண்டும் என்று பர்வீன் வேண்டிக்கொண்டாள். இப்போது வசிக்கும் வீட்டில், நடைப்பயிற்சிக்குக்கூட கீழே போகமுடியாத சூழ்நிலை, குழந்தைகளை மாதத்துக்கு இரண்டு நாள் பார்க்குக்கு அழைத்துச் சென்றால் பெரிய விஷயமாக இருக்கிறதே என்று யோசித்துக்கொண்டு நடந்தாள்.

அந்தக் குடியிருப்பில் நான்கு பிளாக்குகள் இருந்தன. நடுவில் நடக்க இடமும், குழந்தைகள் பார்க்கும் இருந்தன. நான்கு பிளாக்குகளிலும் ஆறு வீடுகளைப் பார்த்தார்கள். அதில் ஒரு வீடு பர்வீனுக்குப் பிடித்துப்போனது. அந்த வீட்டில் இரண்டு பால்கனிகள், இரண்டு அறைகள், பெரிய

சமையல் அறை. அதுமட்டும் இல்லாமல், வீடு முழுக்க சூரிய வெளிச்சம் பளீர் என்று உள்ளே வந்தது. குழந்தைகளுக்கு வீட்டைப் பற்றி ஒன்றும் தெரியவில்லை. ஆனால், பார்க்கை பார்த்தவுடன் அவர்களுக்குப் பிடித்துவிட்டது.

வீட்டுக்குப் போனதும் ரியல் எஸ்டேட் மேனேஜருக்கு ஃபோன் செய்யலாம் என்று பர்வீனிடம் சொன்னான் சலீம். வீட்டுக்குப் போகும் வழி முழுக்க, நடாஷாவும் மையிஷாவும் அங்கு விளையாடியதைப் பற்றி பேசிக்கொண்டு வந்தார்கள்.

வீட்டுக்கு வந்தவுடன், "நிஜமாகவே வீடு பிடிச்சிருந்ததா..?" என்று பர்வீனிடம் சலீம் கேட்டான்.

"வீடு நல்லாதான் இருக்கு. குழந்தைங்க வீட்ல அடைஞ்சிகெடைக்காம வெளியில போய் விளையாடுவாங்க. ஸ்கூலுக்கு நடந்தே போயிடலாம். பக்கத்துல டான்ஸ் கிளாஸ், பாட்டு கிளாஸ், கராத்தே கிளாஸ் எல்லாம் இருக்கு. அந்த வீட்டுல இருந்து உங்க ஆபிஸ் தூரமா?" என்றாள்.

இல்லை என்று சொல்லிவிட்டு, வேறு யாரவது வீட்டைப் பார்த்து முடிப்பதற்குள் நாம புக் பண்ணிடலாம் என்று சொல்லி, ரியல் எஸ்ட்டேட் மேனேஜருக்கு ஃபோன் செய்து, டி பிளாக்கில் வீட்டு எண் 313-ஐ புக் செய்யணும் என்று சொன்னான். அதற்கு அந்த ரியல் எஸ்டேட் மேனேஜர், பாஸ்போர்ட் போன்ற ஆவணங்களை அனுப்ப வேண்டும் என்றும், பணம் கட்டிய இரண்டு நாளில் வீடு கிடைத்துவிடும் என்றும் சொல்லி முடித்தான்.

அப்பொழுதே, தன் லேப்டாப்பை ஓபன் செய்து அந்த மேனேஜர் கேட்ட எல்லா ஆவணங்களையும்

சலீம் அனுப்பினான். இதையடுத்து, நான்கு பேர் மனத்திலும் புது வீட்டுக்குப் போகப்போகிறோம் என்ற உற்சாகம் தளும்பியது.

தேவை இல்லாத அனைத்தையும் இங்கேயே கழித்துவிட வேண்டும் என்று பர்வீன் நினைத்துக்கொண்டாள். “போன முறைபோல், பாகிஸ்தானி பிக் அப் கூப்பிடக் கூடாது. அவங்க அப்படி அப்படியே எடுத்து அட்டைப் பெட்டியில் போட்டுக்கொண்டு வருவாங்க. ஐநூறு திர்ஹாம் ஜாஸ்தி ஆனாலும், சரியான ஆட்களைக் கூப்பிடலாம்” என்றாள் பர்வீன்.

“அப்படியே செஞ்சிடலாம். உன் ஃப்ரெண்டு யார்கிட்டயாவது கேளேன்” என்றான் சலீம்.

“மினிகிட்ட கேக்கறேன்” என்று போன் போட்டாள்.

தொடர்பு கிடைக்க, “ஹலோ மினி.. ஹவுஸ் ஷிப்டிங் ஆள் யாராவது உனக்குத் தெரியுமா?”

“வீடு பார்த்துட்டியா?”

“இப்பதான்.. இன்னும் ரெண்டு மூணு நாள்ல வீடு கிடைச்சிடும் அதான்..”

“சூப்பர். இரண்டு கம்பெனி நெம்பர் அனுப்பி வைக்கிறேன். இரண்டு பேரும் இந்த ஃபீல்டுல ரொம்ப வருஷமா இருக்காங்க. பொருள்கள பத்திரமா ஷிஃப்ட் பண்ணி, எல்லாத்தையும் நீங்க சொல்ற எடத்துல செட் பண்ணிக் குடுத்துடுவாங்க” என்றாள் மினி.

“அப்படியா.. ரொம்ப தேங்க்ஸ். நீ நெம்பர் அனுப்பு, நான் பேசிக்கிறேன்” என்று இணைப்பைத் துண்டித்தாள் பர்வீன்.

சில நிமிடங்களில், வாட்ஸப்பில் மினி இரண்டு நெம்பர்களை அனுப்பியிருந்தாள்.

சலீம் அழைத்துப் பேசியபோது, வீட்டை வந்து பார்த்த பிறகுதான் எவ்வளவு ஆகும்னு சொல்லமுடியும் என்று இரண்டு ஷிஃப்டிங் கம்பெனியும் சொல்லிவிட்டார்கள். ஒரு கம்பெனியில் இருந்து நாளைக் காலை வருவதாகவும், இன்னொரு கம்பெனியில் மாலையில் வருவதாகவும் சொல்லி இருந்தார்கள்.

பர்வீன் சமையலறைக்குச் சென்று, இட்லியும் சட்னியும் செய்தாள். சாப்பிட்டுவிட்டு, கொஞ்ச நேரம் விளையாடிய குழந்தைகள் இருவரும், அப்படியே அசந்து தூங்கிப்போனார்கள். சலீம் வந்து, அறையின் விளக்குகளை அணைத்துவிட்டு ஹாலுக்குச் சென்றான்.

பர்வீன், தேவையில்லாத துணிமணிகளை ஒரு கருப்பு நிற பெரிய பிளாஸ்டிக் பேகில் போட ஆர்மபித்தாள். குழந்தைகளின் சிறிதாகிப்போன உடைகளில் ஆரம்பித்து, நன்றாக இருக்கும் உடைகள் வரை அனைத்தும் கருப்பு நிற பிளாஸ்டிக் பைக்குள் போனது. வேலையை முடித்தபோது, நான்கு பெரிய பைகள் முழுவதும் நிரம்பியிருந்தன.

மணி பத்தாகி இருந்தது. சலீம், லேப்டாப்பில் ஆபீஸ் வேலை பார்த்துக்கொண்டிருந்தான். “ஏம்பா.. நாளைக்கு ஒரு நாள் லீவ் எடுக்க முடியுமா..?” என்று பர்வீன் கேட்டாள்.

“இல்ல பர்வீன், கஷ்டம். வீடு மாறும்போது எடுக்கறேன். நீ எப்படியாவது மேனேஜ் பண்ணு. நான் வேணா கிளீனிங் கம்பெனில ஆள் புக் பண்ணட்டுமா?”

“இல்ல வேணாம். சமையலறையில இருந்து தேவையில்லாத தட்டு முட்டுச் சாமான்களை எடுத்துப் போட்டுட்டேன்னா, பெருசா இருக்காது..”

“சரி, நீ போய்த் தூங்கு. எனக்கு கொஞ்சம் ஆபீஸ் வேலை இருக்கு..”

பர்வீனுக்கு உடம்பெல்லாம் வலி. மாத்திரையை விழுங்கிவிட்டு உறங்கச் சென்றாள்.

மறுநாள் காலை பதினொரு மணிக்கு, ஒரு ஷிஃப்டிங் கம்பெனியில் இருந்து ஆள் வந்தான். சுற்றிமுற்றி வீட்டைப் பார்த்தான். எத்தனை பெட்ரூம், எவ்வளவு சாமான்கள் இருக்கின்றன என்று கணக்கெடுத்தான். மொத்தம் ஆயிரத்து ஐநூறு திர்ஹாம் ஆகும் என்று சொன்னான். சலீம் ஆபிஸ் சென்றுவிட்டதால், பர்வீன்தான் பேரம் பேசினாள். கடைசியில், ஆயிரத்து இருநூறு என்றான்.

அட்டைப் பெட்டிகளை அவர்களே கொண்டுவருவார்கள் என்றும், வேலையாட்கள் வந்து அனைத்தையும் எடுத்துவைத்து, புது வீட்டில் சொல்லும் இடத்தில் வைத்துவிடுவார்கள் என்றும் தெரிந்தது. கட்டில், ஏசி உள்ளிட்டவற்றையும் அவர்களை செட் செய்துகொடுத்துவிடுவார்கள் என்பது பர்வீனுக்கு நிம்மதியாக இருந்தது.

மாலைக்குள் கன்ஃபர்ம் செய்ய வேண்டும் என்றும், புது வீட்டின் விவரங்களைத் தெரியப்படுத்த வேண்டும் என்று சொல்லிவிட்டு அந்த நபர் சென்றான். ஒரு பெரிய பாரம் இறங்கியதுபோல் உணர்ந்தாள் பர்வீன்.

சலீமின் அலைபேசிக்கு இரண்டு முறை பர்வீன் அழைத்தும் பதில் இல்லை. பதினைந்து நிமிடங்கள்

கழித்து சலீமின் அழைத்தான். புது வீட்டுக்கு டெபாசிட் பணத்தை அனுப்பிட்டு, செக்கும் கொடுத்துவிட்டதாகச் சொன்னான்.

''அல்ஹம்துலில்லாஹ்.. ஒரு ஷிஃப்டிங் கம்பெனில இருந்து ஆள் வந்தாங்க. ஆயிரத்து ஐநூறு திர்ஹாம் ஆகும் சொன்னான். அப்புறம் பேசி ஆயிரத்து இருநூறுன்னு குறைச்சேன்'' என்று மற்ற விஷயங்களையும் சொன்னாள்.

''சரி, சாயந்திரம் இன்னொரு கம்பெனி ஆளும் வந்து பார்க்கட்டும். அப்பறம் முடிவு பண்ணலாம். இப்ப எனக்கு ஒரு மீட்டிங் இருக்கு. சாயந்திரம் சீக்கிரம் வரப் பார்க்கிறேன்'' என்று சொல்லி அலைபேசியை வைத்தான்.

பள்ளிக்கூடத்தில் இருந்து திருப்பிய குழந்தைகள், வீட்டுப் பாடத்தில் மூழ்கினர். மாலை நான்கு மணிக்கே சலீமும் வந்துவிட்டான். அவனுக்குப் பின்னாடியே, இன்னொரு ஷிஃப்டிங் கம்பெனியில் இருந்து ஒரு ஆள் வந்தான். முன்பு வந்தவன்போல் இவனும் எல்லாம் சொன்னான். ஆனால், ஆயிரத்து எழுநூறு திர்ஹாம் ஆகும் என்று சொன்னான். நாளைக்கு கன்பர்ம் செய்வதாகச் சொல்லி அவனை சலீம் அனுப்பிவைத்தான்.

''இப்பவே, காலைல வந்தவனுக்கு போன் பண்ணி கன்ஃபர்ம் பண்ணிடுங்க. அவன் அட்டைப் பெட்டிகளைக் கொண்டுவந்து கொடுத்தான்னா, துணிமணிகளை நான் எடுத்து அடுக்கிடுவேன். மத்ததை அவங்க வந்து பார்த்துக்கட்டும்'' என்றாள் பர்வீன்.

சலீம் உடனே போன் செய்து ஓகே சொன்னான். இரண்டு நாளில் எல்லாம் முடியுமா என்று சலீம்

யோசித்தான். அதுவும், பர்வீன்தான் தனியாக இருந்து எல்லாத்தையும் செய்யணும். குழந்தைகளையும் ஸ்கூல்ல இருந்து கூட்டிட்டு வரணும்.. என்ன பண்ணலாம் என்று யோசனையில் ஆழ்ந்தான்.

“சாருக்கு என்ன பலமான யோசனை..?” என்று சொல்லிக்கொண்டு, அவன் அருகில் உட்கார்ந்தாள் பர்வீன்.

“நீ எப்படி தனியா எல்லாத்தையும் சமாளிப்ப..?“

“என்ன திடீர்னு இப்படி கேட்கறீங்க? வீடு ஷிஃப்ட் பண்ற அன்னிக்கு லீவ் போடுங்க ப்ளீஸ். வீட்டுச் சாமான்களை எடுக்க ஆறு பேர் வருவாங்களாம். இரண்டு பேர் கிச்சன்ல, இரண்டு பேர் பெட்ரூம்ல, இன்னும் இரண்டு மத்த இடங்கள்ல சாமான்கள எடுத்து வெச்சிடுவாங்க”.

“அப்ப, சீக்கிரம் முடிஞ்சிடும்னு சொல்லு”.

பொருள்களை எடுத்துவைக்கும்போது, சலீம் உடன் இருந்தால் நன்றாக இருக்கும் என்று பர்வீனுக்குத் தோன்றியது.

சலீம் தன்னுடைய மேனேஜருக்கு லீவ் கேட்டு மெயில் அனுப்ப, அவரும் ஓகே என்று உடனே பதில் அனுப்பினார்.

“இது போதும்.. இப்ப உள்ள போய் பொண்ணுங்களோட கொஞ்ச நேரம் இருங்க. எனக்கு சமையலறையில கொஞ்சம் அடுக்கற வேலை இருக்கு” என்று அங்கிருந்து நகர்ந்தாள்.

௩௦. புது வீடு

சலீம், அதிகாலையிலேயே குழந்தைகளை அழைத்துச் சென்று மினி வீட்டில் விட்டுவிட்டு வந்தான். வீடு மாறுவதால், அன்று அவர்கள் பள்ளிக்கு விடுப்பு எடுத்திருந்தார்கள்.

எட்டு வருடமாக வசித்த இடம், இரண்டு மணி நேரத்தில் வெற்றிடமானது. பொருட்களை எடுத்தவுடன், அது வீடாகவே தெரியவில்லை என்று பர்வீன் நினைத்தாள். குடியிருப்பை சுத்தம் செய்கிற ஆளை வரவழைத்தாள். அந்த வீட்டை ஒழுங்காகச் சுத்தப்படுத்தினாள். செக்யூரிட்டியிடம் வீட்டுச் சாவியைக் கொடுத்துவிட்டு சலீமும் பர்வீனும் கிளம்பினார்கள்.

புது வீட்டுக்கு, மதியத்துக்குள் சாமான்கள் வந்து இறங்கின. கொண்டுவந்த சாமான்கள் முதலில் அந்தந்த அறைகளில் வைக்கப்பட்டன. துணிமணிகளைத் தவிர்த்து, மேஜை, டிவி, கட்டில் எல்லாம் சலீம் சொன்ன இடத்தில் வைக்கப்பட்டன.

சமையலறைச் சாமான்களையும் செல்ஃபில் ஒழுங்காக அடுக்கிக் கொடுத்தார்கள். மூன்று மணி நேரத்தில் எல்லாம் முடிந்தது. எட்டு வருடத்துக்கு முன் வீடு மாறிய அனுபவத்துக்கும், இப்போது ஏற்பட்ட அனுபவத்துக்கும் ஏகப்பட்ட வித்தியாசங்களை பர்வீன் உணர்ந்தாள்.

வேலை செய்த ஆட்களுக்கு பர்வீன் டீ போட்டுக் கொடுத்தாள். அவர்கள் டீயைக் குடித்துவிட்டு, பணத்தை வாங்கிக்கொண்டு கிளம்பிச் சென்றார்கள். புது இடம், புது வீடு, நினைத்துப் பார்க்கமுடியாத அளவு சீக்கிரமாக எல்லாம் நடந்தது, சலீமுக்கும் பர்வீனுக்கும் நிறைவாக இருந்தது.

மினியும் அவள் கணவனும், ஹானியாவுடன் நடாஷாவையும் மையிஷாவையும் அழைத்துக் கொண்டு வந்தார்கள். இரவு உணவு, நாளைக்கு வேண்டிய கொஞ்சம் சமையல் என்று எல்லாம் செய்து கொண்டுவந்தாள்.

மினி அப்படி செய்தது பர்வீனுக்கு மிகவும் நெகிழ்ச்சியாக இருந்தது. ‘‘வீடு ரொம்ப நல்லா அமைப்பா இருக்கு. பாதுகாப்பாவும் இருக்கு’’ என்றாள் மினி. அதைக் கேட்டு பர்வீனுக்கு சந்தோஷமாக இருந்தது.

நடாஷாவும் மையிஷாவும், புது வீட்டில் எல்லா சாமான்களும் அடுக்கி வைத்திருப்பதைப் பார்த்து இன்னும் குதூகலமானார்கள். சிறிது நேரத்தில், ஹானியாவை அழைத்துக்கொண்டு மினி அவள் கணவருடன் கிளம்பினாள்.

துணிமணிகளை அடுக்கிவைக்கும் வேலை மட்டும் பாக்கி இருந்தது. அதை, மெதுவாக நேரம் எடுத்துச் செய்துகொள்ளலாம் என்று பர்வீன் தீர்மானித்தாள்.

நடாஷாவும் மையிஷாவும், கீழே பார்க்குக்குச் சென்று விளையாட வேண்டும் என்று கேட்டுக்கொண்டே இருந்தார்கள். சலீமும் பர்வீனும், உடல் அசதியில் இருந்தார்கள். மாலை ஆறு மணிக்கு மேல் போகலாம் என்று சலீம் சொன்னான்.

சலீம் ஹாலில் ஒரு பாயை விரித்து சிறிது நேரம் படுத்தான். பர்வீனும், ஒரு மணி நேரம் கழித்து எழுப்பும்படி மகள்களிடம் சொல்லிவிட்டு, சலீம் அருகில் படுத்துக்கொண்டாள்.

நடாஷாவும் மையிஷாவும், தங்கள் அறையில் இருக்கும் பெரிய கண்ணாடி ஜன்னல் வழியே வெளியே பார்த்துக்கொண்டிருந்தனர். அமைதியான தெருக்கள், வண்டிகள் இல்லாமல் சுதந்திரமாகத் தெரிந்தது.

மையிஷா, ஒரு மணி நேரம் முடிய ஐந்து நிமிடங்கள் இருக்கும்போது பர்வீனை எழுப்பினாள். கண்களைத் திறக்கக் கடினமாக இருந்தது. “அம்மியா.. அம்மியா..” என்று மையிஷா தொடர்ந்து எழுப்ப, பர்வீன் கண்களைத் திறந்தாள்.

எழுந்துபோய் டீ போட்டுக்கொண்டு வந்து சலீமை எழுப்பினாள் பர்வீன். மகள்கள் இருவரும் காத்துக்கொண்டு இருப்பதாகச் சொல்ல, அவன் சட்டென்று கண் விழித்தான்.

எல்லாரும் தயாராகிக் கீழே சென்றார்கள். கிட்டத்தட்ட இருபது குழந்தைகள், வெவ்வேறு உயரத்திலும் வயதிலும் இருந்தார்கள். ஊஞ்சல் இருக்கும் இடத்துக்குச் சென்று மையிஷா நின்றுகொண்டாள். விளையாடிக்கொண்டிருந்த பெண் இறங்கியவுடன், மையிஷா ஊஞ்சலில் உட்கார்ந்து ஆட ஆரம்பித்தாள்.

நடாஷா கண்களுக்கு, அவள் பள்ளிக்கூட குழந்தைகள் சிலர் கண்ணில் பட்டர்கள். அவர்களைக் காட்டி பர்வீனிடம் ஏதோ சொல்லிக்கொண்டிருந்தாள். தன் வகுப்பில் படிக்கும் யாரும் இங்கு இல்லை என்ற சின்ன ஏமாற்றம் அவளுக்கு இருந்தது. இருந்தாலும், நிறைய குழந்தைகளைப் பார்த்தவுடன் மகிழ்ந்தாள். சலீம், ஊஞ்சல் இருக்கும் இடத்தில் போடப்பட்டிருந்த பெஞ்சில் உட்கார்ந்து, மையிஷாவைப் பார்த்துக்கொண்டிருந்தான்.

நடாஷா, ஸ்லைடில் சறுக்கிக்கொண்டு வந்தாள். பர்வீனும் சலீம் பக்கத்தில் வந்து உட்கார்ந்தாள். பெற்றோர்கள் இல்லாமல், நிறைய குழந்தைகள் விளையாடிக்கொண்டிருந்தார்கள்.

தினமும் மாலை ஆறு மணிக்கு குழந்தைகள் விளையாட வருவார்கள் என்ற தகவலை நடாஷா தெரிந்துகொண்டாள். தன்னுடைய பக்கத்து கிளாஸ் சிறுமியை அங்கு பார்த்ததாக மையிஷா வந்து சொன்னாள்.

சிறிது நேரத்தில் இருட்ட ஆரம்பித்தது. அனைவரும் வீட்டுக்குத் திரும்பினர். மினி கொண்டுவந்த உணவைச் சாப்பிட்டுக்கொண்டு, டிவியில் ஜஸ்ட் லாஃப் என்ற நிகழ்ச்சியைப் பார்த்து, விழுந்து விழுந்து சிரித்துக்கொண்டிருந்தார்கள்.

31. நண்பர்களின் புறக்கணிப்பு

பர்வீன், வீட்டைப் பூட்டிவிட்டு, குடியிருப்பில் இருந்து வலது பக்கம் திரும்பி, நேராக சிறிது தூரம் நடந்தாள். பள்ளியின் நுழைவாயில் வந்தது. ஐந்து நிமிடங்கள் காத்துக்கொண்டிருக்க, நடாஷாவும் மையிஷாவும் வெளியே வந்தார்கள். மையிஷாவின் பையை வாங்கி தோளில் மாட்டிக்கொண்டு, அன்று பள்ளிக்கூடத்தில் நடந்ததை கேட்டுக்கொண்டு நடந்தாள் பர்வீன்.

மையிஷா நேராக ஊஞ்சல் இருக்கும் இடத்துக்குப் போனாள். சாயந்திரம் வந்து விளையாடலாம் என்று அவளை அழைத்துக்கொண்டு வீடு வந்தாள் பர்வீன். நடாஷா முகம் மிகவும் வாடி இருந்தது. அவள் யாரிடமும் சரியாகப் பேசவில்லை. பேருக்குச் சாப்பிட்டுவிட்டு போய் படுத்துக்கொண்டாள்.

பீரியட்ஸ் வரும் நாட்களில் அவள் கொஞ்சம் எரிச்சலாக இருப்பாள். அதுவும், மையிஷாவிடம் கொஞ்சம் அதிகமாகவே கோபப்படுவாள். கால் வலி

வந்து அவளை உண்டு இல்லை என்று செய்துவிடும். ஆறு மாதங்களாக இந்த அவஸ்தை அவளுக்கு ஆரம்பமாகி இருந்தது.

சலீம் அலுவலகத்துக்கு விடுப்பு எடுத்து இருந்தான். வெளியில் சென்றிருந்தவனை போனில் அழைத்து, பாஸ்கின் ராபின்ஸில் இருந்து குழந்தைகளுக்கு இரண்டு காட்டன் கேண்டி ஐஸ்கிரீம் வாங்கிவரச் சொன்னாள் பர்வீன்.

அடுத்த இரண்டு நாள் விடுமுறை என்று மையிஷா சந்தோஷமாக இருந்தாள். 2019 புது வருடக் கொண்டாட்டத்துக்கு துபாய் மக்கள் காத்துக்கொண்டிருந்தார்கள். அமீரகம் முழுக்க வாணவேடிக்கைகள் நடக்கும். புருஜ் கலீஃபாவின் லைட் ஷோ அதில் மிக முக்கியமானது. என்ன செய்யலாம் என்று பர்வீன் யோசித்தாள்.

சலீம் ஐஸ்கிரீமோடு வந்து, நடாஷாவை எழுப்பினான். "இதுவே நான் எழுப்பணும்னா பத்து தடவையாவது குரல் கொடுக்கணும். நீங்க கூப்பிட்டவுடன் எழுந்திட்டா பாருங்க" என்று பர்வீன் சொன்னாள்.

"அதெல்லாம் அப்படித்தான்.." என்று நடாஷாவை கட்டி அணைத்தான் சலீம். மையிஷாவும் ஓடிவந்து சலீம் மடியில் உட்கார்ந்தாள்.

ஹாலில் இருந்த தொலைபேசி ஒலித்தது. இந்த நேரத்தில் யாரு என்று யோசித்தபடி எடுத்து காதில் வைக்க, "ஹலோ" என்ற குரலுக்கு, "சொல்லு மினி" என்றாள்.

"நியூ இயர் கொண்டாட்டத்துக்கு என்ன பிளான்?" என்றாள் மினி.

“ஒண்ணும் இல்ல மினி. வீட்ல இருக்கிற பிளான்தான்..”

“புரூஜ் கலீஃபா லைட் ஷோ போலாமா” என்றாள்.

“ஐயய்யோ, நான் வரல..”

“ஏன்..?”

“போன வருஷம் லைட் ஷோவுக்கு நாங்க மதியமே வீட்ல இருந்து கிளம்பிட்டோம். சீக்கிரமே அங்க போயிட்டோம். எங்க பார்த்தாலும் கூட்டம். மால்ல சுத்திப் பார்த்துக்கிட்டே, நொறுக்குத் தீனி வாங்கி சாப்பிட்டுக்கிட்டே இருந்தோம். சரியா பன்னிரெண்டு மணிக்கு லைட் ஷோ. சூப்பரா இருந்தது. அப்படி ஒரு பிரம்மாண்டம். சொன்னா புரியாது, நேர்ல பார்த்தாதான் தெரியும்” என்றாள் பர்வீன்.

“இவ்ளோ சொல்லிட்டு, அப்புறம் ஏன் வரலன்னு சொல்ற..?”

“முழுசா முடிக்க விடும்மா. அன்னிக்கு வீட்டுக்கு வர்றதுக்கு விடியற்காலை மூணு மணிக்கு மேல ஆய்டுச்சு. அடுத்த நாள் முழுக்க தூங்கினோம். அதனாலதான், நான் வரலன்னு சொன்னேன். நீ வேணா போயிட்டு வா. நான் ஒரு தடவ பக்கத்துல இருந்து பார்த்துட்டேன். எனக்கு அது போதும்” என்றாள் பர்வீன்.

“என் புருஷனுக்கு டிராஃபிக்னாலே அலர்ஜி.. நீ சொல்ற மாதிரி இருக்கும்னா, அங்க போறதுக்குப் பதிலா, வேற எங்க போலாம்னு அவர்கிட்ட கேட்கறேன்” என்றாள் மினி.

“எங்கயும் போகலன்னா, நேரா இங்க எங்க புது வீட்டுக்கு வந்துடு” என்று சொல்லி உரையாடலை முடித்தாள் பர்வீன்.

இந்த வார இறுதி புத்தாண்டாகவும் வந்திருந்தது. இந்த முறை, எங்கும் போகாமல் வீட்டிலேயே இருக்க பர்வீனும் சலீமும் முடிவு செய்தார்கள். நடாஷாவுக்கும் மையிஷாவுக்கும் குடியிருப்பில் இருக்கும் பார்க்கில் விளையாட வேண்டும் என்ற யோசனை மட்டும்தான் இருந்தது.

தினமும் மாலை ஆறு மணிக்கு, நடாஷாவும் மையிஷாவும் கீழே சென்று விளையாடிவிட்டு, ஏழு மணிக்கு வந்துவிடுவார்கள். இன்று, நண்பர்கள் வந்து வீட்டுக் கதவைத் தட்டுவதற்காக, மையிஷா காத்துக்கொண்டிருந்தாள்.

“நடாஷாவுக்கு என்ன ஆச்சு? ஏன் ரொம்ப சோர்ந்துபோய் இருக்கா?” என்று கேட்டான் சலீம்.

“பீரியட்ஸ் வர்ற நேரம்ப்பா. அதுவாக்கூட இருக்கும்” என்று சொல்லிக்கொண்டு நடாஷா அறைக்குச் சென்றாள் பர்வீன்.

நடாஷா இன்னும் படுத்துக்கொண்டுதான் இருந்தாள். அவள் பக்கத்தில் உட்கார்ந்து, கொஞ்ச நேரம் அவளைப் பார்த்தாள். அவள் கண்கள் மூடி இருந்தது. ஆனால், அவள் கண் இமைகள் அசைந்துகொண்டிருந்தன.

“நட்டும்மா.. சோனும்மா..” என்று குரல் கொடுத்தாள் பர்வீன். இப்பொழுதும் அவள் கண்கள் திறக்கவில்லை. அவள் பக்கத்தில் படுத்துக்கொண்டு, “என் தட்டு பிட்டுக்கு என்னாச்சி..?” என்று அவளை அணைத்தாள். நடாஷாவும் கண்களை மூடிக்கொண்டே பர்வீன் பக்கம் திரும்பி அவளை அணைத்தாள்.

இருவரும் கொஞ்ச நேரம் அப்படியே கிடந்தார்கள். சரியாக ஐந்தரை மணிக்கு வீட்டின் காலிங் பெல் அடித்தது. சலீம் போய் கதவைத் திறந்தான். வெளியே, பக்கத்து வீடுகளில் இருக்கும் குழந்தைகள் நின்றிருந்தனர். இருவரும் ஆறு மணிக்கு விளையாட வருவார்கள் என்று சொல்லி அனுப்பிவைத்தான்.

மையிஷாவுக்கு இரண்டு இலக்க எண்ணை, இன்னொரு இரண்டு இலக்க எண்ணோடு எப்படிப் பெருக்க வேண்டும் என்று சலீம் சொல்லிக் கொடுத்துக்கொண்டு இருந்தான். ஆறு மணி ஆக ஐந்து நிமிடம் இருந்தது. மீண்டும் காலிங் பெல் சத்தம் கேட்டது. குழந்தைகளுடன், சலீமும் மையிஷாவும் விளையாடச் சென்றார்கள்.

"நட்டும்மா.. எழுந்துக்கோ. இல்லன்னா, ராத்திரி தூக்கம் வராது" என்றாள் பர்வீன். நடாஷா மெதுவாகக் கண்களைத் திறந்தாள். எழுந்துபோய், முகம் கழுவிக்கொண்டு பர்வீனிடம் வந்தாள்.

"என்னாச்சு.. ஸ்கூல்ல மிஸ் யாராவது திட்டினாங்களா? ஃபிரெண்ட்ஸோட சண்டையா?"

"எனக்கு ஃபிரெண்ட்ஸே இல்லம்மா. ஐ ஆம் ஒன் அண்டு லோன்லி சோல்" என்றாள்.

நடாஷா அப்படிப் பேசி பர்வீன் கேட்டதில்லை. "அம்மியாகிட்ட என்னன்னு சரியா சொல்லு சோனு, ப்ளீஸ்.." என்றாள்.

முன்பு ஒருமுறை, நண்பர்களைப் பற்றி நடாஷா சொன்னதை பர்வீன் ஞாபகப்படுத்தினாள். அவர்கள் குழுவுக்கு என்று பெயர் இருக்கிறது. குழுவில் இருக்கும்அனைவரும், குழுவின்சட்டதிட்டங்கள்படி

நடக்க வேண்டும். இல்லையென்றால், குழுவில் இருந்து வெளியேற்றப்படுவார்கள்.

''ஆமாம்.. நானும் உன்ன ஜாக்கிரதையா இருக்கச் சொன்னேன்'' என்றாள் பர்வீன்.

''நீங்க எனக்குப் பிடிக்காத எதுவும் பண்ணக் கூடாதுன்னு சொன்னீங்க'' என்றாள் நடாஷா.

''சரி, இப்ப என்ன ஆச்சு?''

''என் கிளாஸ்ல மைதான்னு ஒரு பொண்ணு படிக்கிறா. அவ நைஜீரியால இருந்து வந்திருக்கா. அவ தலைல எப்படியும் ஐம்பது ஜடை இருக்கும். ரொம்ப நல்ல பொண்ணு. ஆனா, அவகிட்ட யாரும் பேசமாட்டாங்க. அது ஏன்னு எனக்குத் தெரியல அம்மியா. மைதாவை பார்க்கும்போதெல்லாம் எனக்கு ரொம்பப் பாவமா இருக்கும். அவகிட்ட ஒருநாள் பேசினேன். ஷி இஸ் வெரி ஸ்வீட். இதை என் ஃபிரெண்ட்ஸ் பார்த்துட்டாங்க. அவகிட்ட பேசினா குரூப்ல இருந்து எடுத்துடுவோம்னு சொன்னாங்க. என் ஃபிரெண்ட்ஸ் எப்படி குரூப்ல இருந்து என்னை கட் பண்ணுவாங்கன்னு நெனச்சேன். அதனால, அவங்க சொன்னத சீரியஸா எடுத்துக்கல. மைதா தினமும் தனியா உட்கார்ந்து சாப்பிடுவா. ஒருநாள் அவ வாஷ்ரூம்ல அழுதுக்கிட்டு இருந்தா. அங்க யாரும் இல்ல. ரொம்ப லோன்லியா ஃபீல் பண்றேன்னு அவ சொன்னா. அதனால அவகூட பிரேக்ல சாப்பிட்டேன். அதை பார்த்துட்டு, என் ஃபிரெண்ட்ஸ் என்னை ரொம்ப திட்டினாங்க. என்னையும் மைதாவைப்போல டிரீட் பண்ணுவாங்கன்னு சொல்றாங்க'' என்று சொல்லி நடாஷா கலங்கினாள்.

''நட்டும்மா.. நீ பண்ணதுதான் கரெக்ட். அவங்க உண்மையான ஃபிரெண்டா இருந்தா அப்படி

செஞ்சிருக்கமாட்டாங்க. ஜஸ்ட் லீவ் இட். அவங்க ரொம்ப பண்ணா, மிஸ்கிட்ட சொல்லு. நீ ரியாக்ட் பண்ணா, இன்னும் பண்ணுவாங்க'' என்றாள் பர்வீன்.

''ஓகே அம்மியா.. ஆனா, எப்படி.. என் ஃபிரெண்ட்ஸ போய்..'' என்று கண் கலங்கினாள்.

''அவங்க கிளாஸ்மேட்ஸ் அவ்ளோதான். ஃபிரெண்ட்ஸ் கிடையாது. அவங்களுக்காக அழாத. பி ஸ்ட்ராங் அண்ட்..'' என்று நடாஷாவைப் பார்த்தாள்.

''பி ஸ்மார்ட்..'' என்று மீதியைச் சொல்லி முடித்து நடாஷா புன்னகைக்க, பர்வீனும் புன்னகைத்தாள்.

''தட்ஸ் மை கேர்ள். சீக்கிரம் வா, கீழ போலாம்'' என்று பர்வீன் சொல்ல, இருவரும் கிளம்பினார்கள்.

பர்வீனும் நடாஷாவும் கீழே சென்று, புல்வெளிகளுக்கு நடுவில் இருந்த நடைபாதையில் நடக்க ஆரம்பித்தார்கள்.

''அம்மியா.. உங்களுக்கு மட்டும் எப்படி ஃபிரெண்ட்ஸ் கிடைச்சாங்க? உங்க ஸ்கூல் ஃபிரெண்ட்ஸ் இப்பக்கூட கால் பண்றாங்க. பழைய ஸ்கூல்ல எனக்கு பெஸ்ட் ஃபிரெண்ட் இருந்தா. அவ அப்பாக்கு வேல போச்சுன்னு, இந்தியாவுக்குப் போயிட்டாங்க. நான் புது ஸ்கூலுக்கு வந்துட்டேன். நீங்க இன்னும் உங்க இங்கிலீஷ் மிஸ்கிட்ட, மேத்ஸ் மிஸ்கிட்ட பேசறீங்க. என் ஃபேவரைட் மேத்ஸ் டீச்சர் மிஸ்டர் ராபின் யு.கே. போயிட்டார். புது ஸ்கூல்ல இப்ப யாரும் எனக்கு இல்ல. சம்டைம்ஸ், ஸ்கூலுக்கு போகவே பிடிக்கல'' என்று வருத்தமாகச் சொன்னாள் நடாஷா.

''ஸ்கூல்ல படிக்கிறப்ப, நான் எல்லார்கிட்டயும் ஃபிரெண்ட்லியா பேசுவேன். ஆனா, எனக்கும்

பெஸ்ட் ஃபிரெண்ட்டுன்னு யாரும் இல்ல. நானும் உன்ன மாதிரி ஃபீல் பண்ணி இருக்கேன். ஐ திங்க், பத்தாவது படிக்கிறப்பதான் பெஸ்ட் ஃபிரெண்டு கிடைச்சா. தேவி ஆன்ட்டிதான் அந்த ஃபிரெண்ட். ஃபிரெண்ட்ஸ் கிடைக்க லேட் ஆனாலும், நல்ல ஃபிரெண்ட்ஸ் கிடைக்கணும். அம்மியாக்கு நடந்த மாதிரி, உனக்கும் கொஞ்சம் டைம் எடுக்குது, அவ்வளவுதான். மே பி, இப்ப உன்கிட்ட சண்டை போட்டவங்களே நாளைக்கு ஃபிரெண்ட் ஆகலாம்'' என்றாள் பர்வீன்.

''எனக்கு அவங்க வேண்டாம்மா. மைதா கொஞ்சம் பிரவுன் கலர்ல இருப்பா. அதை ஒரு ரீசனா வெச்சு, பேசக் கூடாதுன்னு சொல்றப்பவே எனக்கு அவங்கள பிடிக்காமப் போச்சு.''

'''எல்லாம் சரியாயிடும். ஜாஸ்தி யோசிக்காத நட்டு. நாளைக்கு நியூ இயர். என்ன பண்ணலாம் சொல்லு'' என்று கேட்டாள் பர்வீன்.

''நாம எல்லாரும் ஒண்ணா உட்கார்ந்து, காமெடி சீரீஸ் பார்க்கலாம். பாப்கார்ன், லேஸ் சிப்ஸ், சாக்லேட், குக்கீன்னு எல்லாம் இருக்கணும். தியேட்ட போல, வீட்ல என்ஜாய் பண்ணலாம்'' என்று யோசனை கொடுத்தாள்.

''சூப்பர் ஐடியா! எனக்கும், இந்த முறை எங்கேயும் போக வேணாம்னு தோணுது. அபியாகிட்ட சொல்லி, நீ கேட்டதையெல்லாம் லூலூ ஹைப்பர் மார்க்கெட் போய் வாங்கிட்டு வந்திடறோம்'' என்றாள் பர்வீன்.

புது வீட்டில் இருந்து, நடக்கும் தொலைவில்தான் லூலூ ஹைப்பர் மார்கெட் இருக்கிறது. நடாஷாவையும் மையிஷாவையும் பார்க்கில்

விளையாடச் சொல்லிட்டு, சலீமும் பர்வீனும் லூலூவுக்கு நடந்தே சென்று நடாஷா சொன்ன எல்லாவற்றையும் வாங்கி வந்தார்கள்.

இந்த இடத்தில் இருந்து அரைமணி நேரம் தொலைவில் பழைய வீடு இருக்கிறது. ஆனால் இங்கு அமைதியாகவும், குழந்தைகளுக்கு விளையாடவும் சௌகரியமாக இருக்கிறது. இங்கு வந்ததில் இருந்து, பர்வீன் தினமும் நடைப்பயிற்சி செய்ய ஆரம்பித்துவிட்டாள். இது எல்லாம் ஆடம்பரமான விஷயம் என்று சில நாட்களுக்கு முன்புகூட பர்வீன் நினைத்தது உண்டு.

நடாஷாவையும் மையிஷாவையும் பார்க்கில் இருந்து அழைத்துக்கொண்டு வீட்டு வந்தார்கள். மையிஷா, தனக்குக் கிடைத்த புது ஃபிரெண்டு பற்றிச் சொன்னாள். அவள் இதே பிளாக் என்றும், முதல் தளத்தில் வசிப்பதாகவும் கூடுதல் தகவல்களைச் சொல்லிக்கொண்டு இருந்தாள். அவளைப் பார்த்தால் பாண்டா என்று கூப்பிட வேண்டும்போல் இருக்கு என்றாள் மையிஷா.

‘‘ஓ தட்ஸ் வியர்டு..‘‘ என்றாள் நடாஷா.

அவள் கண்களில் இட்ட மை வெளியே வந்து, பாண்டா போல் தெரிகிறாள் என்று மையிஷா சிரித்துக்கொண்டே நடாஷாவிடம் அவளும் சேர்ந்து சிரித்தாள்.

நால்வரும், பேசிக்கொண்டே இரவு உணவுச்சாப்பிட்டு முடித்தார்கள். நீண்ட நேரம் நெட்பிளிக்ஸிலும் அமேஸான் பிரைமிலும் படங்களைத் தேடினார்கள். இறுதியாக, நெட்பிளிக்ஸில் ‘தி ஃபேமிலி ரீயூனியன்’ என்ற தொடரைப் பார்க்க ஆரம்பித்தார்கள்.

சரியாக பதினொன்று ஐம்பதுக்கு, அனைவரும் பால்கனியில் சென்று நின்றார்கள். அவர்கள் வீட்டில் இருந்து பார்க்கும் தூரத்தில் லூலூ மால் இருந்தது. அங்கு பன்னிரெண்டு மணி அளவில் வாண வேடிக்கை நடந்தது. சலீம் குடும்பத்தைப்போல், பல குடும்பங்கள் வீட்டுப் பால்கனியில் நின்று வாண வேடிக்கையைப் பார்த்துக்கொண்டிருந்தார்கள். கைத்தட்டல்களும்.. கூச்சல்களும்.. ஹாப்பி நியூ இயர் என்ற கோஷங்களும் கேட்டன.

பர்வீன் கண்களை மூடி, இந்த வருடம் எல்லோருக்கும் சிறப்பாக இருக்க வேண்டும் என்ற சின்னப் பிரார்த்தனையை இறைவனிடத்தில் வைத்தாள். சலீம், மகள்களைக் கட்டி அணைத்து உச்சி முகர்ந்தான்.

32. நடாஷாவின் மனஅழுத்தம்

இரண்டு வரமாக, பர்வீன் புது வீட்டை தனக்குப் பிடித்தாற்போல் மாற்றிக்கொண்டிருந்தாள். சமையலறையில் உள்ள ஒவ்வொரு டப்பாவுக்குள்ளும் என்ன இருக்கிறது என்பதைத் தெரிந்துகொள்ள ஸ்டிக்கர் ஒட்டி எழுதிவைத்தாள். அவள் வீட்டின் நுழைவாயிலில் ஷு ரேக் வைத்து, அதற்கு மேல் ஹிமாலயன் உப்பால் செய்யப்பட்ட விளக்கு ஒன்றை வைத்தாள்.

ஹாலின் மூலையில், ஒரு மணிபிளான்ட் செடியின் நீண்ட கிளைகள் தொங்கிக்கொண்டிருந்தன. வீட்டுக்குள் வளர்க்கக்கூடிய விதவிதமான செடிகளை, சிறிதும் பெரிதுமான தொட்டிகளில் வைத்துக்கொண்டிருந்தாள். வெய்யில் படும் இடங்களில் மணிபிளான்ட்டையும், நிழல் பகுதிகளில் அதற்கு ஏற்ற செடிகளையும் வைத்தாள்.

வீட்டுக்குள் எப்பொழுதும் நல்ல இதமான வாசனை இருக்கும்வகையில், கேண்டில் ஹோல்டரில்

மெழுகுவர்த்தி ஏற்றி வைத்துவிட்டு, அதற்கு மேல் இரண்டு சொட்டு லாவண்டர் எண்ணெய் விட்டாள்.

ஹாலை பார்த்துப் பார்த்து ரசித்து, அலங்கரித்து முடித்தாள். சோபாவுக்கு முன் இருக்கும் காபி டேபிளில், வெளிர் பச்சை நிறத்தில் விரிப்பு ஒன்றைப் போட்டாள். ஹாலின் ஒரு மூலையில் இருந்த மீன் தொட்டியில், நான்கு தங்க மீன்கள் நீந்திக்கொண்டு இருந்தன. இன்னொரு மூலையில், நான்கு பஜ்ஜி பறவைகள் இருந்தன. மஞ்சள் நிறத்தில் இரண்டும், நீல நிறத்தில் இரண்டும் இருந்தன. அவை, ஒருவகையான கிளி குடும்பத்தைச் சேர்ந்தவை. அவற்றுக்குத் தானியங்களை வைத்துவிட்டு, தண்ணீர்ப் பாத்திரத்தில் தண்ணீர் ஊற்றிவைத்தாள். டைனிங் டேபிள் நாற்காலியை எடுத்து, பறவைக் கூண்டுக்கு அருகில் போட்டுக்கொண்டு உட்கார்ந்தாள்.

பர்வீன் விசில் அடிக்க, அந்தப் பறவைகளும் பேசுவதுபோல் ஓசைகளை எழுப்பின. மீண்டும் நாற்காலியை டேனிங் டேபிள் போட்டுவிட்டு, அவளுக்குப் பிடித்த எஸ்.பி.பி. பாட்டை யூடியூப்பில் போட்டாள். சோபாவில் உட்கார்ந்த பிறகு, அவளை எப்பொழுதும் வாட்டியெடுக்கும் இடுப்பு வலி மெதுவாக வலது கால் முட்டி வரை படர்ந்தது.

குழந்தைகளின் துணிமணிகளை அடுக்கிவைக்கும் வேலை இன்னும் அப்படியே இருப்பது ஞாபகத்துக்கு வந்தது. முதல்ல ஒரு மாத்திரை போட்டுட்டு கொஞ்சம் படுப்போம்.. இல்லன்னா, ரெண்டு மூணு நாளைக்கு இந்த வலி எந்த வேலையையும் செய்யவிடாது என்று தனக்குள் சொல்லிக்கொண்டாள்.

காபியில் பிரவுன் பிரெட்டை முக்கிச்சாப்பிட்டுவிட்டு, மாத்திரையை விழுங்கினாள். எஸ்.பி.பி. யூடியூயில்

சன்னமாகப் பாடிக்கொண்டிருந்தார். சோபாவில் கை, கால்களை நீட்டிக்கொண்டு, கண்களை மூடியபடி சிறிது நேரம் அப்படியே இருந்தாள்.

அவள் அலைபேசியில் யாரோ அழைப்பது கேட்டது. கைக்கெட்டும் தூரத்தில் இருந்த அலைபேசியை எடுத்து, "ஹலோ" என்றாள்.

"நடாஷா அம்மாவா..?" என்று மறுமுனையில் யாரோ கேட்டார்கள். சட்டென்று சோபாவில் இருந்து எழுந்து உட்கார்ந்து, "ஆமாம், நீங்க..?"

"நான் ஸ்கூல்ல இருக்கும் கிளினிக்ல இருந்து கூப்பிடறேன்" என்று சொன்னபோது, பர்வீனுக்கு ஒரு நிமிடம் படபடப்பாக இருந்தது. "சொல்லுங்க மேடம்" என்றாள்.

"நடாஷாவுக்குத் தலைவலிக்குதுன்னு கிளினிக் வந்தா. அவளுக்கு உடம்பு ரொம்ப சுடுது. நாங்க மருந்து கொடுக்கப்போறோம். அவளுக்கு எந்த அலர்ஜியும் இல்லையே?" என்று எதிர்முனை கேட்டது.

"நீங்க மருந்து கொடுங்க மேம்.. அவளுக்கு எந்த அலர்ஜியும் இல்ல. நான் வேணா ஸ்கூலுக்கு வந்து அவள வீட்டுக்கு கூட்டிக்கிட்டு வந்துடறேன்" என்றாள் பர்வீன்.

"சரி வாங்க" என்று அழைப்பு துண்டிக்கப்பட்டது. கடிகாரத்தின் முள் பத்தரை என்று காட்டிக்கொண்டு இருந்தது.

'என்ன திடீர்னு தலைவலி? நல்லாத்தான தூங்குனா..? கொஞ்சநாளா, அடிக்கடி ஃபிரெண்ட்ஸ் இல்ல.. ஸ்கூலுக்கு போக பிடிக்கலைன்னு தொடர்ந்து சொல்லிக்கொண்டே இருப்பது பர்வீன் நினைவுக்கு வந்தது.

நைட்டியில் இருந்து, கதவுக்குப் பின்னால் தொங்கிக்கொண்டிருந்த ஜீன்ஸுக்கு மாறினாள். நேற்று வெளியே போட்டுக்கொண்டுபோன ஒரு கருப்பு நிறச் சட்டையைப் போட்டுக்கொண்டாள். நீல நிற துப்பட்டாவை தலையில் போட்டுக்கொண்டு கிளம்பினாள். லிஃப்ட் கீழே இறங்கியவுடன், சரசரவென நடந்து ஐந்து நிமிடத்துக்குள் பள்ளியை அடைந்தாள். செக்யூரிட்டியிடம் விஷயத்தைச் சொல்லி உள்ளே சென்றாள்.

நடாஷா, பள்ளி வரவேற்பறையில் புத்தகப் பையோடு காத்துக்கொண்டிருந்தாள். அவள் அருகில், கிளினிக்கின் நர்ஸ் இருந்தாள்.

“கொஞ்சம் ரெஸ்ட் எடுத்தா சரியாயிடும்” என்றும், ”சரியா தூங்கலன்னு” நடாஷா சொன்னதாக பர்வீனிடம் அந்த நர்ஸ் சொன்னாள்.

“ரொம்ப தேங்க்ஸ்” என்று சொல்லி, நடாஷாவின் பள்ளிப் பையை எடுத்துக்கொண்டு, அவளை அணைத்தபடி நடந்தாள் பர்வீன்.

“என்னாச்சு நட்டும்மா.. ஏன் தூங்கல?” என்று கேட்டுக்கொண்டே அவள் நெற்றியை தொட்டுப் பார்த்தாள்.

உடம்பின் உஷ்ண நிலை சரியாகத்தான் இருக்கிறது என்று அவளுக்குத் தெரிந்தது.

“தெரியல அம்மி.. பட், ஐ டோன்ட் ஃபீல் குட்“ என்றாள்.

குடியிருப்பின் செக்யூரிட்டி கதவைத் திறந்துவிட்டு, லிஃப்ட் பட்டனை அழுத்திவிட்டார். “ரொம்ப நன்றி” என்று அவனைப் பார்த்து புன்னகைத்துவிட்டு, நடாஷாவுடன் லிஃப்ட்டில் ஏறினாள் பர்வீன்.

வீட்டுக்குள் நுழைந்தவுடன், "அம்மியா, நல்ல வாசனையா இருக்கு. ஐ லைக் இட்" என்றாள் நடாஷா.

"ஆமாம்.. நீ போய் ஃபேஸ் வாஷ் பண்ணிட்டு வா" என்று சொல்லி, அவளும் கை கால் கழுவச் சென்றாள்.

நடாஷா துணியை மாற்றிக்கொண்டு வர, அவளுக்காக சோபாவில் காத்திருந்தாள் பர்வீன். பர்வீன் மடியில் நடாஷா தலை வைத்துப் படுத்தாள்.

"என்னாச்சு நட்டும்மா? உன் ஃபிரெண்ட்ஸ் என்ன சொன்னாங்க?"

"அம்மியா.. அவங்க ரொம்ப பேட் ஆயிட்டாங்க. என் கிளாஸ்ல ஒரு பையனை வெச்சு என்னை ரொம்ப டீஸ் பண்றாங்க. நான் அவன்கிட்ட ரெண்டு தடவ, அதுவும் நீங்க நோட்ஸ் கேட்கச் சொல்லி பேசியிருக்கேன்" என்றாள்.

யார் அந்தப் பையன் என்று சில நொடிகளில் பர்வீனுக்கு ஞாபகம் வந்தது. இந்தப் பள்ளிக்கு வந்த முதல் ஓரிரு முறை, அவன் அம்மாவைப் பார்த்திருக்கிறாள். கோயம்புத்தூரைச் சேர்ந்த மலையாளி அவள். அதனால், ஓரிரு வார்த்தைகள் பேசியதுண்டு. அந்தப் பையன் நன்றாகப் படிப்பவன். அதனால், நடாஷாவுக்கு நோட்ஸ் வேண்டுமென்றால், அந்தப் பையனிடம் வாங்கிக்கொள்ளும்படி பர்வீன்தான் சொல்லியிருந்தாள்.

"அவளுங்க டீஸ் பண்ணா பண்ணிட்டுப் போறாங்க. உன்கிட்ட நான் என்ன சொல்லியிருக்கேன்? டோண்ட் கேர்னு போயிடு. ரியாக்ட் பண்ணாத" என்றாள் பர்வீன்.

நடாஷா அழ ஆரம்பித்தாள். பர்வீனுக்கு ஒன்றும் புரியவில்லை.

“சிட்டு பிட்டு என்னடா..? இட்ஸ் ஓகே. அம்மியா இருக்கேன்ல. இட்ஸ் ஓகே.. இட்ஸ் ஓகே..” என்று பர்வீன் சமாதானப்படுத்தினாள். நடாஷாவுக்குக் குடிக்க கொஞ்சம் தண்ணீர் கொடுத்துவிட்டு, லேப்டாப்பை எடுத்தாள்.

இதை இப்படியே விட்டால், நடாஷா பாதிக்கப்படுவாள் என்று நினைத்தாள். நடாஷாவின் கிளாஸ் டீச்சருக்கு மெயில் எழுத ஆரம்பித்தாள்.

அன்புள்ள டீச்சருக்கு, வணக்கம்.

என் மகள் நடாஷா உங்கள் வகுப்பில் படிக்கிறாள். சில நாட்களாக, அவள் தோழிகள் அவளைத் தனிமைப்படுத்திவிட்டார்கள். மைதா என்ற சிறுமியுடன் பேசியதுதான் காரணம் என்று தெரிகிறது. மைதாவின் நிறம்தான் அவளை மற்றவர்கள் ஒதுக்குவதற்குக் காரணம் என்று நடாஷா சொன்னாள். அவர்கள் என் மகள் நடாஷாவை ஒரு பையனுடன் இணைத்துப் பேசி அவள் மனத்தைப் புண்படுத்தியுள்ளனர். இதற்கு, வகுப்பு ஆசிரியராக நீங்கள் உடனே நடவடிக்கை எடுக்குமாறு கேட்டுக்கொள்கிறேன்.

இப்படிக்கு
பர்வீன்.

“நான் உன் கிளாஸ் டீச்சருக்கு மெயில் அனுப்பியிருக்கேன். நீ கவலைப்படாம இரு நட்டுமா” என்று அவள் சொல்ல, நடாஷா அவளை அணைத்துக்கொண்டாள்.

பர்வீன்அனுப்பியமெயிலுக்குநடாஷாவின்டீச்சரிடம் இருந்து உடனே பதில் வந்திருந்தது. கண்டிப்பாக

நடவடிக்கை எடுக்கப்படும் என்றும், இது குறித்து அவர்கள் கவனத்துக்குக் கொண்டுவந்ததற்கு நன்றி என்றும் அந்த மெயிலில் குறிப்பிடப்பட்டிருந்தது.

பர்வீன் அந்த மெயிலை நடாஷாவிடம் காட்டினாள். "இப்ப நீ நிம்மதியா இரு. இப்படிப்பட்ட ஃபிரெண்ட்ஸ் இல்லாம இருக்கறது நல்லதுன்னு நினைச்சிக்கோ" என்றாள்.

அதைக் கேட்டுக்கொண்டு, மீண்டும் பர்வீன் மடியில் நடாஷா தலைவைத்துப் படுத்துக்கொண்டாள்.

33. ஆம்புலன்ஸ் சத்தம்

ஓடி ஆடி விளையாடுவதால், குழந்தைகள் இருவரும் உட்கொள்ளும் சாப்பாட்டின் அளவு முன்பைவிட கொஞ்சம் அதிகமானது. மையிஷாவின் சாப்பிடும் பழக்கமும் ஒழுங்கானது. இத்தனை வருடம் தலைகீழாக நின்றும் பர்வீனால் சரி செய்யமுடியாத விஷயம் அது. அதை இந்தப் புது இடம் சாத்தியப்படுத்தியிருப்பதாக பர்வீன் நினைத்தாள்.

இரவின் தூக்கம், இருவருக்கும் முன்பைவிட ஆழமாக இருந்தது. தினமும் ஒரு மணி நேரம் ஆடி ஓடியதால் கிடைத்த பலன்கள் என்று பர்வீன் நம்பினாள். மாலை ஐந்தரை மணிக்கு, அக்கம்பக்கம் இருக்கும் குழந்தைகள் வீட்டு கதவைத் தட்ட ஆரம்பித்திருந்தார்கள்.

ஆறு மணிக்குத்தான் கீழே போக வேண்டும். ஒரு மணி நேரம் மட்டும்தான் விளையாட்டு என்று சலீம் கண்டிப்பாகச் சொல்லியிருந்தான். இருவரும், கடிகாரத்தில் இருக்கும் பெண்டுலம்போல், அங்கும் இங்கும் வீட்டுக்குள் நடந்துகொண்டு இருந்தார்கள்.

காலிங் பெல் சத்தம் கேட்டு, நடாஷா ஓடிப்போய் கதவை திறந்தாள். "அம்மியா.. நாங்க போயிட்டு வர்றோம். ஏழு மணிக்கு வந்துடுவோம்" என்று சொல்லி இருவரும் நண்பர்களுடன் கிளம்பினார்கள்.

"பத்திரமா விளையாடுங்க" என்று சொல்லி அவர்களை அனுப்பிவைத்தாள் பர்வீன்.

மாலை (மக்ரிப்) தொழுகைக்கான பாங்கு வருவதற்கு முன், சிறிது நேரம் குர்ஆன் ஓதலாம் என்று நினைத்து, ஒளு செய்துகொண்டு வந்தாள் பர்வீன். மூன்று ஊதுபத்திகளை ஏற்றி ஒரு மூலையில் வைத்தாள். வீட்டில் மெழுகுவர்த்தி எப்பொழுதும் எரிந்துகொண்டு இருக்கும். சோபாவில் உட்கார்ந்து குர்ஆன் ஓத ஆரம்பித்தாள்.

பதினைந்து நிமிடங்களில், மக்ரிப் தொழுகைக்கான பாங்கு வந்தது. தொழுது முடித்துவிட்டு, பால்கனியில் இருக்கும் செடிகளுக்குத் தண்ணீர் ஊற்றினாள். காலிங் பெல் சத்தம் கேட்டு வந்து கதவைத் திறந்தாள். சலீம் நின்றிருந்தான். அவனுடன் மகள்களும் வந்தார்கள்.

"ஏன் சீக்கிரம் வந்துடீங்க? ஏழு மணி ஆக இன்னும் பத்து நிமிஷம் இருக்கே?" என்றாள்.

"அபியாதான், விளையாடியது போதும், வாங்கன்னு சொல்லி கூட்டிக்கிட்டு வந்துட்டார்" என்றாள் நடாஷா.

சலீம் குளித்துவிட்டு வர, எப்பொழுதும்போல் காபி கப்புடன் உட்கார்ந்திருந்தாள் பர்வீன். நடாஷாவும் மைபிஷாவும் வீட்டு பாடம் செய்ய ஆரம்பித்திருந்தார்கள்.

"ஹால நல்லா செட் பண்ணியிருக்க பர்வீன். நான் வந்து டேபிள் சேரையெல்லாம் அரேஞ்ச்

பண்ணியிருப்பேனே? இப்படி எல்லாத்தையும் இழுத்துப்போட்டு வேலை செஞ்சி, இடுப்பு வலி, கால் வலின்னு ஏன் கஷ்டப்படற?'' என்றான்.

''புது வீட்டுக்கு வந்து ரெண்டு வாரத்துக்கு மேல ஆயிடுச்சி. வேலைல நீங்க ரொம்ப பிசி. நான் அப்படி ஒண்ணும் பெருசா பண்ணிடல. டென்ஷன் ஆகாம, காபிய குடிங்க'' என்றாள்.

எங்கேயே கேட்ட ஆம்புலன்ஸ் சத்தம், கொஞ்சம் கொஞ்சமாகப் பக்கத்தில் வர ஆரம்பித்தது. பால்கனியில் இருந்து பர்வீன் எட்டிப் பார்த்தாள். சரியாக அவள் குடியிருப்பு வாசலில் வந்து நின்றது. ஒரு ஆம்புலன்ஸ் இல்லை, இரண்டு. அந்தச் சத்தம் அவளைப் பதறவைத்தது.

சலீமை அழைத்துக் காண்பித்தாள். பாவம் யாருக்கு என்னவோ என்று அவள் மனம் பதறியது. இரண்டு போலீஸ் வண்டிகளும் வந்து நின்றது.

''யாருக்காவது உதவி தேவைப்படுதான்னு, கொஞ்சம் கீழ போய்ப் பாருங்க'' என்று சலீமை கீழே அனுப்பிவைத்தாள். பர்வீன், மகள்களுடன் சென்று அமர்ந்துகொண்டாள். கால் மணி நேரம் ஆனது. சலீம் இன்னும் திரும்பி வராதது அவளுக்கு ஏதோ மாதிரி இருந்தது.

பிள்ளைகளை பால்கனி பக்கம் போக வேண்டாம் என்றும், ''அம்மியா போய் அபியாவை கூட்டிட்டு வரேன்'' என்றும் சொல்லிவிட்டு, கதவை பூட்டிக் கொண்டு லிஃப்ட் அருகே காத்துக்கொண்டிருந்தாள்.

நான்காவது மாடியில் இருந்து லிஃப்ட் கீழே இறங்கிக்கொண்டிருந்தது. மூன்றாவது மாடி

வந்தவுடன் லிஃப்ட் திறக்க, உள்ளே நீல நிற டி ஷர்ட் போட்ட ஸ்விம்மிங் கார்டு இருந்தான். அவன் அதிகப் பதட்டத்தில் இருந்தது பர்வீனுக்குத் தெரிந்தது.

அந்த ஸ்விம்மிங் கார்டு வேலை, காலை பத்து மணிக்கு ஆரம்பித்து இரவு பத்து மணிக்கு முடியும். அவன், கடலூரைச் சேர்ந்தவன் என்பதால், இரண்டு முறை குழந்தைகளை அழைத்துக்கொண்டு நீச்சல் குளத்துக்குப் போனபோது அவனிடம் பேசியிருக்கிறாள். அவனுக்கு இரண்டு குழந்தைகள் இருப்பதாகவும், பார்த்து இரண்டு வருடங்கள் ஆகிவிட்டது என்றும் சொன்னது பர்வீனுக்கு ஞாபகம் வந்தது.

“என்னாச்சு தம்பி.. ஆம்புலன்ஸ் வந்திருக்கு..” என்று பர்வீன் கேட்டாள்.

“ஐயோ.. அந்தப் பொண்ணு கீழ குதிச்சிடுச்சி மேடம். என்னை கீழ செக்யூரிட்டி கூப்பிடுறதா சொல்லிச்சி.. இருக்காதும்மான்னு சொன்னேன்..” என்று முழுதாகச் சொல்லி முடிப்பதற்குள் லிஃப்டி கீழ் தளத்தை அடைந்து கதவு திறந்தது.

குடியிருப்பின்வரவேற்பறையில்சலீம் நின்றிருந்தான். வேறு சிலரும் அங்கு இருந்தனர். பர்வீனின் கை, கால்கள் நடுக்கம் கண்டன. பர்வீனைப் பார்த்தவுடன், சலீம் அவளை அழைத்துக்கொண்டு தெருப்பக்கம் சென்றான். “என்ன ஆச்சுங்க. அந்த ஸ்விம்மிங் கார்டு என்னவோ சொன்னான்.. எனக்குப் புரியல. என்ன ஆச்சு, எதுக்கு ஆம்புலன்ஸ் வந்திருக்கு?” என்று கேட்கும்போதே, அவள் கண்கள் கலங்கின.

“யாரோ பத்தாவது படிக்கிற பொண்ணாம். இரண்டாவது ஃபுளோர்ல வீடு. என்ன விஷயம்

தெரியல.. மாடியில இருந்து கீழ குதிச்சிட்டா..” என்றான் சலீம்.

“அல்லாஹ்வே.. பத்தாவது படிக்கிற பொண்ணா? சின்னப் பொண்ணு, எப்படி? என்ன நெனச்சி இப்படி செஞ்சிருப்பா.. யா அல்லாஹ்..” என்று அவள் அழ ஆரம்பித்தாள். “அவங்க பேரன்ட்ஸ்..?” என்று பர்வீன் கேட்க..

தூரத்தில் இருந்த அவர்களை நோக்கி சலீம் கை காட்டினான். அதிர்ச்சியில், அந்தச் சிறுமியின் தாய் உறைந்துபோய், சிலைபோல் நின்றிருந்தாள். அதற்கு மேல் அங்கு நிற்காமல், பர்வீனை அழைத்துக்கொண்டு சலீம் வீட்டுக்கு வந்தான்.

சோபாவில் உட்கார்ந்த பர்வீனுக்கு இன்னும் நடுக்கம் குறைந்தபாடில்லை. எங்கு சென்றாலும், குழந்தைகள் சூழ் உலகு அவளுடையது. ஒரு துக்கத்தை இவ்வளவு பக்கத்தில் இருந்து முதன்முதலாகக் கேட்ட அதிர்ச்சியில் இருந்தாள். அறையில் இருந்து வெளியே வந்த மகள்களைப் பார்த்தவுடன், நடுக்கத்தையும் அதிர்ச்சியையும் மறைக்க முயற்சி செய்தாள்.

“வாட் ஹேப்பெண்டு? ஆம்புலன்ஸ் போயிடுச்சா? ஆல் ஓகே அம்மியா..?” என்று நடாஷா கேட்டாள்.

“தெரியல நட்டு. நான் கீழ போய் அப்படியே வாக்கிங் போயிட்டேன்” என்று சொல்லி எழுந்து சென்று, முகம் கழுவிக்கொண்டு வந்து மீண்டும் சோபாவில் உட்கார்ந்தாள். தலையில் துப்பட்டாவைப் போட்டுக்கொண்டு, இறைவா.. அந்தப் பொண்ணு உயிருக்கு எந்த ஆபத்தும் இல்லாம காப்பாத்திடு. என்ன காரணமோ..? என்ன நினைச்சி குதிச்சாளோ..? என்று அந்தச் சிறுமியை நினைத்து, மனத்தில் ஆயிரம் எண்ணங்கள் ஓட பிரார்த்தித்துக்கொண்டாள்.

மகள்களுக்கு இரவு உணவு கொடுத்துவிட்டு, சலீமுடம் ஹாலில் உட்கார்ந்து பேசிக்கொண்டிருந்தாள் பர்வீன். மகள்கள் முன் இதைப்பற்றிப் பேச வேண்டாம் என்று இருவரும் நினைத்தார்கள்.

அரை மணி நேரம் கார்ட்டூன் பார்க்கும்படி சலீம் சொல்ல, குழந்தைகள் இருவரும் தங்கள் அறைக்குள் துள்ளிக்குதித்து ஓடினர்.

''சலீம், என்ன ஆச்சுன்னு தெரியல. ஒரு எட்டு போய் பார்த்துட்டு வாங்களேன். நான் வேணாகூட வரேன்'' என்றாள்.

''வேண்டாம் பர்வீன்'' என்று அமைதியாகச் சொன்னான்.

ஆம்புலன்ஸ் வந்து ஒரு மணி நேரமாச்சு. படுபாவிங்க, இன்னுமா இங்கேயே வெச்சிக்கிட்டு இருப்பாங்க என்று, கொஞ்சம் கோபமாக முனகினாள்.

''உயிர்பிழைக்க வாய்ப்பில்லேன்னா, ஆஸ்பத்திரிக்குக் கொண்டு போகமாட்டாங்க பர்வீன்'' என்றான் சலீம்.

''என்ன சொல்றீங்க? நிஜமாவா, அல்லாஹ்..'' என்று சரிந்து, பின் பேகில் உட்கார்ந்தாள். அவள் அருகே சென்ற சலீம், ''குழந்தைங்களுக்கு தெரிஞ்சா பயந்துடுவாங்க. அவங்க குடும்பத்துக்காக நாம துஆ மட்டும்தான் செய்ய முடியும்'' என்றான்.

இருந்தாலும், பர்வீன் பால்கனியில் நின்றுகொண்டு ஆம்புலன்ஸ் வெளியே செல்கிறதா என்று பார்த்துக்கொண்டிருந்தாள். சிறிது நேரத்தில், போலீஸ் வண்டிகள் அங்கிருந்த கிளம்ப, ஆம்புலன்ஸ்களும் பின்னாலேயே சென்றன.

அன்று இரவு, மகள்களைத் தன் பக்கத்தில் போட்டுக்கொண்டு, சலீமும் பர்வீனும் உறங்கச் சென்றார்கள். ஆனால், விடிய விடிய பர்வீன் கண்களில் மின்மினிப்பூச்சி போல் தூக்கம் வந்துபோய்க்கொண்டிருந்தது.

மறுநாள் காலையில், அலுவலகம் போகவேண்டியவர்கள், பள்ளி செல்லும் குழந்தைகள் எப்பொழுதும்போல் கிளம்பிச் சென்று கொண்டிருந்தார்கள். மகள்களை பள்ளியில் விட பர்வீன் அழைத்துச் சென்றாள். பார்க்கை சுற்றி, போலீஸ் என்ற எழுத்துகள் கொண்ட டேப்பை வேலி போல் கட்டி வைத்திருந்தார்கள். அதனால், தினமும் போகும் வழியில் செல்லாமல், வேறு வழியில் குழந்தைகளை அழைத்துச் சென்று பள்ளியில் விட்டுவிட்டுத் திரும்பினாள். முழுக் குடியிருப்பும் பெரும் இறுக்கத்தில் இருந்தது.

வீட்டுக்கு வந்தபிறகும், நேற்றைய நிகழ்வையே மனசு மீண்டும் மீண்டும் அசைபோட்டுக்கொண்டு இருந்தது. அதில் இருந்து மீள்வது அவ்வளவு சுலபம் இல்லை என்று அவளுக்கும் தெரிந்தது. சமையலறை ஜன்னல் வழியே பார்த்தால், ஸ்விம்மிங் பூல் இருக்கும் தளம் தெரியும்.

சமையலறைக்குப் போனாலே அந்தப் பெண் ஞாபகம் வந்தது. குற்றவாளியைத் தண்டனை தொடர்வதுபோல் தொடர்ந்துகொண்டிருக்கிறது என்று வருந்தினாள்.

தொலைபேசியை எடுத்து மினியை அழைத்தாள். “ஹலோ மினி, ஃப்ரீயா?”

“சொல்லு பர்வீன். பெருசா ஒண்ணும் இல்ல.. பாத்திரம் கழுவிக்கிட்டே பேசறேன். என்ன, குரலே சரி இல்ல. இப்பதான் தூங்கி எழுந்திருச்சியா?”

“இல்லடா.. நேத்தி ராத்திரி..” என்று சொல்ல ஆரம்பித்தாள்.

“என்ன சொல்ற பர்வீன்? ஓ மை காட். இந்தக்காலத்துப் பசங்களுக்கு எங்க இருந்துதான் இவ்ளோ தைரியம் வருதோ. பெத்தவங்கள கொஞ்சமாச்சும் நினைச்சிப் பார்க்கறதே இல்ல. எதுக்கு அந்தப் பொண்ணு அப்படி பண்ணிக்கிட்டான்னு தெரிஞ்சுதா?” என்று கேட்டாள் மினி.

”இல்ல.. நேத்து லிஃப்ட்ல போகும்போது, அந்த ஸ்விம்மிங் கார்டு பேசினது எனக்கு ஒண்ணும் முழுசா புரில. அப்புறம் என் வீட்டுக்காரர்தான் சொன்னாரு. புக் படிக்கிற மாதிரி போயிருக்கா. சேர் இழுக்கிற சத்தம் கேட்டு, ஸ்விம்மிங் கார்டு திரும்பிப் பார்க்கறதுக்குள்ள, கீழ குதிச்சிருக்கா..“

“கேட்கவே மனசுக்குக் கஷ்டமா இருக்கு. இந்த அதிர்ச்சியில இருந்து அந்த பேரண்ட்ஸ் எப்படி மீண்டு வருவாங்க? போலீஸ் இன்னும் அங்கதான் இருக்காங்களா?”

“காலைல குழந்தைகளை ஸ்கூல்ல விடப் போனேன். பொண்ணு விழுந்த இடத்தை போலீஸ் செக்யூர் பண்ணி இருந்தாங்க. அந்த இடத்தைத் தாண்டித்தான் எல்லாரும் போயிட்டு வந்துக்கிட்டு இருக்காங்க. கலகலன்னு குழந்தைங்க விளையாடிக்கிட்டு இருந்த இடத்தை, அப்படி பார்க்கவே எனக்கு மனசு இல்ல..”

“பசங்க எந்த மனநிலைல இருக்காங்கனு எப்படித் தெரிஞ்சிக்கறது பர்வீன்?”

“அந்தப் பொண்ணு பத்தாவது படிச்சிட்டு இருந்ததா சொன்னாங்க. காரணம், படிப்பா இருக்கலாம்.

தோல்விகள், ஏமாற்றங்கள், இல்ல மத்தவங்க புறக்கணிப்புன்னு எவ்வளவோ காரணங்கள் இருக்கலாம். காரணம் எதுவா இருந்தாலும், இது ஒருநாள்ல எடுக்கிற முடிவு இல்ல. ஒவ்வொரு முறையும் இப்படி நடக்கிறப்ப, நாம எல்லாருமே குற்றவாளிங்கன்னு எனக்குத் தோணுது மினி'' என்று வருந்தினாள்.

''நாம என்ன பண்ணமுடியும் பர்வீன்?'' என்றாள் மினி.

''எந்தப் பிரச்னையாக இருந்தாலும், நம்மகிட்ட வந்து பேசற இடத்தை நாமதான உருவாக்கணும். இங்க ஏதோ ஒரு ஓட்டப்பந்தயத்துல, நம்ம குழந்தைங்க ஓடணும்.. நாம எதிர்பார்க்கிற மாதிரி அவங்க வரலன்னா மானம் போச்சு, மரியாதை போச்சுன்னு.. தலைல கைய வெச்சி உட்கார்ந்துக்கறோம். ஆறு மாசத்துக்கு முன்னாடிதான, அந்த பிரிட்ஜ் பக்கத்துல இருக்கிற ஸ்கூல்ல, ஹிந்தி எக்ஸாமுக்குப் பயந்து, ஆறாவது படிக்கிற பொண்ணு கீழ குதிச்சி தற்கொலை பண்ணிக்கிச்சி?''

''ஆமாம், பர்வீன்''.

''யோசிச்சுப் பாரு மினி. ஆறாவது படிக்கிற பொண்ணுக்குப்பத்துவயசுஇருக்குமா? அதுகுழந்தை. அதுக்குள்ள எவ்வளவு பெரிய அவநம்பிக்கைய நாம அவளுக்குக் கொடுத்துட்டோம்'' என்று தாங்கமுடியாமல் சொன்னாள் பர்வீன்.

''யாரைச் சொல்லி என்ன குத்தம்? அந்தக் குழந்தைங்களோட விதி அவ்வளவுதான்னு, கடைசில நினைக்கிற மாதிரி ஆயிடுது பர்வீன்''.

''என்னால முடியல மினி. ஏதாவது செய்யணும். படிப்பு வரலையா..? வேற வழி இருக்குன்னு காமிக்கணும். பசங்க தப்புப் பண்ணிட்டாங்களா..?

மீட்கணும். அப்படியே போய்த் தொலையட்டும்னு நினைச்சி நாம விடறது இல்ல. இருந்தாலும் விட்டுடறோம்..''

''ஸ்கூல்ல இதைப் பற்றிய விழிப்புணர்வு தரணும்னு நினைக்கறேன். எனக்கு எப்படியாவது கவர்ன்மென்ட்ல இருந்து பெர்மிஷன் கிடைக்கணும். இப்ப பத்தாவது போர்டு எக்ஸாம் வர்ற நேரம். இன்னொரு குழந்தை அப்படி ஒரு முடிவு எடுக்கிறதுக்கு முன்னாடி ஏதாவது செய்யணும்'' என்றாள்.

''நல்ல ஐடியா பர்வீன். கண்டிப்பா முயற்சி பண்ணு. உனக்கு சொல்லத் தேவையில்லை. இருந்தாலும், இதையே நினைச்சிக்கிட்டு இருக்காத. உன் ஹெல்த்தை பார்த்துக்கோ'' என்றாள்.

''சரி மினி, ஒரு கிளப்ல பெண்களுக்குத் தியான வகுப்பு எடுக்கச் சொல்லியிருக்காங்க. நான் கிளம்பணும். நாளைக்குப் பேசறேன்'' என்று சொல்லி உரையாடலை முடித்தாள்.

வீட்டுக்குள் இருப்பது அவளுக்கு அவ்வளவு சுலபமானதாக இருக்கவில்லை. தியான வகுப்புக்குப் போக வேண்டிய நேரத்துக்குச் சில மணி நேரங்களுக்கு முன்பாகவே வீட்டை விட்டுக் கிளம்பினாள் பர்வீன்.

34. கெட்ட வார்த்தைகள்

சலீமும் பர்வீனும் மகள்களோடு உட்கார்ந்து, குழந்தைகளை வைத்து எடுத்து காணொளிகள் சிலவற்றை டிவியில் போட்டுப் பார்த்துக் கொண்டிருந்தார்கள். ஒரு காணொளியில், மையிஷாவுக்கு இரண்டு வயது. அவள் மூக்கை எடுத்து சலீம் சாப்பிடுவதுபோல் சைகை செய்கிறான்.. மையிஷா கட்டிலில் உருண்டு புரண்டு அழுகிறாள். மீண்டும் அவள் மூக்கை வைப்பது போல் சலீம் செய்ய, அவள் அழுகையை நிறுத்துகிறாள்.

அந்தக் காணொளியைப் பார்த்துவிட்டு அனைவரும் விழுந்து விழுந்து சிரித்துக்கொண்டிருந்தார்கள். அன்றைய பேபி மையிஷாவை இன்றைய குட்டி மையிஷா ரசித்துக்கொண்டிருந்தாள்.

அடுத்தக் காணொளியில், நடாஷா ஒரு மேடையில் பாடுவதாக நினைத்துக்கொண்டு, மைக்கை பிடித்துப் பாடும் காட்சி. அதில் அவளுக்கு ஆறு வயது இருக்க வேண்டும். நடாஷா பாடப் பாட, மையிஷாவும் அதேபோல் வாய் அசைத்துக்கொண்டிருந்தாள்.

காணொளிகளை பார்த்து முடித்ததும், டிவியில் இருந்து யு.எஸ்.பி. இணைப்பைத் துண்டித்தான் சலீம். பர்வீன் அதைப் பத்திரமாக எடுத்து வைத்தாள்.

மையிஷா எல்லோருக்கும் முன் வந்து நின்றாள். ''இப்ப நானும் நட்டுக்காவும் பாடப் போறோம் '' என்றாள்.

சலீமும் பர்வீனும் கைத்தட்டினார்கள். ஆனால், நடாஷா பாடத் தயாராக இல்லை.. மையிஷாவும் விடுவதாக இல்லை.

''ப்ளீஸ் நட்டுக்கா, ஜஸ்ட் ஒன் சாங்..'' என்று கெஞ்சிக்கொண்டிருந்தாள்.

''உனக்குப் பாடணும்னா, நீ பாடு மையிஷா. ஐ ஆம் நாட் குட் இன் சிங்கிங்'' என்றாள் நடாஷா.

''இல்ல.. யு ஆர் டூ குட். அந்த வீடியோவுல பாரு. உன் பின்னாடிதான் நான் பாடறேன்'' என்றாள் மையிஷா.

மையிஷா சொன்ன எதையும் நடாஷா காதில் வாங்கிக்கொள்ளவில்லை. ''எனக்குப் பாட வராது. உன்னை மாதிரி என்னை ஆக்க டிரை பண்ணாத'' என்று கொஞ்சம் கடுமையாகக் கத்தினாள் நடாஷா.

இப்பொழுது, மையிஷாவுக்குத் தொண்டை அடைத்துக்கொண்டது. ''உன்னைப்போல இருன்னுதான் சொல்றேன்..'' என்று நடாஷாவிடம் சொல்லும்போது, மையிஷாவின் கண்கள் ஈரமாகியிருந்தன.

ஐந்து மணிக்கே இருட்டிக்கொள்ளும் நாட்கள் கடந்து போய்விட்டன. இப்போது, ஏழு மணி ஆன பிறகும், பகல் நீண்டுகொண்டிருந்தது.

சலீமும் பர்வீனும், மையிஷாவின் அந்த வார்த்தைகளைக் கொஞ்சம்கூட எதிர்பார்க்கவில்லை. பார்த்துக்கொண்டிருக்கும்போதே, குழந்தைகள் சட்டென வளர்ந்துவிடுவதாகப் பர்வீனுக்குத் தோன்றியது.

சலீம், இரு மகள்களையும் மடியில் உட்காரவைத்து, அவர்களைச் சமாதானப்படுத்தினான். அவர்களின் மனநிலையை மாற்றும் முயற்சியில், தான் பாடப்போவதாகச் சொல்லி, கார்ட்டூன் மாதிரி பாட ஆரம்பித்தான்.

“என்னால முடிலப்பா.. உங்க அபியா பாடறதைக் கேட்க, நான் இங்கிருந்து ஓடப்போறேன்” என்று பர்வீன் சொன்னாள்.

அவளை அங்கிருந்து நகரவிடாமல், மகள்களோடு சேர்த்து அணைத்துக்கொண்டான் சலீம்.

எல்லோரும் சகஜநிலைக்குத் திரும்பினார்கள். நடாஷா மட்டும், பூக்காத மலரைப்போல் கொஞ்சம் மௌனமாகவும், கொஞ்சம் மெல்லிய சிரிப்போடும் இருந்தாள்.

சலீம், நடாஷாவிடம் பள்ளியைப் பற்றியும், அங்கு அவளைத் தொந்தரவு செய்பவர்களைப் பற்றியும் பேச்சுக் கொடுத்தான். இந்த உரையாடல் அவசியம் என்று, சலீமும் பர்வீனும் நினைத்தார்கள். மையிஷா, அவளுக்குப் பிடித்த சோஃபியா தி பிரின்ஸஸ் என்ற கலரிங் புத்தகத்தை எடுத்து வண்ணம் தீட்ட ஆரம்பித்து இருந்தாள்.

தன்னை இன்னும் வெறுப்பேற்றும்விதமாகத்தான் அவர்கள் பேசிக்கொண்டும் நடந்துகொண்டும்

இருப்பதாக சோர்ந்த முகத்தோடு நடாஷா சொன்னாள். இப்பொழுதெல்லாம் அந்தப் பையன் அவளைக் கெட்ட வார்த்தைகளைக் கொண்டு திட்டுவதாகச் சொல்லி அழ ஆரம்பித்தாள்.

“அவன் ஏன் உன்னை திட்றான்..?” என்று சலீம் கேட்டான்.

“அந்தப் பொண்ணுங்க எல்லாம், அவனோட சேர்த்து வெச்சி என்னை தப்புத்தப்பா பேசறாங்க அபியா” என்றாள்.

“புரியற மாதிரி சொல்லு நட்டும்மா. அப்பதான், அவங்க உன்னை தொந்தரவு பண்ணாம இருக்க, என்ன செய்யலாம்னு சொல்லமுடியும்” என்றான்.

நடாஷா என்ன சொல்லப்போகிறாள் என்று, பர்வீனும் அவளையே பார்த்துக்கொண்டிருந்தாள்.

“அந்தப் பையனுக்கு, இவங்க அப்படிப் பண்றது பிடிக்கல. நானும் இந்தப் பொண்ணுங்களோடு சேர்ந்து அப்படி செய்யறேன்னு நினைச்சிட்டான். இன்னைக்கு அவன் என் டேபிள் பக்கத்தில வந்தான். என்னை பார்த்து, ‘உன்னை பார்க்கவே பிடிக்கல.. யூ பிட்ச்.. ஃபக் யூ’ன்னு சொன்னான் அபியா. அந்தப் பொண்ணுங்க, என்னை பார்த்து கேலியாச் சிரிச்சிட்டு இருந்தாங்க.”

அந்த வார்த்தைகளைக் கேட்டு, பர்வீனுக்கும் சலீமுக்கும் அதிர்ச்சியாக இருந்தது. “நாளைக்கு நாங்க ரெண்டுபேரும் ஸ்கூலுக்கு வர்றோம். டீச்சர்ஸ் என்ன பண்ணிக்கிட்டு இருக்காங்க? இவங்கள நம்பி புள்ளைய ஸ்கூலுக்கு அனுப்பினா.. இந்த வயசுல பேசற பேச்சா இது?” என்று கோபமாகக் கத்த ஆரம்பித்தான் சலீம்.

“கொஞ்சம் பொறுமையா இருங்கப்பா. அந்தப் பையனோட அம்மாவ எனக்குத் தெரியும். அவங்க நெம்பரும் இருக்கு. நான் அவங்ககிட்ட பேசறேன்” என்று சொல்லி தொலைபேசியை எடுத்தாள் பர்வீன்.

“ஹலோ, நான் நடாஷாவோட அம்மா பேசறேன்.. எப்படி இருக்கீங்க?” என்று ஆரம்பித்து, பள்ளியில் நடந்துகொண்டிருக்கும் விஷயத்தைச் சொன்னாள்.

“நடாஷா மேல ஏதாவது புகார் இருந்தாலும் சொல்லுங்க. என்ன நடந்துச்சின்னு உங்க பையன்கிட்ட கேளுங்க. சின்னப் பசங்க, தெரியாமக்கூட தப்பு பண்ணியிருக்கலாம்” என்று சொல்லிக்கொண்டிருக்கும்போதே, அவள் பேச்சை இடைமறித்தாள் அந்தப் பையனின் அம்மா.

“என் பையனைப் பத்தி எனக்கு நல்லா தெரியும். உங்க பொண்ணுகிட்ட கேளுங்க” என்று சொல்லி, பர்வீனின் பதிலுக்குக் காத்திருக்காமல் இணைப்பை அப்படியே துண்டித்துவிட்டாள் அந்தப் பையனின் அம்மா.

இதை, பர்வீன் கொஞ்சமும் எதிர்பார்க்கவில்லை. சலீமும் நடாஷாவும் அவளையே பார்த்துக்கொண்டிருந்தனர். அந்தப் பெண் செய்தது அவளுக்குப் பிடிக்கவில்லை. மனத்தில் எழுந்த கோபத்தை அடக்கிக்கொண்டு போனை வைத்துவிட்டு, “அவங்க போனை கட் பண்ணிட்டாங்க” என்றாள்.

சலீமுக்கு கோபம் இன்னும் அதிகமானது. பள்ளி நிர்வாகத்துக்கும், ஆசிரியர், சூப்பர்வைசர் என்று பள்ளியின் முக்கியமானவர்களுக்கு சிசி வைத்து இமெயில் அனுப்பினான். நடாஷா விஷயத்தில்

விரைந்து நடவடிக்கை எடுக்கவில்லை என்றால், போலீஸுக்கு போகப்போவதாக கொஞ்சம் மிரட்டலாகவே அந்த இமெயில் இருந்தது.

“அந்தப் பொம்பளைய சும்மா விட்டிருக்கக் கூடாது பர்வீன். எல்லா இடத்திலேயும் மரியாதையா பேசினா வேலைக்கு ஆகாது” என்றான்.

நடாஷாவின் சோர்ந்துபோன முகத்தைப் பார்த்து, மற்றவர்கள் மீதான அவனுடைய கோபத்தை அதிகரித்தது. “நட்டும்மா, யாராவது வம்பு பண்ணா, திருப்பி செஞ்சிட்டு வா. அப்புறம் நடக்கறத அபியா பார்த்துப்பேன். நீ யாருக்கும் பயப்படக் கூடாது. ரொம்ப குட் கேர்ளா இருக்க வேண்டிய அவசியம் இல்ல” என்று, மகளிடம் தீர்க்கமாகச் சொன்னான் சலீம்.

பர்வீனுக்கு வருத்தமாக இருந்தது. அந்தப் பையன், வகுப்பில் முதல் மதிப்பெண் எடுக்கிறான். கிளாஸ் லீடராக இருக்கிறான் என்று நடாஷா சொல்லியிருந்தாள். அந்தப் பையனைப் பற்றி அவனுடைய அம்மா மிகவும் பெருமையாகச் சொன்னதெல்லாம் பர்வீனுக்கு ஞாபகம் வந்தது. ஒரு வார்த்தை உண்மையா இல்லையான்னுகூட கேட்கமாட்டேன் என்பதுபோல் சொல்லி, இணைப்பை பாதியிலேயே துண்டித்துவிட்டாளே என்று பர்வீன் உள்ளுக்குள் புழுங்கினாள்.

எப்பொழுதாவது வரும் சலீமின் கோபத்தில் அர்த்தம் இருக்கும் என்று பர்வீனுக்குத் தெரியும். சலீமின் அலைபேசி டிங் டிங் என்று சத்தம் கொடுத்து அமைதியானது. நடாஷாவின் டீச்சரிடம் இருந்து பதில் வந்திருந்தது.

மிகவும் வருந்துவதாகவும், மெயிலில் சொன்ன விஷயங்கள் குறித்து விரைவில் நடவடிக்கை எடுக்கப்படும் என்ற உறுதியுடன் முடித்திருந்தார்.

சலீம், சிறிது நேரத்துக்குப் பிறகு மகள்களை விளையாட அழைத்துக்கொண்டு கீழே போனான்.

பர்வீனுக்குச் சமைக்கும் வேலை இருந்தது.

35. நிம்மதி

சலீமுக்கு நடாஷாவின் டீச்சரிடம் இருந்து பத்து மணிக்கு அழைப்பு வந்தது. என்னவோ ஏதோ என்று சலீம் பதறிக்கொண்டு எடுத்தான்.

பர்வீன் அழைப்பை எடுக்கவில்லை என்பதால், சலீமுக்கு அழைத்திருந்தார் அந்த டீச்சர். மாலை நான்கரைமணிக்கு, பர்வீனையும்அழைத்துக்கொண்டு பள்ளிக்கு வருமாறு கேட்டுக்கொண்டார்.

சரி என்று அழைப்பை துண்டித்த கையோடு, பர்வீனின் அலைபேசிக்கு அழைத்தான். இரண்டு முறை அழைத்தும் பதில் இல்லை. அலுவலகத்தில் வேலைகள் தொடர்ந்து இருந்ததால், அவற்றில் மூழ்கிப்போனான்.

ஒரு மணி நேரம் கழித்து, பர்வீனிடம் இருந்து அழைப்பு வந்தது. தியானத்தில் இருந்ததால் அலைபேசியை சைலன்ட்டில் போட்டிருந்ததாகச் சொன்னாள். பள்ளியில் இருந்து வந்த அழைப்பைப் பற்றி சலீம் சொன்னான். “அப்படீன்னா, நீங்க

சீக்கிரமா வீட்டுக்கு வந்துடுங்க, நாம ரெண்டு பேருமே ஸ்கூலுக்குப் போலாம்'' என்று பர்வீன் சொல்ல, ''சரி'' என்றான் சலீம்.

நடாஷா சொன்னதைப்போல அந்தப் பையன் அப்படிப் பேசி இருப்பானோ..? இருக்கலாம். சந்தேகம் எதற்கு? இப்பொழுதெல்லாம், குழந்தைகள் எஃப் வேர்டு, எஸ் வேர்டு, பி வேர்டு என்று குறியீட்டு வார்த்தைகளைக் கொண்டு பேசுவதைக் கேட்டதெல்லாம் காதுக்குள் ஒலித்தது.

சில வாரங்களுக்கு முன்னால், மையிஷா அவள் கிளாஸில் ஒரு பெண் அவளுக்கு 'ஃபக் யூ' என்ற வார்த்தையைச் சொல்லிக்கொடுத்ததாகச் சொன்னாள். மத்தவங்க பேசறாங்கன்னு நாமளும் அப்படிப் பேசக் கூடாது. மத்தவங்க பண்ற எல்லாத்தையும் நாம செய்யணும்னு இல்ல என்று சொல்லியிருந்தாள் பர்வீன். இந்தக் காலத்துப் பிள்ளைகளை எப்படியெல்லாம் கவனமாகப் பார்த்துக்கொள்ளவேண்டி இருக்கிறது என்று நினைக்கும்போது, சவாலாகத் தெரிந்தது.

மினியிடம் இருந்து குறுஞ்செய்தி வந்திருந்தது. ''வீட்ல இருக்கியா? காலைல பத்து மணிக்கு லேண்ட் ஃபோனுக்கு அடித்தேன்'' என்று இருந்தது. அவளுடைய அழைப்பையும் ஏற்கவில்லை என்று அப்பொழுதுதான் பர்வீனுக்குத் தெரிந்தது.

உடனே அவளுக்குப் போன் செய்தாள். ''சொல்லு மினி.. மெடிடேஷன் பண்ணிட்டு இருந்தேன்'' என்று ஆரம்பித்தாள்.

''இல்ல, சும்மாதான் போன் பண்ணேன். என் வீட்டுக்காரரு ஆபீஸ்ல என்னவோ சைனா வைரஸ்னு

பேசிக்கிட்டாங்களாம். அது ரொம்ப வேகமா பரவும்னு சைனாக்கார டாக்டர் யாரோ டுவீட் பண்ணியிருக்கானாம் பர்வீன்'' என்றாள் மினி .

''சைனாக்காரனுக்கு வேற வேலையே இருக்காதா? சும்மா புரளியா இருக்கும் மினி. அவன் நாட்டை அவன் பார்த்துப்பான். உடனே, உலகம் பூரா பரவும், அது இதுன்னு இந்த மீடியாகாரனுங்க கதை விடுவாங்க'' என்றாள் பர்வீன்.

''நீ சொல்றதுதான் கரெக்ட். இவரோட கிளையன்ட் சைனால ஒருத்தன் இருக்கான். அவன்தான், இவங்க மேனேஜர்கிட்ட சொல்லியிருக்கான். ஆனா, இங்க இன்னும் அதப் பத்தி நியூஸே இல்ல. இந்தியாவும் பெருசா ஒண்ணும் ரியாக்ட் பண்ணல. அப்ப இதெல்லாம் போங்குதான்'' என்றாள் மினி.

''மினி.. நடாஷாவோட கிளாஸ்மேட் பையன் ஒருத்தன், அவள இப்படி திட்டியிருக்கான். அவ ரொம்ப அப்செட்டா இருக்கா'' என்றாள் பர்வீன்.

''என்ன கொழுப்புப் பாரு. இந்த வயசுல இந்தப் பேச்சு பேசி இருக்கான். டீச்சர்கிட்ட கம்ப்ளைன்ட் பண்ணு பர்வீன். சும்மா விடாத'' என்று கோபமானாள் மினி.

''அதெல்லாம் நேத்தே மெயில் பண்ணிட்டோம். டீச்சர், இன்னிக்கு சாயந்தரம் வரச்சொல்லி இருக்காங்க. போனாத்தான் தெரியும்'' என்றாள். ''சலீமும் வர்றார். ஸ்கூலுக்குப் போயிட்டுவந்து உன்கிட்ட பேசறேன்'' என்று சொல்லி தொலைபேசியை வைத்தாள்.

குழந்தைகளை அழைநேரம் ஆனதும், பள்ளிக்குச் செல்ல பர்வீன் கிளம்பிச் சென்றாள். லிஃப்டில் கீழே இறங்கினாள். அங்கு சலீம் காத்துக்கொண்டிருந்தான்.

“நானும் ஸ்கூலுக்கு வரேன்” என்றான் சலீம்.

“வேணாங்க.. நான் மட்டும் போய் பசங்கள கூட்டிட்டு வந்துடறேன். நீங்க வீட்டுக்குப் போங்க. அப்புறமா நாம ரெண்டு பேரும் போய் பேசிட்டு வருவோம்” என்று சொல்லிவிட்டுக் கிளம்பினாள். பள்ளியில் இருந்து குழந்தைகளைப் பர்வீன் அழைத்துவந்தாள்.

வீட்டுக்கு வந்தவுடன், அங்கு சலீமைப் பார்த்து குழந்தைகளுக்கு மகிழ்ச்சியாக இருந்தது. ஷூவைக் கழற்றி வைக்க வேண்டிய இடத்தில் வைத்தார்கள். கை, கால் கழுவிக்கொண்டுவர, பர்வீன் உணவை எடுத்துவைத்தாள்.

“என்ன ஆச்சு நட்டும்மா.. மிஸ் என்ன சொன்னாங்க?” என்றாள் பர்வீன்.

“கிளாஸ்மேட்ஸ் நிறைய பேரை மிஸ் தனியாக அழைச்சி பேசினாங்க. அதுவும், தனியா ரூம்ல கூட்டிட்டுப் போய் பேசினாங்க. அப்புறம் என்னையும் கூப்பிட்டாங்க. யாரு என்னைக் கிண்டல் பண்றாங்கன்னு கேட்டாங்க..”

“நீ என்ன சொன்ன?” என்று கேட்டான் சலீம்.

“நான் எல்லா கேர்ள்ஸ் பேரையும் சொன்னேன் அபியா. அப்புறம் அந்தப் பையன் என்ன வேர்ட்ஸ் யூஸ் பண்ணான்? எப்ப பண்ணான்? ஏன் அப்படி பண்ணான்னு கேட்டாங்க” என்றாள் நடாஷா.

“வேற யாரைக் கூப்பிட்டு பேசினாங்க? யாருகிட்ட என்ன கேட்டாங்கன்னு தெரியுமா?” என்று கேட்டாள் பர்வீன்.

“இல்ல அம்மியா. தனியா பேசினதால, எனக்கும் ஒண்ணும் தெரில. மைதாகிட்ட கேட்டேன். அவளும் இந்தப் பொண்ணுங்க பண்ணதும், அந்தப் பையன் திட்டினதையும் பார்த்ததா சொல்லியிருக்கா. அப்புறம், அந்த ஆப்கன் பொண்ணும், அந்தப் பையன் தப்பா பேசினதைச் சொல்லியிருக்கா. மத்தபடி, யாரு என்ன பேசினாங்கன்னு தெரியல. கடைசியா, அந்தப் பயனைக் கூப்பிட்டு இன்வெஸ்டிகேட் பண்ணாங்க” என்றாள்.

“சரி, மிஸ் என்ன சொல்றாங்கன்னு பார்க்கலாம்” என்றான் சலீம்.

“நட்டு.. அவன் நிஜமாவே அப்படி அந்த வேர்ட்ஸ யூஸ் பண்ணானா..?” என்று பர்வீன் கேட்டாள்.

“யெஸ் அம்மியா..” என்று சொல்லி அமைதியானாள். கிட்டத்தட்ட பல வாரங்களாக நடக்கும் இந்த மனஉளைச்சலில் இருந்து நடாஷா வெளியில் வரணும் என்று பர்வீன் பிரார்த்தித்தாள்.

“நோ வொர்ரீஸ் நட்டும்மா. அம்மியாவையும் அபியாவையும் மிஸ் கூப்பிட்டு இருக்காங்க. டீ குடிச்சிட்டுப் போயிட்டு வர்றோம்” என்று அவளைக் கட்டி அணைத்துக்கொண்டான் சலீம்.

“அபியா.. எனக்கு” என்று அவன் முன் வந்து நின்றாள் மையிஷா.

“என் பொம்முக்குட்டிக்கு இல்லாமையா?” என்று அவளைத் தூக்கிக்கொண்டான் சலீம். பர்வீனுக்கு, நல்ல தலைவலி வந்ததுபோல் இருந்தது. டீ போட்டு சலீமுக்குக் கொடுத்துவிட்டு, அவளும் குடித்தாள். ஆக்ஸ் ஆயில் எடுத்து நெற்றியில் தடவிக்கொண்டாள்.

பதினைந்து நிமிடத்துக்குப் பிறகு பள்ளிக்குப் புறப்படத் தயாரானாள்.

குழந்தைகளோடு சலீமும் பர்வீனும் பள்ளிக்குச் சென்றார்கள். பள்ளி முடிந்து இரண்டு மணி நேரம் ஆகியிருந்தது. வகுப்பறைகள் காலியாக இருந்தன. டீச்சர்கள் மட்டும் கண்ணுக்குத் தென்பட்டார்கள்.

நடாஷாவின் வகுப்பறைக்கு வெளியே இருந்த பெஞ்சில் உட்கார்ந்தார்கள். மையிஷா மட்டும், வெறிச்சோடிக்கிடந்த வராண்டாவில் அங்கும் இங்கும் ஓடிக்கொண்டு இருந்தாள்.

சில பெண்கள், நீல நிற பேண்ட் சட்டை போட்டிருந்தார்கள். அவர்கள், கழிவறைகளைச் சுத்தம் செய்துகொண்டு இருந்தார்கள். இன்னும் சிலர், வகுப்பறையில் இருக்கும் நாற்காலிகளை நகர்த்திவைத்து பெருக்கிக்கொண்டிருந்தார்கள்.

சிறிது நேரம் கழித்து, அறையில் இருந்து வெளியே வந்தார் நடாஷாவின் டீச்சர். நடாஷாவையும் மையிஷாவையும், நூலகத்துக்குச் சென்று படிக்குமாறு சொன்னார். இருவரும் சென்றார்கள்.

டீச்சர், சலீமையும் பர்வீனையும் அழைத்துக்கொண்டு அறைக்குள் சென்றார். அவர் கையில் ஒரு நோட்டுப் புத்தகமும் பேனாவும் இருந்தன. பார்ப்பதற்கு விமானப் பணிப்பெண்போல் இருந்தார். தங்க நிற தலைமுடி.. வெள்ளைக்காரி என்பதைச் சொல்லாமல் சொன்னது. பிரிட்டனைச் சேர்ந்தவராக இருப்பார் என்று பர்வீன் நினைத்தாள்.

''முதலில், இந்தச் சம்பவத்தை தெரியப்படுத்தியதற்கு நன்றி'' என்று ஆரம்பித்தார். குழந்தைகளிடம் நடத்திய விசாரணை பற்றிச் சொன்னார். அந்தப் பையன்,

கெட்ட வார்த்தைகள் உபயோகித்து, நடாஷாவின் மனத்தைக் காயப்படுத்தி இருக்கிறான் என்றும், அதை தன்னாலேயே நம்பமுடியாமல் இருந்ததாகவும் சொன்னார்.

அந்தச் சிறுமிகளை அழைத்துக் கண்டித்துள்ளார். அந்தப் பையனின் பெற்றோரையும் அழைத்து வார்னிங் கொடுக்கப்போவதாகவும் தெரிவித்தார்.

கொஞ்ச நாளாக நடாஷா இந்த மனஉளைச்சலில் இருந்திருக்கிறாள் என்பதைத் தெரிந்துகொண்டோம் என்றும் அதற்காக வருந்துவதாகவும் சொன்னார்.

''இவ்வளவு சீக்கிரம் ஆக்ஷன் எடுத்திருக்கீங்க. ரொம்ப தேங்க்ஸ்'' என்று சலீம் சொன்னான். அது தன்னுடைய கடமை என்றும், இனி அப்படி ஒரு சம்பவம் நடக்காமல் பார்த்துக்கொள்வதாகவும் உறுதி அளித்தார். ஒரு நிமிடம் என்று சொல்லிவிட்டு வெளியே சென்றவர், நடாஷாவை மட்டும் அழைத்துக்கொண்டு உள்ளே வந்தார்.

''நடாஷா, நான் எல்லாரையும் கண்டிச்சிட்டேன். இனி யாராவது உன்ன ஹர்ட் பண்ணா, ப்ளீஸ் கம் அண்ட் டெல் மீ. இனி யாரும் உன்னை எதுவும் பண்ணமாட்டாங்க. அந்தப் பையன்கிட்ட இருந்து லீடர் பேட்ஜை திரும்ப வாங்கிவிட்டேன். ஒழுக்கம்தான் ஃபர்ஸ்ட்.. அப்பறம்தான் படிப்புகூட'' என்று நடாஷாவைப் பார்த்துச் சொல்லிக்கொண்டிருந்தார்.

''ஓகே ஹனி மிஸ்.. ரொம்ப தேங்க்ஸ்..'' என்று நடாஷா சொன்னாள். அவளைத் தொடர்ந்து, பர்வீனும் சலீமும் ஹனிக்கு நன்றியைத் தெரிவித்துவிட்டு அங்கிருந்து கிளம்பினார்கள்.

நூலகம் வரை வந்து, மையிஷாவையும் அழைத்து பர்வீனிடம் ஒப்படைத்துவிட்டு, “நைஸ் மீட்டிங் யூ” என்று பர்வீனிடம் கை குலுக்கி விட்டுச் சென்றார் ஹனி டீச்சர்.

திரும்ப வரும்போது, இவர்கள் உட்கார்ந்திருந்த அந்த பெஞ்சில், அந்தப் பையனுடைய பெற்றோர்கள் உட்கார்ந்திருந்தனர்.

பர்வீன், சலீம் இருவர் கைகளையும் இறுக்கமாகப் பிடித்துக்கொண்டு நடாஷா அமைதியாக நடந்தாள். மையிஷா, கங்காரு குட்டியைப்போல் குதித்துக்கொண்டு சலீம் பக்கத்தில் நடந்துவந்தாள்.

* முற்றும் *